2024

Bodhi Books
Nedumpana PO, Kannanalloor
Kollam - 691576, Kerala, India
E-mail: bodhibooks03@gmail.com
Tel: +91 9447304886

NAVATHOOLIKA KATHAYORAM 2024
Edited by Sajini Manoj
Stories / Malayalam

First Published: September, 2024

Typesetting: Bodhi Books
Cover & Book Design:
Chembarathi Creatives

ISBN: 978-81-19770-54-0

Price **Rs. 260**
Production No. BB -188-1-200-10-24

Printed and bound in India by
Repro Mumbai

നവതൂലിക കഥയോരം - 2024

കഥകൾ

എഡിറ്റർ: സജിനി മനോജ്

വര: കുമാരി ശിവാനി പി.ആർ.

ബോധി ബുക്സ്
കൊല്ലം - 691 576

സജിനി മനോജ് പുല്ലൂറ്റ്

തൃശ്ശൂർ ജില്ലയിലെ കൊടുങ്ങല്ലൂരിൽ പുല്ലൂറ്റ് സുന്ദരന്റെയും ജയശ്രീയുടെയും മകൾ. 1981ൽ ജനനം. സാമൂഹിക സാംസ്കാരിക സാഹിത്യമേഖലകളിൽ പ്രവർത്തിക്കുന്നു.
പുസ്തകം: നാലുകെട്ട് (കഥാസമാഹാരം), കൂടാതെ, ഇരുപത് പുസ്തകങ്ങളിൽ രചനകൾ ഉൾപ്പെട്ടിട്ടുണ്ട്.
പുരസ്കാരം: സൃഷ്ടിപഥം അക്ഷരജ്യോതി പുരസ്കാരം, കൊച്ചിൻ സാഹിത്യ അക്കാദമി സാഹിത്യപ്രതിഭ പുരസ്കാരം(2023).
ഭർത്താവ്: മനോജ്. മക്കൾ: ആരോമൽ ശങ്കർ, ശിവശങ്കർ, നക്ഷത്ര.
സഹോദരങ്ങൾ: സജേഷ്, സുജിത്ത്

കുമാരി ശിവാനി പി.ആർ.

തൃശ്ശൂർ ജില്ലയിൽ ധന്യയുടെയും രബീഷിനെയും മകളായി 2004 ൽ ജനിച്ചു. ഒന്നാം ക്ലാസ് മുതൽ മൂന്നാം ക്ലാസ് വരെ അമൃത വിദ്യാലയത്തിലും തുടർന്ന് 12 ക്ലാസ്സ് വരെ മാള ഹോളി ഗ്രേസ് അക്കാദമിയിലും പഠിച്ചു. ഇപ്പോൾ ബാംഗ്ലൂരിൽ Bsc നേഴ്സിങ്ങിന് പഠിക്കുന്നു.
ഡ്രോയിങ് പെയിന്റിംഗ് നൃത്തം ഇവയെല്ലാം വളരെ പ്രിയമാണ്. കലാമണ്ഡലം ധനുഷ സന്യാലാണ് നൃത്തത്തിൽ ഗുരു.

പ്രസാധകക്കുറിപ്പ്

ജീവിതത്തെ വ്യത്യസ്ത നോക്കുപാടുകളിൽ ആഖ്യാനിക്കാനുള്ള എഴുത്തുകാരന്റെ ശ്രമമാണ് സാഹിത്യമായി രൂപാന്തരപ്പെടുന്നത്. അപ്പോൾപോലും, മറ്റേതൊരു സാഹിത്യ രൂപത്തേക്കാളും കഥകൾ ജീവിതത്തോടൊട്ടിനിൽക്കുന്നുണ്ട്. ചെറുകഥ, നീണ്ടകഥ, മൈക്രോകഥ എന്നിങ്ങനെ വിവിധ രൂപങ്ങളിൽ കഥാസാഹിത്യം അനുദിനം,അനുനിമിഷം പുഷ്ടിപ്പെട്ടുകൊണ്ടുമിരിക്കുന്നു. ഈ പശ്ചാത്തലത്തിലാണ് നവതൂലികയിലെ എഴുത്തുകാരും കഥകളും പ്രസക്തമാവുന്നത്. പൂർവ്വമാതൃകകളിൽ നിന്നും കുതറിമാറുന്ന രചനാവൈഭവം ഇതിലെ കഥകളിൽ ദർശിക്കാം. ഭാഷയിലും ചിന്തയിലും ഇതിവൃത്തത്തിലും അവതരണത്തിലും വ്യത്യസ്തത പുലർത്തുമ്പോൾത്തന്നെ, ചെറുകഥയെന്ന മാധ്യമത്തിന്റെ വികസരോന്മുഖമായ പ്രസാദാത്മകതയെ അടയാളപ്പെടുത്താൻ 'കഥയോര'ത്തിലെ കഥകൾക്കു കഴിയുന്നു. തീർച്ചയായും ഈ എഴുത്തുകാർക്ക് കൂടുതൽ മെച്ചമായി ഉള്ളുരുക്കങ്ങളെ ആവിഷ്കരിക്കാനാവുമെന്നതിന്റെ വിളംബരമായി.ഇതിലെ ഓരോകഥയും അടയാളപ്പെടുന്നു. ബോധി ബുക്സ് ഏറെ അഭിമാനത്തോടെ നവതൂലികയുടെ കഥയോരത്തെയും എഴുത്തുകാരെയും കൈരളിക്കു സമർപ്പിക്കുന്നു.

ആമുഖം

ലളിതമായ ആശയങ്ങളുടെ കെട്ടുറപ്പുള്ള കഥകളാണ് ഇത്തവണയും നവതൂലികയിലൂടെ ഇതൾ വിരിയുന്നത്.

മാറുന്ന കാലത്തിന്റെ വായനയ്ക്കനുയോജ്യമാകുന്ന ഒരുപിടി കഥകൾ ഉൾപ്പെടുത്തി എഴുത്തുകാരി സജിനി മനോജ് തിരഞ്ഞെടുത്ത മുപ്പത്തിമൂന്നു കഥകളുടെ സമാഹാരമാണ് "കഥയോരം 2024"

കഥകൾക്ക് അനുയോജ്യമായ വരകളുമായി കുമാരി ശിവാനി പി.ആറും ഈ പുസ്തകത്തോടൊപ്പം ചേരുന്നു.

ഇതിന്റെ ഉള്ളടക്കമോ, രചയിതാവോ, പ്രസാധകരോ ഏതെങ്കിലും വ്യക്തികളുടെയോ, സമുദായങ്ങളുടെയോ, തൊഴിൽ വിഭാഗങ്ങളുടെയോ ജാതിമത വിശ്വാസ വിഭാഗങ്ങളുടെയോ വികാരം വ്രണപ്പെടുത്താനോ മോശമായി ചിത്രീകരിക്കാനോ ഉദ്ദേശിച്ചിട്ടില്ല. ഇതിലെ ഒരോ കഥകളും രചയിതാവിൽ നിക്ഷിപ്തമാണ്.

ഈ പുസ്തകത്തോടൊപ്പം ചേർന്നുനിന്ന എല്ലാ പ്രിയപ്പെട്ടവരോടും ഹൃദയം നിറഞ്ഞ ആദരവും സ്നേഹവും അറിയിച്ചുകൊള്ളുന്നു.

വിഷ്ണു പകൽക്കുറി
നവതൂലിക കലാസാഹിത്യവേദി
ഫൗണ്ടർ
9895974961
navathoolika39@gmail.com

കഥകളുറങ്ങാതിരിക്കട്ടെ തൂലികയിൽ

കഥകൾ കേൾക്കാനും വായിക്കാനും ഇഷ്ടമില്ലാത്തവരായി ആരുമുണ്ടാകില്ല.മനുഷ്യ കഥാനുഗായികളാണ് വർത്തമാന കാല ത്തെ സാഹിത്യം. കാല്പനികതയിൽ നിന്ന് വിമുക്തമാവുകയും യാ ഥാർത്ഥ്യത്തോട് കൂടുതലായി ചേർന്ന് നിൽക്കുകയും ചെയ്യുന്നു ഇന്നത്തെ സാഹിത്യ സൃഷ്ടികൾ എന്ന് നിരീക്ഷിച്ചാൽ കാണാം. കഥയായാലും കവിതയായാലും തുറന്നെഴുത്തിന്റെ ഒരു രീതിയി ലേക്ക് എഴുത്തുകൾ മാറിക്കൊണ്ടിരിക്കുന്നു. എത്രമാത്രം ജീവിത ത്തോട് ചേർന്ന് നിൽക്കുന്നുവോ അത്രയും വായനക്കാരെ ആകർ ഷിക്കുകയും ചെയ്യുന്നുണ്ട്. കഥകളിൽ മയങ്ങിപ്പോയ ബാല്യവും ഭ്രമിപ്പിക്കുന്ന കൗമാരവും ത്രസിപ്പിക്കുന്ന യൗവനവും പക്വതയിൽ എത്തിയ വാർദ്ധക്യവും ഒരുപോലെ ആനന്ദാനുഭൂതി നുകരുന്ന ഏതെങ്കിലും സാഹിത്യ ശാഖയുണ്ടെങ്കിൽ അത് കഥാസാഹിത്യമാ യിരിക്കും എന്നതിൽ സംശയമില്ല. അങ്ങനെയുള്ള സാഹിത്യ ലോ കത്തേക്ക് പദമൂന്നുന്ന നവാഗതരായ ചില എഴുത്തുകാരുടെ രചന കളാണ് നവതൂലിക ഈ പുസ്തകത്തിൽ പരിചയപ്പെടുത്തുന്നത്.

സാഹിത്യ ലോകത്ത് നവതൂലിക എന്ന വാട്സ്ആപ്പ് കൂട്ടായ്മ നടത്തുന്ന ഇടപെടലുകൾ ശ്ലാഘനീയമാണ്. നവാഗതരായ എഴുത്തു കാരെ കൈപിടിച്ചുയർത്തി എഴുത്തിൽ ആത്മവിശ്വാസം നൽകുക എന്ന ദൗത്യം അനേകവർഷങ്ങളായി നവതൂലിക ഏറ്റെടുത്ത് നട ത്തിവരുന്നു. അതിന്റെ ഭാഗമാണ് ഈ പുസ്തകവും. നവതൂലിക ഇതിനോടകം തന്നെ പത്തിലധികം പുസ്തകങ്ങൾ പ്രസിദ്ധീകരി ച്ചു കഴിഞ്ഞിരിക്കുന്നു. എഴുത്തിന്റെ മേഖലയിൽ പുതുമുഖങ്ങളാ ണെങ്കിലും എഴുത്ത് എന്ന ദൗത്യം ഹൃദയത്തിൽ സ്വീകരിച്ചവരാണ് ഈ പുസ്തകത്തിലെ എഴുത്തുകാരെല്ലാവരും.

കഥകളിലൂടെ കടന്നുപോകുമ്പോൾ ഇതിലെ കഥാപാത്രങ്ങൾ നമുക്കിടയിൽ തന്നെ കണ്ടു മറന്നവരല്ലേ എന്ന് ഓർമ്മിപ്പിക്കുന്നു ണ്ട്. എഴുതി തുടങ്ങുന്നവർ തങ്ങളുടെ അനുഭവപരിസരങ്ങളിൽ നിന്നും എഴുതുകയാണെങ്കിൽ എഴുത്തിനെ കൂടുതൽ ആസ്വാദ്യക രവും തനിമയുള്ളതുമാക്കി മാറ്റുവാൻ സാധിക്കുമെന്ന് ഈ അനുഭ

വത്തിൽ നിന്നും ഉറപ്പിക്കാം. നല്ല നിരീക്ഷണങ്ങളും ഇതിലെ എഴുത്തുകളിൽ കാണുന്നുണ്ട്. എഴുതാൻ ആഗ്രഹിക്കുന്നവൻ തന്റെ ചുറ്റുപാടുകളെയും തനിക്ക് ചുറ്റുമുള്ളവരെയും ഏറ്റവും തീവ്രമായി നിരീക്ഷിക്കുകയും ഹൃദയത്തിൽ സൂക്ഷിക്കുകയും ചെയ്താൽ മാത്രമാണ് എഴുത്തിലേക്ക് അതിന്റെ ഒരംശമെങ്കിലും കൊണ്ടുവരാൻ സാധിക്കുകയുള്ളൂ. അങ്ങനെ നോക്കുമ്പോൾ ജീവിതഗന്ധികളായ കഥകളാണ് ഈ പുസ്തകത്തിൽ ഉള്ളത്.

സ്നേഹത്തിന്റെ ഊഷ്മളതയും സൗഹൃദത്തിന്റെ കെട്ടുറപ്പും ഹരിതാഭയും ഇതിലെ കഥകളിൽ കാണാം. പ്രവാസ ജീവിതത്തിന്റെ കെട്ടുകാഴ്ചകളിൽ മയങ്ങുമ്പോൾ അവരനുഭവിക്കുന്ന നോവ് വായനക്കാരുടെ ഹൃദയത്തിൽ തൊടാതിരിക്കില്ല. പ്രണയം എന്നതിന് ഒറ്റപ്പെടുകയെന്നും ഒറ്റുകയെന്നും വ്യാഖ്യാനങ്ങൾ ഉണ്ടെന്ന് ഇതിലെ എഴുത്തുകൾ നമ്മെ ബോധ്യപ്പെടുത്തുന്നു. ഒപ്പം അതിജീവനത്തെ കുറിച്ചുള്ള സന്ദേശം കൈമാറുകയും ചെയ്യുന്നുണ്ട്. ബന്ധങ്ങളുടെ കെട്ടുറപ്പുകളിലേക്കും നിരർത്ഥകതകളിലേക്കും ഒരേസമയം വിരൽ ചൂണ്ടുന്ന എഴുത്തുകാർ തീർച്ചയായും വിസ്മയിപ്പിക്കുക തന്നെ ചെയ്യും.

എഴുത്തുകൾ പാർശ്വവൽക്കരിക്കപ്പെടുന്ന ഒരു കാലമാണ് ഇത്. എഴുത്താളരുടെ പ്രസിദ്ധിയാണ് ഇന്നത്തെ കാലത്ത് ഘോഷിക്കപ്പെടുന്നത്. അങ്ങനെ വരുമ്പോൾ കാമ്പുള്ള എഴുത്തുകൾ മുഖ്യധാരയിലേക്ക് എത്തപ്പെടാതെ പോകുന്നതായി കാണാം. നിരവധി എഴുത്തു കൂട്ടായ്മകൾ ഈയൊരു ദുസ്ഥിതിക്ക് പരിഹാരം കാണുന്നതിന് പുതിയ എഴുത്തുകാരെ ചേർത്ത് പിടിച്ചു കൊണ്ട് സ്വന്തം പ്രസിദ്ധീകരണങ്ങളുമായി മുന്നോട്ടു വന്നിരിക്കുന്നു. വിസ്മയിപ്പിക്കുന്ന കെട്ടു കാഴ്ചകളോ നിഗൂഢമായ ഭാഷാപ്രയോഗങ്ങളോ നിങ്ങളീ കഥകളിൽ തിരയരുത്. എന്തെന്നാൽ ഇത് സാധാരണ മനുഷ്യരുടെ കഥകളാണ്. അവർക്ക് നിഗൂഢതകൾ ഇല്ല. ലളിതമായ ഭാഷയാണ് അവർ ഉപയോഗിക്കുക. പ്രകടനപരതയില്ലാതെ അവർ പെരുമാറുകയും വായനക്കാരോട് ഇടപെടുകയും ചെയ്യുമെന്നത് അനുഭവസാക്ഷ്യം.

ദർശന കെ.ആർ.
(എഴുത്തുകാരി)

എഡിറ്റർ കുറിപ്പ്

സാഹിത്യ ജനുസ്സുകളിൽ ഏറ്റെ ശ്രദ്ധേയമായ ശാഖയാണ് ചെറുകഥ. ചെറുകഥയെ പത്തൊമ്പതാം നൂറ്റാണ്ടിന്റെ പുത്രി എന്ന് എലിസബത്ത് ബോവൻ അഭിപ്രായപ്പെട്ടത് ഈ അവസരത്തിൽ ഓർക്കുന്നു.

ഈ സമാഹാരത്തിലെ ആശയസമ്പുഷ്ടമായ കഥകൾ ലാളിത്യവും പ്രണയവും പ്രകൃതിയും ജീവനും ജീവിതവും നിറഞ്ഞു നിൽക്കുന്ന അതിഭാവുകത്വങ്ങളില്ലാത്ത ആഖ്യാനശൈലിയിൽ ഭാഷയുടെ സുഗന്ധം നിറച്ച് അനുവാചക ഹൃദയങ്ങളിലേയ്ക്ക് ആനന്ദവും നൊമ്പരവും പകപ്പും പകർന്ന് ചിന്താതലങ്ങളെ ഉണർത്തുന്നു. ഭാഷയ്ക്ക് ഒരു പ്രത്യേക താളവും ആത്മാവും ഉണ്ട് എന്ന തിരിച്ചറിവ് സ്പഷ്ടമാക്കുന്നു. കഥയേയും കഥാപാത്രങ്ങളേയും സ്വതസിദ്ധമായ ആഖ്യാനശൈലിയിലൂടെ വലിപ്പച്ചെറുപ്പമില്ലാതെ ലളിതമായ വാക്ചാരുതയോടെ ആസ്വാദകഹൃദയങ്ങളിലേക്ക് കുറച്ചു നിമിഷത്തേക്കെങ്കിലും നിലനിർത്തി ആ മഴക്കുളിരിൽ നിന്നും തിരിച്ചു കയറാൻ ആകാത്തവിധം ബന്ധിക്കപ്പെടുന്നു.

ആത്മാവിലലിഞ്ഞ പ്രണയശലഭം കാലാന്തരങ്ങളുടെ കുത്തൊഴുക്കിൽ കടൽക്കാഴ്ചകൾ തീർത്തുകൊണ്ട് ഏകാന്തതയുടെ പടവുകളിലേക്ക് നൊമ്പരത്തിന്റെ വീഥിയൊരുക്കി കടലോളവും, ഒറ്റക്കോലവും, ചെറുഹാസ്യവും, ലാളിത്യവും, നാട്ടുനന്മകളും, പ്രവാസത്തിലെ വേനൽപ്പൊള്ളലിന്റെ കാഠിന്യവും ഒറ്റപ്പെടലിന്റെ ഉൾച്ചൂരും ആഗോളതാപനത്തിന്റെ നെടുവീർപ്പുകളിൽ പെരുമഴപ്പെയ്ത്തിന്റെ ചടുലത, തകിടംമറിയുന്ന ആവാസവ്യവസ്ഥ എല്ലാം ഹാസത്തിന്റെ, പ്രതീക്ഷയുടെ, മിഴിനീരിന്റെ, ഭയത്തിന്റെ, വ്യാകുലതയുടെയെല്ലാം ആകാശവും ഭൂമിയും തീർത്തുകൊണ്ട് വ്യത്യസ്തങ്ങളായ ദളങ്ങൾ കൊണ്ട് കൊരുക്കപ്പെട്ടിരിയ്ക്കുന്ന ലളിതസുന്ദരമായ ഹാരം എന്ന് നിസ്സംശയം പറയാം.

ക്ണാപ്പൻ ഗോപനും, രണ്ടാമനും, ഋതുമതിയും, തത്വമസിയും, ഇക്കിച്ചാനും, ആ കുടിയനും, നാടോടിയും, പുനർജന്മവും, പ്രവാസിയും, ഒറ്റമുറിയും ഞാനും ചിന്തകളും, അമ്മയും, രക്തബന്ധവും,

കുട്ടനാടൻ പച്ചയും, പുഴയുടെ നൊമ്പരവും, ശങ്കരൻ മാഷും, രുചിക്കൂട്ടും, രക്തബന്ധവും... അങ്ങനെ ഓരോ കഥകളും വ്യത്യസ്തങ്ങളായ ആശയങ്ങളുടെ വൈവിധ്യങ്ങൾ ചാലിച്ച് മലയാള സാഹിത്യത്തിലേക്കുള്ള കടന്നുവരവിന്റെ നിഷ്കളങ്കമായ ബാല്യവും, വസന്ത മനോഹരമായ കൗമാരവും, ശക്തമായ യുവത്വവും നിറക്കൂട്ട് ചാർത്തുന്നത് കാണാം.

മലയാള സാഹിത്യത്തിലേക്ക് നവാഗതരെ പ്രോത്സാഹിപ്പിച്ച് കളരി വിരുന്നുകളിലൂടെ ഊട്ടിയുറപ്പിച്ച് സാഹിത്യത്തിന്റെ പ്രത്യക്ഷവും പരോക്ഷവുമായ വ്യത്യസ്ത തലങ്ങളിലൂടെ മുൻ നിരയിലേക്ക് എത്തിക്കാൻ നവതൂലികയ്ക്ക് കഴിഞ്ഞിട്ടുണ്ട് എന്നുള്ളത് അഭിനന്ദനീയവും ശ്ലാഘനീയവുമാണ്. മലയാള സാഹിത്യത്തോടുള്ള ആത്മാർത്ഥമായ അർപ്പണത്തോടെ മുന്നോട്ട് കുതിയ്ക്കുന്ന വിഷ്ണു പകൽക്കുറിയോടൊപ്പം ഈ ഉദ്യമത്തിൽ ചേർന്ന് നിൽക്കാൻ കഴിഞ്ഞതിലെ സന്തോഷവും കൃതാർത്ഥതയും രേഖപ്പെടുത്തുന്നു. പുസ്തകത്തിന്റെ ഭാഗമായ എല്ലാവർക്കും ആശംസകൾ അർപ്പിച്ചുകൊണ്ട്, ഗുരുപൂജ്യരായവരെ മനസ്സാൽ വണങ്ങിക്കൊണ്ട് കഥയോരം 2024 എന്ന നവതൂലിക കലാസാഹിത്യ വേദിയുടെ നാലാമത്തെ ചെറുകഥാഗ്രന്ഥം മലയാള സാഹിത്യലോകത്തിലേക്ക് വായനയ്ക്കായി സമർപ്പിക്കുന്നു.

എഡിറ്റർ
സജിനി മനോജ് പുല്ലൂറ്റ്, കൊടുങ്ങല്ലൂർ
നവതൂലിക കലാസാഹിത്യവേദി.

ഉള്ളടക്കം

ഷീല കൊറയ ലൂയിസ്

എറണാകുളം ജില്ലയിൽ ശ്രീ. നിക്ലാവൊസ് കൊറയായുടെയും ശ്രീമതി. മാർഗ്ഗരറ്റ് കൊറയായുടെയും മൂത്തമകൾ. വടുതല ആചാത്യാത്ത് ലേഡീസ് മൌണ്ട് കർമൽ കോൺവെൻറ്, എറണാകുളം സെൻറ് തെരേസാസ് കോളേജ് എന്നിവിടങ്ങളിലായിരുന്നു വിദ്യാഭ്യാസം. ബിഎസ്സി (ബോട്ടണി), എംഎ. (സോഷ്യോളജി). ബാലപംക്തി, യുഗപ്രതിഭ തുടങ്ങിയവയിൽ എഴുതിത്തുടങ്ങി. ഓൾ കേരള യംഗ് റൈറ്റേർസ് ഫെല്ലൌഷിപ്, കെ. സി. എസ്. എസ്. എൽ ബെസ്റ്റ് ക്യാംപർ, കഥയ്ക്കു ഗോൾഡ് മെഡൽ, വനിതാ മാഗസിൻ നടത്തിയ കോളേജ് കുട്ടികൾക്കായി ഓൾ കേരള സാഹിത്യമത്സരത്തിൽ ഒന്നാംസ്ഥാനം. (ഷീല കൊറയ എന്നപേരിൽ മംഗളം, മനോരമ, സഖി, കലാകൗമുദി, വിമൻസ് മാഗസിൻ, വനിത, മൂല്യശ്രുതി, സ്നേഹഭൂമി, ഗൃഹശോഭ, കുടുംബം തുടങ്ങിയ ആനുകാലികങ്ങളിൽ എഴുതുന്നു. ഭർത്താവ് ശ്രീ. യൂജിൻ ലൂയിസ്. രണ്ടു ആൺകുട്ടികൾ. സാൻഫ്രെഡ് ലൂയിസ് (NewZealand) ഡാരൽ ലൂയിസ് (Bangalore). കൃതികൾ: പെട്ടെന്നു വന്ന മഴ (2018), ഫാദർ തോമിന്റെ അരുളപ്പാടുകൾ (2020), പ്രളയം (2022), നോവൽ -കാനാൻ ദേശത്തെ രാജകുമാരി (മംഗളം), Frangranaces of elanji blossoms, ഷീലലുയിസിന്റെ കഥകൾ. Ph: 8281248807. email: sheelaluiz7@gmail. com

വസന്തികയുടെ കുഞ്ഞ്

പ്രസവത്തിന് അവധി തുടങ്ങിയ നാൾമുതൽ വസന്തിക ഒരുക്കം തുടങ്ങി. കിടപ്പുമുറിയുടെ ജാലകവിരികൾ ഇളം നിറത്തിലേക്കു മാറ്റി. മുറിയിലുണ്ടായിരുന്ന പുസ്തകങ്ങളും മറ്റു പഴയ സാധനങ്ങളുമൊക്കെ കാർഡ്ബോർഡ്പെട്ടിയിലാക്കി ആ മുറിയിൽ നിന്നും ഒഴിവാക്കി. നവജാതശിശുവിന് ആവശ്യമായ ധാരാളം സാധനങ്ങൾ അവൾ വാങ്ങി ഒരുക്കിവച്ചു.

എറണാകുളത്തെ പ്രമുഖ ദേശസാൽകൃതബാങ്കിൽ ഓഡിറ്റ് വകുപ്പിൽ ജോലിചെയ്യുന്ന അവൾ സ്വന്തമായി ഒരു ബെഡ്റൂം ഫ്ലാറ്റ് വാങ്ങി താമസം തുടങ്ങിയിട്ട് വെറും അഞ്ചുമാസം. അവിടെ താമസിക്കുന്നത് അവളും അവൾക്കു സഹായിയായി ഭാഗ്യ എന്ന പതിനാറുകാരിയും മാത്രം.

ഭാഗ്യ വളരെ മിടുക്കിയായ ബുദ്ധിമതിയായ പെൺകുട്ടിയാണ്. വസന്തിക മനസ്സിലൊന്നു വിചാരിച്ചാൽ ഭാഗ്യ വളരെ ഭംഗിയായി

അത് നിർവഹിച്ചിരിക്കും.

പ്രസവത്തിനു മുൻപും കുഞ്ഞു വന്നതിനു ശേഷവും ചെയ്യേണ്ട കാര്യങ്ങൾക്കൊക്കെ ഒരു ലിസ്റ്റിട്ട് രണ്ടുപേരും ലുലുമാളിൽ പോയി സാധനങ്ങളും വാങ്ങി വച്ചു.

"വസുവക്ക ഇനി സ്കൂട്ടറിൽ പോവണ്ട. വലിയ വയറാ, കണ്ടിട്ട് തന്നെ പേടിയാകുന്നു. ഇനിമുതൽ ഞാൻ സാധനങ്ങളൊക്കെ വാങ്ങിക്കൊണ്ട് വരാം." ഭാഗ്യ അവളോടുള്ള കരുതൽ മറച്ചുവച്ചില്ല.

ബാങ്കിലെ സ്നേഹിത കല്യാണി വിളിച്ചു ചോദിച്ചു.

"ബേബി ഷവർ ഒന്നും നടത്തുന്നില്ലേ?"

അവളുടെ വരണ്ട കൺകോണുകളിൽ മകരമഴ കിനിഞ്ഞു. മറുപടി മന്ദസ്മിതം ഇമോജിയായി അയച്ചു.

ഭാഗ്യ പറഞ്ഞു.

"അക്ക വിഷമിക്കണ്ട. കുത്തിനോവിക്കാൻ ചിലർക്ക് വലിയ സുഖമാണ്."

ഓർക്കാപ്പുറത്ത് ഇടിമിന്നൽ പോലെ മിന്നി മിന്നിയുള്ള വയറു വേദനയും നടുവേദനയും തുടങ്ങിയപ്പോൾ അവർ ആശുപത്രിയിലേക്ക് പോകാൻ തയ്യാറെടുത്തു. ഫ്ലാസ്ക്, തലയിണ, ബെഡ്ഷീറ്റ്, വാട്ടർബോട്ടിൽ, വെള്ളമുണ്ട്, ബേബി ടവ്വൽ, ബേബിബെഡ്, കൊതുകുവല തുടങ്ങി എഴുതിയുണ്ടാക്കിയ ചെക്ക്ലിസ്റ്റ് അനുസരിച്ച് എല്ലാം ഭാഗ്യ പൊതിഞ്ഞെടുത്തിരുന്നു.

അടുത്ത ഫ്ലാറ്റിലെ താമസക്കാരേയൊന്നും പരിചയമില്ല.

കെയർടേക്കറിനോട് ഭാഗ്യയാണ് വിവരം പറഞ്ഞത്. വസന്തിക ഗർഭിണിയായിരുന്നുവെന്ന് അപ്പോൾ മാത്രമാണ് അയാൾ അറിഞ്ഞത്.

"യൂബർ വിളിച്ചിട്ടുണ്ട്." അയാൾ ഭാഗ്യയെ അറിയിച്ചു.

അവർ ലിഫ്റ്റിൽ താഴെയിറങ്ങി. ഏറെനേരം ആയിട്ടും യുബർ വന്നില്ല. മുവന്തിനേരം ആയതുകൊണ്ടും മെട്രോസിറ്റിയിലെ തിരക്ക് കൊണ്ടും ആണോ എന്നറിയില്ല. യൂബർ ടാക്സി ഇടറോഡിലേക്ക് കയറി വന്നില്ല.

കാർപാർക്കിംഗ് ഏരിയയിൽ അധികം വണ്ടികൾ ഇല്ല. ഉള്ളതിന്റെ ഉടമകളും അവിടെ കാണില്ല.

കെയർടേക്കർ പെട്ടെന്ന് റോഡിലേക്ക് നോക്കി വിരൽചൂണ്ടി.

"ദേ, ഒരു ഓട്ടോ അവിടെ കിടക്കുന്നുണ്ട്."

"എവിടെ?" ഭാഗ്യ ഓടിച്ചെന്നു നോക്കി. ഗേറ്റിനപ്പുറത്ത് സൈഡിൽ പാർക്ക്ചെയ്ത് കിടക്കുന്ന ഓട്ടോ കണ്ടു.

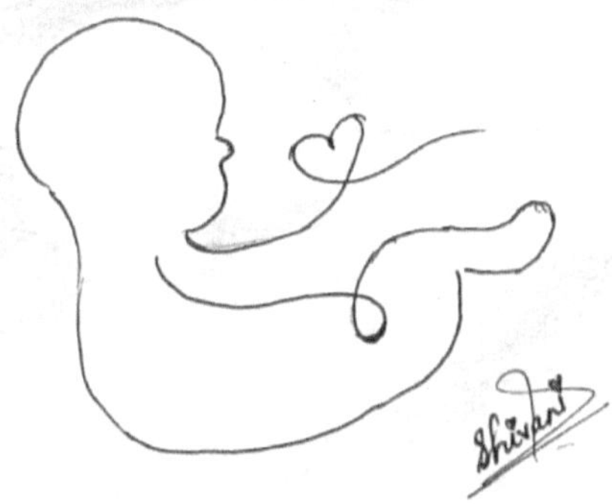

ഡ്രൈവർ അവളെ തുറിച്ചു നോക്കി.

"അണ്ണാ ഒരു ഓട്ടം വരുമോ." ഭാഗ്യ ആശുപത്രിയുടെ പേര് പറഞ്ഞു.

"ഞാൻ മറ്റൊരാളെ പ്രതീക്ഷിച്ചു വന്നതാണ്. ഏതായാലും ഞാൻ വരാം. കയറ്."

അയാൾ വണ്ടി സ്റ്റാർട്ടാക്കി.

വസന്തിക വയർ താങ്ങിപ്പിടിച്ച് ആദ്യം കയറി. പിറകെ ഭാഗ്യവും. അപ്പോഴേക്കും സാധനങ്ങളെല്ലാം കെയർടേക്കറുടെ സഹായത്താൽ വണ്ടിയിൽ കയറ്റിയിരുന്നു.

"താങ്ക്സ് ചേട്ടാ." ഒരു ഞരക്കം പോലെ അവളുടെ ശബ്ദം പുറത്തുവന്നു.

"കൊച്ച് വേഗം പൊയ്ക്കോ." അയാൾ സഹതാപത്തോടെ ഓട്ടോ പോകുന്നത് നോക്കി നിന്നു. ആ വാഹനം കുലുങ്ങിക്കുലുങ്ങി പോകുന്നത് അയാളിൽ അസ്വസ്ഥത ഉളവാക്കി. അയാളുടെ മനസ്സിൽ ആയിരം ചോദ്യങ്ങൾ തെളിഞ്ഞു വന്നു.

ആശുപത്രിയിലാകട്ടെ തിരക്കുള്ള നേരം. പക്ഷെ, നിറവയറും താങ്ങി വരുന്ന അവളെ കണ്ടപ്പോൾ ആതിര നഴ്സ് ഓടിവന്നു. അവൾ വിളിച്ചു പറഞ്ഞിരുന്നത് കൊണ്ട് വേഗം പ്രിപ്പറേട്ടരി റൂമിലേക്ക് കൊണ്ടുപോയി. അവിടെനിന്ന് അറിയിച്ചതനുസരിച്ച് അവളെ നോക്കുന്ന ഗൈനക്കോളജിസ്റ്റ് ഡോ. വന്ദനാദേവി തിരക്കിട്ട് വന്നു. പരിശോധനയ്ക്ക് ശേഷം ട്രിപ്പിടുകയും വേദനയ്ക്കുള്ള ഇൻജക്ഷൻ നൽക്കുകയും ചെയ്തു. ആകാംക്ഷാഭരിതമായ പത്തുമിനിറ്റുകൾക്ക് ശേഷം പ്രസവമുറിയിലേക്ക് അവളെ സ്ട്രെച്ചറിൽ കൊണ്ടു

പോയി.

അത് കണ്ടപ്പോൾ പുറത്ത് നിന്നിരുന്ന ഭാഗ്യക്ക് കരച്ചിൽ വന്നു.

അവൾ മുഖംപൊത്തി ഏങ്ങലടിച്ചുകൊണ്ട് അടുത്തു കണ്ട ഒരു കസേരയിൽ ഇരുന്നു.

"ആരാണ്." അടുത്തിരുന്ന വെള്ളസാരിയുടുത്ത ഒരു സ്ത്രീ ചോദിച്ചു.

"എന്റെ അക്കയാണ്." ഭാഗ്യ വിങ്ങിപ്പൊട്ടി.

അകത്ത് ശീതികരിച്ച മുറിയായിരുന്നെങ്കിലും വസന്തികയുടെ മുഖം വിയർപ്പണിഞ്ഞു നനഞ്ഞു. നട്ടെല്ല് തുളച്ചു ഇരച്ചുമൂളി വരുന്ന വേദനയുടെ ഏറ്റക്കുറച്ചിലുകളിലൂടെ അവൾ വിറകൊണ്ടു കടന്നു പോവുകയായിരുന്നു. എങ്കിലും മാതൃത്വത്തിന്റെ വേദനയിൽ മനസ്സി ലെ മരവിപ്പിലും ഉണർന്നെഴുന്നേൽക്കുന്ന ചില കുളിരുകൾ. താൻ ഒരു അമ്മയാവാൻ പോകുന്നു എന്ന ഉൽക്കടമായ ആകാംക്ഷ.

ആതിര അവളുടെ അടുത്ത് തന്നെയുണ്ടായിരുന്നു. ഇടയ്ക്കിട യ്ക്ക് വേദന കുറയാനുള്ള മരുന്ന് ട്രിപ്പിലൂടെ കൊടുക്കുന്നുണ്ട്. സഹ താപത്തോടെ അവളുടെ മുതുകിലും വയറിലുമൊക്കെ ഉഴിഞ്ഞു കൊടുത്തു. "വേദനയൊക്കെ ഇപ്പൊ കുറയും മോളെ."

വേദന കടിച്ചമർത്തി വസന്തിക തലയാട്ടി. കണ്ണുകൾ നിറഞ്ഞി രുന്നു.

അവൾ ആതിരയുടെ കൈയ്യിൽ മുറുകെ പിടിച്ചു.

"ചേച്ചി എന്റെ അടുത്ത് നിന്ന് എങ്ങും പോകരുതേ."

മറ്റു ഒന്ന് രണ്ടു പ്രസവങ്ങൾ കൂടി അവിടെ നടക്കുന്നുണ്ടായി രുന്നത് കൊണ്ട് ഡോ. വന്ദന അങ്ങോട്ടും ഇങ്ങോട്ടും ഓടിനടന്നു. കൂടെ സഹായികളും. ആതിര വസന്തികയുടെ അടുത്തുനിന്നും മാറി യില്ല. വസന്തിക ഡോക്ടറെ കാണാൻ വന്ന ആദ്യദിനം മുതൽ കൺ സൾട്ടിംഗ് റൂമിൽ ഡ്യൂട്ടിയിലുണ്ടായിരുന്ന ആതിര അവളെ ശ്രദ്ധിക്കു ന്നുണ്ടായിരുന്നു. ഡോക്ടറെ കാണാൻ വരുമ്പോൾ പ്രത്യേക പരിഗ ണനയും സഹായവും ആതിര അവൾക്ക് ചെയ്തുകൊടുത്തിരുന്നു.

അവൾ ഒറ്റയ്ക്കാണ് വന്നിരുന്നത്. ഗർഭത്തിന്റെ ആരംഭനാളു കളിൽ ഒത്തിരി ബുദ്ധിമുട്ടുകൾ ഉണ്ടായിരുന്നു. ഒന്നും ആരോടും പങ്കുവയ്ക്കാൻ താൽപര്യമില്ലായിരുന്നു. പക്ഷെ, ഒന്നുരണ്ടു സന്ദർ ശനങ്ങൾക്ക് ശേഷം ഡോ. വന്ദനയോട് അവൾ മനസ്സ് തുറന്നത് ആതിരയുടെ മുന്നിൽവച്ചാണ്. ബാങ്കിൽ ജോലി. പ്രണയനാളുക ളുടെ മധുരം ചോർന്നു പോയതോടെ ഉപേക്ഷിച്ചുപോയ ജീവിതസ ഹയാത്രികൻ.

ഒരു സിങ്കിൾ പാരന്റിംഗ് എങ്ങിനെയെന്ന് അവൾ പഠിച്ചു തുടങ്ങിയിരുന്നു. മാതാപിതാക്കൾ അവളുടെ പ്രണയത്തോട് സമരസപ്പെട്ടില്ല. വാടകവീട് വിട്ട് സ്വന്തമായി ലോണെടുത്ത് ഒരു ഫ്ലാറ്റ് വാങ്ങിയപ്പോൾ സഹായിയായി ഭാഗ്യ എന്ന കുട്ടിയെ കിട്ടി. ബാങ്കിലെ സഹപ്രവർത്തക കല്യാണിയാണ് അവളെ ഏർപ്പെടുത്തിക്കൊടുത്തത്. ആരുമില്ല എന്നാണ് പറഞ്ഞുകേട്ടത്. അവൾ ആരും ഇല്ലാതിരുന്ന വസന്തികയ്ക്കു എല്ലാമായി. തമിഴും മലയാളവും ഇംഗ്ലീഷും അവൾക്കറിയാം.

ഗർഭിണിയായ വസന്തികയുടെ പരിചരണം വെറും പതിനാറുകാരിയായ ഭാഗ്യ ഏറ്റെടുത്തു. ജോലികഴിഞ്ഞ് വരുമ്പോൾ കാലുകൾ ചൂടുപിടിച്ചു തടവിക്കൊടുക്കുക, മസ്സാജ്ചെയ്തു കൊടുക്കുക. ഇഷ്ടത്തിനനുസരിച്ച് പാചകം ചെയ്യുക, തലമുടി ചീകികൊടുക്കുക, നല്ല ഭക്ഷണം ഉണ്ടാക്കി കൊടുക്കുക.

ഒരു പരിചാരിക എന്നതിലുപുരി അവൾ ഒരു അനിയത്തിക്കുട്ടിയായി മാറി. ഭാഗ്യയുടെ ഭാവിക്ക് വേണ്ടി പലപല പദ്ധതികളും അവൾ പ്ലാൻ ചെയ്യ്തു.

"വസന്തികേ.." ഡോക്ടർ വന്ദന അവളെ തട്ടി വിളിച്ചു.

"contraction ഒക്കെ കഴിഞ്ഞു. വേറെ കുഴപ്പമൊന്നും കാണുന്നില്ല. പക്ഷെ, പ്രസവം വൈകുന്നതുകൊണ്ട് അല്പം കൺഫ്യൂഷൻ ഉണ്ട്. നമുക്ക് സിസേറിയൻ ചെയ്യാം. വെയിറ്റ്ചെയ്യുന്നതിലും നല്ലത് അതാണ്."

"എനിക്ക് സമ്മതമാണ് ഡോക്ടർ." വസന്തിക പറഞ്ഞു. സിസേറിയൻ പെട്ടെന്നു കഴിഞ്ഞു. ആൺകുട്ടി. സെഡേഷന്റെ മയക്കത്തിലും കുഞ്ഞിന്റെ മുഖം അവൾ കണ്ടു. താൻ അമ്മയായിരിക്കുന്നു. മാതൃത്വത്തിന്റെ ആനന്ദം അവളുടെ മാറിടത്തെ നനച്ചു. നിരാസത്തിന്റെ വേദനയെല്ലാം അവൾ മറന്നു. അതുവരെ അനുഭവിച്ച ഏകാന്തതയുടെയും അവഗണനയുടെയും നീറ്റൽ കുഞ്ഞു ജനിച്ച സന്തോഷത്തിൽ ഒന്നുമല്ലാതായി.

മുറിയിലേക്ക് മാറ്റിയപ്പോൾ അടുത്ത മൂന്ന് ദിവസത്തേക്ക് ആതിരയുടെ സഹായം കുടുതലായി വസന്തികയ്ക്ക് കിട്ടി. കുഞ്ഞിന് മുലകൊടുക്കുവാനും നാപ്പിമാറ്റാനും ആതിരയുടെ പരിശിലനം ഉണ്ടായിരുന്നു. മറ്റൊന്നും ചിന്തിക്കാൻ വസന്തികയ്ക്ക് സമയം കിട്ടിയില്ല. ബാങ്കിലെ സഹപ്രവർത്തകർ കുഞ്ഞിനെ കാണാൻ വരട്ടെ എന്ന് ടെക്സ്റ്റ് ചെയ്തപ്പോൾ ഫ്ലാറ്റിൽ വന്നാൽ മതി എന്നവൾ മറുപടി അയച്ചു. ഉറക്കം പോലുമില്ലാതെ അവൾ കുഞ്ഞിനെ കണ്ണിമ

ചിമ്മാതെ നോക്കിക്കിടന്നു. ഭാഗ്യയ്ക്കും ഉറക്കം നഷ്ടപ്പെട്ടിരുന്നു. കുഞ്ഞു കരയുമ്പോൾ അവളും വസന്തികയോടൊപ്പം എഴുന്നേറ്റിരിക്കും.

വസന്തികയിൽ നിന്ന് മറ്റെല്ലാ ദുഃഖങ്ങളും ആകുലതകളും നീങ്ങിപ്പോയ മൂന്ന് ദിവസങ്ങൾ. ഫ്ലാറ്റിൽ ചെന്നതിന് ശേഷം കുഞ്ഞിനും അമ്മയ്ക്കും വേണ്ടി ചെയ്യേണ്ട കാര്യങ്ങളുടെ ഒരു നീണ്ട ലിസ്റ്റ് തന്നെയുണ്ട്. ആതിര പറഞ്ഞുകൊടുക്കുന്നതൊക്കെ ഒരുപക്ഷെ വസന്തികയെക്കാൾ വേഗം ഭാഗ്യ ഹൃദിസ്തമാക്കിയിരുന്നു. സിസേറിയൻ ആയിരുന്നതുകൊണ്ട് തുന്നലിന്റെ ബുദ്ധിമുട്ടുകൾ ഉള്ളതുകൊണ്ട് ചില നേരങ്ങളിൽ ഭാഗ്യയാണ് കുഞ്ഞിനെ വൂളെൻ തുണിയിൽ പൊതിഞ്ഞു നെഞ്ചോടു ചേർത്തു മുറിയിൽ അങ്ങുമിങ്ങും നടക്കുന്നത്.

നിറചിരിയോടെ വസന്തിക അത് നോക്കിക്കിടക്കും. മൂന്ന്ദിവസം കഴിഞ്ഞപ്പോൾ വസന്തികയെ ഡിസ്ചാർജ് ചെയ്തു. ആകെ ഉഷാറായി രണ്ടുപേരുടെയും മനസ്സ്.

സാധനങ്ങൾ ഒതുക്കാനും പൊതിഞ്ഞെടുക്കാനും അതിര നഴ്സും മുറിയിൽ അവരുടെ കൂടെക്കൂടി. യൂബെർ വിളിച്ചുവരുത്തി. ആതിരയാണ് കുഞ്ഞിനെ എടുത്ത് വസന്തികയെ ലിഫ്റ്റിലൂടെ താഴേക്ക് കൊണ്ടുപോയത്. നടക്കാനുള്ള ബുദ്ധിമുട്ടുകൾ കൊണ്ട് വസന്തിക വളരെ മെല്ലെയാണ് വരാന്തയിലേക്ക് ആതിരയുടെ പിറകെ പോയത്. അതിനു മുൻപുതന്നെ ഭാഗ്യ സാധനങ്ങളുമായി താഴേക്ക് പോയിരുന്നു. ഭാഗ്യ കാറിൽ പിറകിലത്തെ സീറ്റിൽ ആദ്യം കയറി. അവിടെ നിന്നിരുന്ന വെള്ളസാരിയുടുത്ത മറ്റൊരു നഴ്സ് സാധനങ്ങൾ പെറുക്കി ഭാഗ്യയുടെ മടിയിൽ വയ്ക്കാൻ സഹിയിച്ചു കൊടുത്തു. കൊണ്ടുവന്നതിലും കുടുതൽ സാധനങ്ങൾ അവർക്കുണ്ടായിരുന്നു. ആതിര മറുവശത്തെ വാതിലിലൂലുടെ വസന്തികയെ കയറ്റിയതിന് ശേഷം ഡോറടച്ചു

"മെല്ലെ, സുക്ഷിച്ച്." ആതിരയുടെ അധരങ്ങൾ മന്ത്രിച്ചു കൊണ്ടിരുന്നു. വസന്തിക നിവർന്നിരുന്നു. അവളുടെ മിഴികളിൽ അതിരയോടുള്ള നന്ദി നനവാർന്നു നിന്നു. ഒരു വിളറിയ ചിരി ആതിരയുടെ അധരത്തിൽ മിന്നി. അവൾ കൈയ് ഉയർത്തി ടാറ്റ പറഞ്ഞു.

ഒരു നിമിഷത്തിന്റെ വ്യത്യാസം മാത്രം. വസന്തിക തിരിഞ്ഞു ഭാഗ്യത്തെ നോക്കി. അവളുടെ മടിയിൽ നിറയെ തുണിപ്പാക്കറ്റുകളായിരുന്നു.

"ഭാഗ്യാ കുഞ്ഞെവിടെ?" വസന്തികയുടെ അലർച്ച അവിടെ

മുഴങ്ങി. “എന്റെ കുഞ്ഞെവിടെ?”

ആതിര ഓടിവന്നു. അവിടെയുണ്ടായിരുന്ന ആളുകളും കാറിനടുത്തേക്ക് ഓടിക്കൂടി. ഭാഗ്യ തന്റെ കൈയ്യിലെ പൊതികളെല്ലാം താഴെയിട്ടു കാറിൽ നിന്ന് ചാടിയിറങ്ങി. അവൾ വസന്തികയോടൊപ്പം അലറിക്കരഞ്ഞു. സാധനങ്ങൾ കയറ്റിത്തന്ന വെള്ള സാരിയുടുത്ത സ്ത്രീയെ അവിടെയെങ്ങും കാണുന്നുണ്ടായിരുന്നില്ല. നിലവിളികളുടെ അഗാധ ഗർത്തത്തിലേക്ക് അവിടെയൊരു കണ്ണുനീർ പ്രളയമുണ്ടാകുന്നത് ആതിര കണ്ടു.

ആരുടെ മടിയിലെക്കാണ് താൻ കുഞ്ഞിനെ വച്ചു കൊടുത്തത്.

ഭാഗ്യയുടെയോ അതോ വസന്തികയുടെയോ? അതോ മറ്റാരെങ്കിലും ആതിര തീരെ ഓർക്കുന്നില്ല. ഉത്തരമില്ലാതെ ആതിര അവിടെ കുഴഞ്ഞുവീണു.

മോഹനദാസൻ പി. ഇരിമ്പിളിയം

മലപ്പുറം ജില്ലയിൽ ഇരിമ്പിളിയം സ്വദേശി. റിട്ട:അധ്യാപകൻ. (എ എം യു പി സ്ക്കൂൾ ഇരിമ്പിളിയം. ഭാര്യ ദീപ (അധ്യാപിക) ജി. എച്ച്. എസ്. എസ് പേരശ്ശനൂർ) മക്കൾ: വിഘ്നേഷ്, കീർത്തന (ഇരുവരും വിദ്യാർത്ഥികൾ). "പഞ്ചാരമണൽ"എന്ന കഥാസമാഹാരവും "കടലാസു പട്ടം "എന്ന കവിതാ സമാഹാരവും പ്രസിദ്ധീകരിക്കപ്പെട്ടിട്ടുണ്ട്. കൂടാതെ വിവിധ കഥ- കവിത സമാഹാരങ്ങളിലും ഉൾപ്പെട്ടിട്ടുണ്ട്.

കടബാധ്യത

എന്ത് ചൂടാ!സഹിക്കാൻ പറ്റുന്നില്ല. രാമേട്ടൻ ചുമലിൽ നിന്ന് തോർത്തെടുത്ത് വീശി.

"ദേവൂ, ഒരു ഗ്ലാസ് വെള്ളമെടുക്കൂ."

ഇതാവരുന്നു എന്ന്

അടുക്കളയിൽ നിന്ന് ഭാര്യ ദേവു വിളിച്ചു പറഞ്ഞു. വെള്ളവുമായി വന്ന ദേവുവിനെ നോക്കി രാമേട്ടൻ പറഞ്ഞു. നീയിവിടെ ഇരിക്ക് ചില കാര്യങ്ങൾ പറയാനുണ്ട്.

"ഉം എന്താ..?" ദേവുവിന് ആകാംക്ഷയായി.

മറ്റൊരു മാർഗ്ഗവും കാണുന്നില്ല. പറമ്പിലെ ഈ മരങ്ങൾ മാത്രമേ..

രാമേട്ടൻ മുഴുമിപ്പിച്ചില്ല.

"അല്ലെങ്കിൽത്തന്നെ ഭയങ്കര ചൂടാ, ഇതുകൂടി പോയാൽ..

ആലോചിക്കാനേ വയ്യ! വേറെ എന്തെങ്കിലും മാർഗ്ഗം..?"

നോക്കട്ടെ എന്ന് രാമേട്ടൻ പറഞ്ഞെങ്കിലും രാമേട്ടന്റെ മനസ്സിൽ മറ്റൊരു മാർഗ്ഗവുമുണ്ടായിരുന്നില്ല.

കടങ്ങൾ ഇനിയുമുണ്ട്. ജോലിക്കൊന്നും പോകാനും പറ്റാത്ത അവസ്ഥയാണ്. എത്ര കാലം ഇനിയും ഇങ്ങനെ?

നിങ്ങൾ വിഷമിക്കാതിരിക്കിൻ. എന്തെങ്കിലും മാർഗ്ഗമുണ്ടാകും.

പതിവുപോലെ ദേവു ആശ്വസിപ്പിച്ചു.

ഭക്ഷണം കഴിക്കാൻ നേരമായി എന്ന് പറഞ്ഞ് ദേവു അടുക്കളയിലേക്ക് പോയി.

രാമേട്ടൻ വീണ്ടും ചിന്തയിലാണ്ടു. ഭാര്യയും മകൾ അശ്വതിയും അടങ്ങിയ ചെറിയ കുടുംബം. തന്റെ ഏക ആശ്രയമായിരുന്ന പല ചരക്ക് കട വലിയ അല്ലലില്ലാതെ കഴിഞ്ഞിരുന്ന നല്ല കാലം. രാമേട്ടന്റെ ചിന്തകൾ കാടുകയറുകയായിരുന്നു.

അശ്വതിക്ക് ആലോചനകളൊന്നും വരുന്നില്ലേ?

ഒരിക്കൽ ദേവുവിനോടൊപ്പം യാത്ര പോകുമ്പോൾ അയൽക്കാരി പത്മത്തിന്റെ ചോദ്യം. ദേവു പറഞ്ഞു.

ഉണ്ട്, ഒന്നും ശരിയായിട്ടില്ല.

കാലം വേഗത്തിൽ കടന്നു പോയി. അവിചാരിതമായാണ് ഒരു സ്വകാര്യ സ്ഥാപനത്തിൽ ജോലിക്കാരനായ അരുണുമായി അശ്വതിയുടെ വിവാഹം ഉറപ്പിച്ചത്. തന്റെ തുച്ഛമായ സമ്പാദ്യവും ദേവുവിന്റെ കുറച്ച് ആഭരണങ്ങളും ഉപയോഗിച്ച് വിവാഹം ഭംഗിയായി നടന്നെങ്കിലും ഒരു വലിയ കടബാധ്യത ഇന്നും ഉണ്ട്. ഇത് രാമേട്ടനെയും ദേവുവിനേയും എന്നും വിഷമിപ്പിച്ചിരുന്നു.

“അച്ഛാ, ഇനിയെത്ര കടമുണ്ട്?.” ഓരോ തവണ വരുമ്പോഴും അശ്വതി ചോദിക്കും. “ഏയ് ഇനി അധികമൊന്നുമില്ല.”

എന്നു പറഞ്ഞ് രാമേട്ടൻ അശ്വതിയെ ആശ്വസിപ്പിക്കും.

ഇതിനിടയിൽ രാമേട്ടനേയും, ദേവുവിനേയും ആരോഗ്യ പ്രശ്ന ങ്ങൾ അലട്ടാൻ തുടങ്ങി.

"ഇത് കുറച്ച് പൈസയാ"

അശ്വതിയുടെ സഹായം രാമേട്ടന് വലിയ ആശ്വാസമേകിയെ ങ്കിലും രാമേട്ടൻ പറഞ്ഞു.

"ഏയ്.. , മോളേ ഇതൊന്നും വേണ്ട. നിങ്ങൾക്കും ആവശ്യങ്ങൾ കൂടി വരികയല്ലേ?" "ഓ.. അതൊന്നും സാരമില്ല." എന്ന് പറഞ്ഞ് അശ്വതി ആശ്വസിപ്പിച്ചു.

ഇതിനിടയിലാണ് എല്ലാവരേയും ദുഃഖത്തിലാക്കി ആ ബൈ ക്കപകടം സംഭവിച്ചത്. അരുണിന്റെ ബൈക്കും ഒരു കാറും കൂട്ടി യിടിച്ച് അരുണിന്റെ വലതുകാൽ മുറിച്ച് മാറ്റേണ്ടി വന്നു. ആശുപ ത്രിച്ചെലവ് കൂടിക്കൂടി വന്നത് രണ്ട് കുടുംബങ്ങൾക്കും വലിയ തി രിച്ചടിയായി.

നിത്യനിദാനച്ചെലവുകൾ പോലും നടത്താനാകാതെ ഇരുകുടും ബങ്ങളും വിഷമിച്ച സമയം.

നാട്ടുകാരുടേയും കുടുംബക്കാരുടേയും സഹായം ധാരാളം ലഭി ച്ചെങ്കിലും രാമേട്ടൻ ഒരു വലിയ കടബാധ്യതയിൽ പെട്ടിരുന്നു.

രാമേട്ടനെ ചിന്തകളിൽ നിന്നുണർത്തി ദേവു അടുക്കളയിൽ നിന്ന് വിളിച്ച് പറഞ്ഞു.

"വരൂ ഊണ് കഴിക്കാം"

അടുക്കളയിൽ ഊണ് കഴിക്കുന്നതിനിടെ ദേവു ചോദിച്ചു. ഇനി എത്ര കടമുണ്ട്?

"ഇല്ല, ഇനി അധികമില്ല."

രാമേട്ടൻ ദേവുവിനെ സമാധാനിപ്പിച്ചു. തന്റെ എല്ലാമായ രാമേ ട്ടന്റെ വിഷമം അദ്ദേഹത്തിന്റെ മുഖത്തു നോക്കിയാൽ ദേവുവിനെ ന്നും തിരിച്ചറിയാമായിരുന്നു.

"ഉം, എന്തുപറ്റി?" എന്ന ചോദ്യത്തിന്, "ഏയ് ഒന്നുമില്ല"എന്ന രാമേട്ടന്റെ മറുപടി ദേവുവിനെ തൃപ്തയാക്കിയില്ല.

"പിന്നേയ്, മരങ്ങൾ നോക്കാൻ വന്നോട്ടെ ട്ടൊ."

ഇത് പറയുമ്പോൾ ദേവു അറിയാതെയൊന്ന് കണ്ണ് തുടച്ചു. അധികം വൈകാതെ തുച്ഛമായ വിലയ്ക്ക് പറമ്പിലെ മരങ്ങളെല്ലം കച്ചവടമായി.

"ഇനി കുറച്ച് തൈകൾ നടാം. ആർക്കെങ്കിലും ഉപകാരപ്പെടും. പറമ്പിൽ മരങ്ങളില്ലെങ്കിൽ.."

രാമേട്ടൻ മുഴുമിപ്പിച്ചില്ല.

“ചൂട് കൂടും അല്ലേ?”
രാമേട്ടൻ ചിരിച്ചു.
“ഇനിയും എത്ര കടമുണ്ട്?”
ദേവുവിന്റെ ചോദ്യത്തിനുത്തരമായി രാമേട്ടൻ പറഞ്ഞു.
“ഇല്ല. ഇനി അധികമില്ല.”

അങ്കിത എസ് ബാബു

കോട്ടയം ജില്ലയിലെ വൈക്കത്ത് ജനനം. കെ. ആർ ബാബുവിന്റെയും ഷിബിയുടെയും മകൾ. ബിസിനസ് അഡ്മിനിസ്ട്രേഷൻ, സൈക്കോളജി എന്നിവയിൽ ബിരുദാനന്തര ബിരുദം. നിലവിൽ കേരള ഇൻഷിയേറ്റിവ് ഫോർ ഡെവലപ്മെന്റൽ സർവീസസിൽ പരിശീലകയായി സേവനമനുഷ്ഠിക്കുന്നു. "രാത്രിയുടെ കാവൽക്കാർ" എന്ന മാന്ത്രിക നോവലാണ് പ്രസിദ്ധീകരിച്ച കൃതി.

ഭർത്താവ് : വിനു മോഹൻ. മകൾ : അൻവിക

ശിവദം, പുല്ലഴി, ഒളരി പി. ഒ , തൃശൂർ -680012

നാടോടി

"കൂട്ടൂ അമ്മ ഈ ജീരകപാത്രത്തിൽ ഇട്ട് വച്ചിരുന്ന ചില്ലറയൊക്കെ എന്ത്യേ? എട കൂട്ടൂ.."

പാതി പൊട്ടിയ മൂടിയുള്ള ഒരു പാത്രം ഉയർത്തിക്കാട്ടി വസുന്ധര ചോദിച്ചു.

ചോദ്യത്തിന് മറുപടിയെന്നോണം നഖം കടിച്ചുകൊണ്ട് ഒരു ഏഴ് വയസ്സുകാരൻ അടുക്കളയിലേക്ക് വന്നു.

"എനിക്കൊന്നും അറിയേല." എന്ന ഉത്തരം കൊടുത്തുകൊണ്ട് പുറത്തേക്ക് ഓടാൻ തുടങ്ങി.

"നിൽക്കടാ കള്ളാ അവിടെ. നിനക്ക് ഞാൻ വച്ചിട്ടുണ്ട്. തുണിക്കടയിൽ നിന്ന് വൈകിട്ട് വരട്ടെ. ചോദിച്ചിട്ടേ പൈസ എടുക്കാവൂന്ന് അമ്മ പറഞ്ഞിട്ടില്ലേ."

അതും പറഞ്ഞുകൊണ്ട് അവർ ആ കുഞ്ഞിച്ചെക്കന്റെ ചെവിയിൽ നുള്ളിയതായി ഭാവിച്ചു.

"നുള്ളല്ലേ അമ്മാ, ഞാൻ ഐസ് മുട്ടായി വാങ്ങാൻ എടുത്തതാ. ങ്ങീ... ങ്ങീ.. ങ്ങീ.."

എല്ലാ മക്കളെയും പോലെ അമ്മമാരുടെ അടിയിൽ നിന്ന് രക്ഷപ്പെടാനുള്ള അവസാനത്തെ അടവ്.

ചെക്കൻ അങ്ങ് കള്ളക്കരച്ചിൽ തുടങ്ങി. ആദ്യം അഭിനയം ആയിരുന്നു എങ്കിലും ഇടക്കെപ്പോളോ അഭിനയം കൂടി. അണപൊട്ടിയ വെള്ളം കണക്കെ കണ്ണുനീർ ഒഴുകാൻ തുടങ്ങി.

"കണ്ടോണെ ചെക്കന്റെ അഭിനയം. മതി മതി. ഇനി ഇമ്മാതിരി കുരുത്തക്കേട് കാണിച്ചാൽ ആ ഒറ്റക്കണ്ണന് പിടിച്ചു കൊടുക്കും അമ്മ. പറഞ്ഞേക്കാം."

ഒരു ചെറിയ പാത്രത്തിൽ ചോറ് അടച്ചു ബാഗിൽ വച്ചുകൊണ്ട് വസുന്ധര പറഞ്ഞു.

"അയ്യോ! വേണ്ടമ്മേ, കുട്ടൂന് പേടിയാ ഒറ്റക്കണ്ണനെ. ഇനി ചെയ്യൂല്ല."

പുഴുപ്പല്ലുകൾ നിറഞ്ഞ മോണ കാട്ടി ഒരു കുസൃതിച്ചിരി പാസാക്കി ആ കുഞ്ഞുവീരൻ പറഞ്ഞു.

"അയ്യടാ... ആ ചിരി നോക്കിയേ... കണ്ട മുട്ടായി മുഴുവൻ വാങ്ങിത്തിന്ന് ഉള്ള പല്ല് മുഴുവൻ പുഴു തിന്നു. അമ്മ കടയിലേക്ക് ഇറങ്ങുവാ മോനെ. വാതിൽ അടച്ച് ഇരുന്നോണെ. ആകെ ഒരു ഇരുപതിന്റ നോട്ടാ കൈയിലുള്ളേ, ഇന്ന് ആ കണ്ടക്റ്ററുടെ വായിലുള്ളതൊക്കെ കേക്കണോല്ലോ ഭഗവാനെ."

മനസിലെ ആകുലതകൾ എണ്ണിപ്പറഞ്ഞുകൊണ്ട് മകന്റെ കവിളിൽ ഒരു ഉമ്മയും കൊടുത്ത് ആ അമ്മ തന്റെ ബാഗുമായി പുറത്തേക്ക് ഓടി.

വസുന്ധര കുട്ടുവിനെ ഗർഭിണിയായിരിക്കുമ്പോൾ ഒരു ബൈക്ക് അപകടത്തിലാണ് അവരുടെ ഭർത്താവ് മരണപ്പെടുന്നത്. അതിനുശേഷം തന്റെ കുഞ്ഞിനെ അല്ലലറിയാതെ വളർത്താൻ സിറ്റിയിലുള്ള ഒരു തുണിക്കടയിൽ രാപ്പകലില്ലാതെ കഷ്ടപ്പെടുകയാണ് ആ പാവം. നാടോടികൾ താമസിക്കുന്ന ഒരു ചേരിക്ക് അരികിലായി തുച്ഛമായ വാടകയിൽ ഒരു ഒറ്റമുറി വീട്ടിലാണ് താമസിയ്ക്കുന്നത്.

തിരക്കുകളൊഴിയാത്ത ആ പകലിൽ ഇതേ സമയം ഒരു മതിലിന്റെ അപ്പുറം.

"ടാ.. തെണ്ടി ചെറുക്കാ. ഇരുന്നു മോങ്ങാതെ ആ മൺപ്രതിമയുമായി മാർക്കറ്റിലോട്ട് ചെല്ല്. ഒന്നെങ്കിൽ ഒന്ന് വിറ്റ് കിട്ടിയാൽ ഇന്ന് രണ്ടെണ്ണം വീശാനുള്ള വകുപ്പായി. നിന്നെപ്പോലുള്ള ചെറിയ പിള്ളേരെ കണ്ടാൽ സഹതാപം കൊണ്ടെങ്കിലും ആൾക്കാർ സാധനം വാങ്ങും."

നല്ല ഉയരത്തിൽ മെലിഞ്ഞ ഒരു ഒറ്റക്കണ്ണൻ ബീഡി വലിച്ച് കറുത്ത ചുണ്ടുകൾ കോട്ടിക്കൊണ്ട് പറഞ്ഞു.

"ഇച് വിശക്കുവാ. ഇച് നടക്കാൻ മേല."

ഏകദേശം മൂന്നര വയസ്സ് പ്രായമുള്ള ആൺകുട്ടി തന്റെ കാലിയായ വയറിൽ കൈ വച്ച് കരഞ്ഞുകൊണ്ട് ഒറ്റക്കണ്ണനോട് പറ

ഞ്ഞു.

"രണ്ട് ദിവസായില്ലേ സാറേ അവന് വല്ലോം കഴിക്കാൻ കൊടുത്തിട്ട്. നടക്കാൻ പോലും വയ്യ പാവം. അവന്റെ പ്രതിമ കൂടി ഞാൻ വിറ്റോളാം."

പത്തുവയസ് പ്രായമുള്ള ഒരു നാടോടി പെൺകുട്ടി ആ ചെറിയ കുഞ്ഞിന്റെ നിറഞ്ഞ മിഴികൾ തുടച്ചുകൊണ്ട് ആ ഒറ്റക്കണ്ണനോട് പറഞ്ഞു.

"പ്ഫാ.. #%*# മോളെ, നിന്നെയൊക്കെ ഇവിടെ തീറ്റിപോറ്റുന്നത് ആർക്കും മോക്ഷം കിട്ടാനല്ല. അവനവന്റെ പണി എടുത്താൽ മതി. ഇങ്ങോട്ട് ഉപദേശിക്കാൻ വരണ്ട. അവന്റെ ഒടുക്കത്തെ ഒരു മോങ്ങൽ."

അത്രയും പറഞ്ഞ് ആ ഒറ്റക്കണ്ണൻ ആ ചെറിയ കുഞ്ഞിന്റെ മുഷിഞ്ഞു പിഞ്ഞിയ കുപ്പായത്തിൽ പിടിച്ചു മുകളിലേക്ക് തൂക്കിയെടുത്തു.

കാലപ്പഴക്കം കാരണമാവണം അത്കീറി ആ കുഞ്ഞ് കാലുകൾ നിലത്തേക്ക് ഇടിച്ചുവീണു.

കീറിയ കുപ്പായത്തിന്റെ ഇടയിലൂടെ പാതിയുണങ്ങിയ ഒരു വ്രണം തെളിഞ്ഞു കാണാമായിരുന്നു. പണ്ടൊരിക്കൽ വിൽക്കാനായി കൊണ്ട് പോയ മൺപ്രതിമ പൊട്ടിച്ചതിന് ആ ഒറ്റക്കണ്ണൻ കൊടുത്ത സമ്മാനമാണ് ആ പൊള്ളിയ വ്രണം. ആളുകളുടെ സിംപതി കിട്ടാൻ ഉപകരിക്കും എന്ന കാരണം പറഞ്ഞുകൊണ്ട് നാളിത്ര ആയെങ്കിലും ആ മുറിവ് ഉണങ്ങാൻ അയാൾ സമ്മതിച്ചിരുന്നില്ല.

ലഹരിയുടെ ഉന്മാദത്തിൽ ആ പൊള്ളിയ മുറിവിൽ കുത്തി നോവിച്ചു ആനന്ദം കണ്ടെത്തുന്നതും അയാളുടെ ഉള്ളിലെ മൃഗത്തിന്റെ മറ്റൊരു വിനോദമായിരുന്നു.

"ഇച് പോവാ... ഇച് പോവാ.."

നിലത്തു വീണ് വേദനകൊണ്ട് പുളയുന്നതിനിടയിലും ആ പിഞ്ചുകുഞ്ഞു കരഞ്ഞുകൊണ്ട് പറഞ്ഞു.

ഒട്ടിയ വയറും പൊള്ളിയടർന്ന കാലുകളുമായി ആ കുഞ്ഞു ശരീരം അവനെക്കാൾ ഉയരമുള്ള ഒരു മൺപ്രതിമയുമായി വേച്ചു വേച്ച് നടന്നകന്നു.

സിറ്റിയിലെ ചീറിപ്പായുന്ന വാഹനങ്ങളുടെ ഹോണടികൾക്ക് അവന്റെ നിലവിളിയെക്കാൾ ശബ്ദമുണ്ടായിരുന്നതിനാലാവണം ആരും അവന്റെ തേങ്ങലുകളെ കേട്ടില്ല. പൊള്ളുന്ന വെയിലിൽ ആ മൺപ്രതിമയെ നെഞ്ചോടുചേർത്ത് അവൻ ആൾക്കൂട്ടത്തിനി

ടയിലൂടെ നടന്നു.

ട്രാഫിക് ബ്ലോക്കിനിടയിൽ പെട്ട് തുണിക്കടയിൽ എത്താൻ നേരം വൈകിയ വസുന്ധര ഫുട്പാത്തിലൂടെ ശരവേഗത്തിൽ പാഞ്ഞു.

ഓട്ടത്തിനിടയിൽ ബ്രേക്കില്ലാതെ വന്ന ആ ഒളിമ്പിക്സ് വണ്ടി. നിരത്തിലൂടെ വേച്ച് നടന്ന ആ ബാലകനെ കണ്ടിരുന്നില്ല. അവരുടെ ഓട്ടം നിലച്ചത് ആ കുഞ്ഞു വിരലുകൾ കൊണ്ട് മുറുകെ പിടിച്ചിരുന്ന മൺപ്രതിമ തകർത്തു കൊണ്ടാണ്.

നിലത്തുവീണു കഷ്ണങ്ങളായി കിടക്കുന്ന ആ മൺപ്രതിമയെ നോക്കി അവൻ വാവിട്ട് കരയാൻ തുടങ്ങി.

അവന്റെ വിഷമം പ്രതിമ പൊട്ടിയതിലായിരുന്നില്ല. അതേ കാരണത്തിന് തനിക്ക് കിട്ടാൻ പോകുന്ന ചൂടേറിയ സമ്മാനത്തെ ഓർത്തായിരുന്നു ആ കുഞ്ഞിക്കണ്ണുകൾ നിറഞ്ഞു തുളുമ്പിയത്.

“അയ്യോ! മോനെ, ഞാൻ കണ്ടില്ല. ഇതൊക്കെ സൂക്ഷിച്ചു കൊണ്ട് നടക്കണ്ടേ?”

ഒന്നും സംഭവിക്കാത്ത ഭാവത്തിൽ തിരിഞ്ഞു നടക്കാൻ ഭാവിച്ച വസുന്ധരയുടെ കണ്ണുകൾ ആ കുഞ്ഞിന്റെ പാതി പൊള്ളിയ വ്രണ

ത്തിലേക്കും നിഷ്കളങ്കമായ കണ്ണിലേക്കും ഉടക്കി നിന്നു.

ഒരുമാത്ര അവരിലെ 'അമ്മ 'ഉണർന്നു. പൊട്ടിയ പ്രതിമയ്ക്ക് പകരം നൽകാൻ കാശിനായി അവർ ബാഗിൽ പരതി. പക്ഷെ, നിരാശയായിരുന്നു ഫലം.

തന്റെ മുൻപിൽ നിൽക്കുന്ന ആ കുരുന്നിന്റെ ഒട്ടിയ വയർ കണ്ടപ്പോൾ അവർ തന്റെ കൈയിൽ ഉണ്ടായിരുന്ന ചോറുംപാത്രം ആ കുഞ്ഞിന് നേരെ നീട്ടി.

കരഞ്ഞുകൊണ്ടിരുന്ന ആ കുഞ്ഞുമിഴികളിലെ നീർച്ചാലുകൾ നിലച്ചു..

അവൻ കൊതിയോടെ ആ പാത്രം തുറന്ന് അതിലെ ചോറ് ആർത്തിയോടെ വാരിക്കഴിച്ചു.

കൊതിയോടെ കഴിക്കുന്നതിനിടയിലും താഴെ പോകുന്ന വറ്റുകൾ പോലും ശ്രദ്ധയോടെ ആ കുഞ്ഞുവിരലുകൾ പെറുക്കി എടുക്കുന്നുണ്ടായിരുന്നു.

നിറകണ്ണുകളോടെ അവനെ ഒന്ന് തലോടി എന്തോ ഓർത്തിട്ടെന്നപോലെ വസുന്ധര വീണ്ടും തന്റെ ഓട്ടം ആരംഭിച്ചു.

ആ തലോടലിന് പകരമായി ആ കുഞ്ഞു ചുണ്ടുകളിൽ ആദ്യമായി ഒരു പുഞ്ചിരി വിരിഞ്ഞു. പൊള്ളുന്ന വേദനയേക്കാൾ അവനപ്പോൾ അറിഞ്ഞിട്ടുണ്ടാവുക വിശപ്പിന്റെ ആന്തൽ ആവണം.

നുറുങ്ങിയ മൺകഷ്ണങ്ങളോ ഒറ്റക്കണ്ണന്റെ വൈകൃതങ്ങളോ ഒന്നും ഓർക്കാതെ ആ കുഞ്ഞിന്റെ മുഖത്ത് അപ്പോൾ വിടർന്ന ആ ചിതറിയ ചിരിക്ക് മുകളിൽ കത്തിനിൽക്കുന്ന സൂര്യനെക്കാൾ പ്രകാശമുണ്ടായിരുന്നു.

ഒരിക്കലും തിരക്കൊഴിയാത്ത ഈ ലോകത്തിൽ ഇനിയും ഇതുപോലെ പേരറിയാത്ത എത്രയോ ബാല്യങ്ങൾ.. ചിതറിയചിരിത്തുണ്ടുകൾ

തകർച്ചയിലും ചിരിക്കാൻ മറക്കാത്തവർ!!.

മണികണ്ഠൻ മാർക്കശേരി

സ്വദേശം: കൽപ്പാത്തി, പാലക്കാട്. ഓട്ടോമൊബൈൽ എൻജിനീയറിങ്ങിൽ 30 വർഷത്തെ സേവനം. നിലവിൽ ജനറൽ മാനേജറായി ജോലി ചെയ്യുന്നു.
സ്റ്റേജ് ആർട്ടിസ്റ്റ്, നിരവധി കഥ - കവിതാ സമാഹാരങ്ങളിലും, സാഹിത്യ വേദിയിലും സജീവ പങ്കാളിത്തം. സാമൂഹിക മാധ്യമങ്ങളിലും ആനുകാലികങ്ങളിലും എഴുതുന്നു.

ഉത്സവപ്പിറ്റേന്ന്

പുഴ കടന്നുവേണം ശ്മശാനത്തിലേക്ക് എത്താൻ. ഏതു വേനൽക്കാലത്തും അരുവിപോലെ പുഴയിൽ വെള്ളം ഉണ്ടാവും. മരണാനന്തര ചടങ്ങുകൾ ഒരു മുടക്കവും വരാതെ നടത്താം എന്ന വിശേഷം ഉള്ളതുകൊണ്ട്, പുഴയോര ശ്മശാനത്തിന് ഏറെ പ്രധാന്യം ഉണ്ട്. ശ്മശാനം കഴിഞ്ഞാൽ ധാരാളം പാറക്കെട്ടുകളും മലകളും മാത്രം. പാറക്കെട്ടുകൾക്കിടയിൽ നിന്നു വരുന്ന നീരുറവുകൾ ഈ പുഴയെ നിത്യഹരിതമാക്കുന്നു.

ശ്മശാന നടത്തിപ്പുകാരൻ ശിവദാസൻ പുറം ലോകവുമായി ഒരു ബന്ധവും ഇല്ലാതെ, ശ്മശാനത്തിന്റെ ഒരു ഭാഗത്ത് ചെറിയ കൂടിലിൽ ഒറ്റക്കാണ് താമസം.

നരച്ചുനീണ്ട മുടിയും താടിയും കറുത്ത വസ്ത്രവും. അവിടെ വരുന്ന ആരെ കണ്ടാലും ഒന്ന് ചിരിക്കും. ശിവദാസന്റെ ശരിയായ പേര് നാട്ടുകാർക്ക് അറിയില്ല. ഏകദേശം നാല്പത്-അമ്പതു വർഷങ്ങൾക്ക് മുമ്പ് ശ്മശാനത്തിന്റെ ചുറ്റും വൃത്തിയാക്കി പരിസരം മുഴുവനും ചെടികളും മറ്റും നട്ടുവളർത്തി. പുഴയിൽ നിന്നും വെള്ളം കോരിയൊഴിച്ച് ശ്മശാനത്തിന്റെ അന്തരീക്ഷം തന്നെ മാറ്റി. നാട്ടുകാർ വിളിക്കുന്ന പേരാണ് ശിവദാസൻ.

അന്ത്യകർമ്മങ്ങൾ നടന്നു കഴിഞ്ഞാൽ ആൾക്ക് മദ്യക്കുപ്പി കൊടുത്താൽ, കാര്യങ്ങളെല്ലാം നല്ലരീതിയിൽ നടത്തും. അതുകൊണ്ട് നാട്ടുനടപ്പനുസരിച്ച് ആൾക്ക് വേണ്ട കാര്യങ്ങൾ മുറയ്ക്ക് കിട്ടാറുണ്ട്. ചിലർ മദ്യക്കുപ്പി കൂടാതെ നെല്ലും, അരിയും, തേങ്ങ, മറ്റു

ചിലർ ജീവനുള്ള കോഴിയും കൊടുക്കും. അതുകൊണ്ട് തന്നെ ശിവദാസൻ ശ്മശാനം വിട്ട് പുറത്ത് പോകാറില്ല. ആളുകൾ പതിവ് തെറ്റിക്കാറില്ല.

ശ്മശാനം വിട്ട് പുറത്ത് പോകാത്തതുകൊണ്ടാവണം, ശിവദാസന് ആളുകളുമായി വലിയ ബന്ധവുമില്ല. അവിടെ വരുന്ന ആരുമായും ഒരു ആത്മബന്ധവും കൂട്ടപ്പനില്ല. ആരെ കണ്ടാലും ഒന്ന് ചിരിക്കും. മരിച്ചു പോയവരുടെ പേരും മറ്റും കൃത്യമായി പറയും. അതുകൊണ്ട് മരിച്ചുപോയ ആളുടെ പേര് നിർബന്ധമായും ശിവദാസനോട് പറഞ്ഞിരിക്കണം.

നാട്ടിലെ ഉത്സവത്തിന് കൊടികയറിയാൽ, മരണവാർത്ത ഒന്നും കേൾക്കാറില്ല. ഒരാഴ്ച നീണ്ടു നിൽക്കുന്ന ഉത്സവം, നാട്ടുകാരുടെ വലിയ ആഘോഷമാണ്.

ഉത്സവങ്ങളിലും ആഘോഷങ്ങളിലും ശിവദാസന് തീരെ താല്പര്യമില്ല. മരിച്ച ആളുകൾക്ക് തന്റെ സ്നേഹം പങ്കുവെയ്ക്കുന്ന ശിവദാസന് ജീവിച്ചിരിക്കുന്ന ആളുകളെ പുച്ഛമാണ്. മാത്രമല്ല ഉത്സവകാലം ശിവദാസന് പഞ്ഞമാസമാണ്. ഇന്നുവരെ ഉത്സവം നേരിൽ കാണാത്ത ശിവദാസൻ പഞ്ഞമാസത്തിൽ സംഭരിക്കേണ്ടതെല്ലാം നേരത്തെ സൂക്ഷിക്കാറാണ് പതിവ്.

ഉത്സവം മാറ്റിവെക്കാതിരിക്കാൻ, നഗരത്തിലെ ആശുപത്രിയുമായി അമ്പലക്കമ്മിറ്റിക്ക് ഒരു ധാരണയുണ്ട്. ഉത്സവക്കാലത്ത് മരണം സംഭവിച്ചിട്ടുണ്ടെങ്കിൽ, മൃതശരീരം ആശുപത്രിയിൽ സൂക്ഷിക്കാനും ഉത്സവപ്പിറ്റേന്ന് വിവരം അറിയിക്കാനും ഉള്ള ഒരു ധാരണ. മരണവാർത്ത നിലനിർത്താൻ ആശുപത്രിക്കാരും കൂട്ടുനിൽക്കുന്നു. അവർക്കും അതു ഗുണം ചെയ്യുമല്ലോ.

നാട്ടുനടപ്പനുസരിച്ച് ഉത്സവപ്പിറ്റേന്ന് മിക്കവാറും ഒരു മരണവാർത്തയെങ്കിലും പ്രതീക്ഷിക്കാം. ഈ അടുത്ത കാലത്തായി മരണവാർത്ത കൂടി വരുന്നും ഉണ്ട്.

ഈ കഴിഞ്ഞ ഉത്സവപ്പിറ്റേന്ന്, നാട്ടിലെ ഒരു പ്രമാണിയുടെ അച്ഛനും അമ്പലത്തിലെ കാരണവരുമായ പിള്ളാച്ചൻ ആശുപത്രിയിൽ മരണമടഞ്ഞു. മരണ വിവരം അറിയിക്കാനും മറ്റു കാര്യങ്ങൾ നേരത്തെ ചെയ്തു തീർക്കാനും വേണ്ടി അക്കരെയുള്ള ശ്മശാനത്തിൽ ശിവദാസനെ അന്വേഷിച്ചിറങ്ങി. ശ്മശാനകവാടത്തിൽ നിന്ന് ശിവദാസനെ നാട്ടുകാർ ഏറെ നേരം വിളിച്ചു.

ശിവദാസന്റെ കുടിലിന്റെ മുറ്റത്ത് ദുർഗന്ധം വമിക്കുന്ന ഒരു ശരീരം കിടക്കുണ്ടായിരുന്നു. ചുറ്റും ശ്മശാനത്തിലെ ശിവദാസന്റെ

നായക്കളും കോഴികളും കാവലിരിക്കുന്നു.

നാട്ടുകാർ നഗരത്തിലെ പോലീസിനെ വിവരം അറിയിക്കുകയും ചെയ്തു.

അനാഥമൃതശരീരം പോസ്റ്റ്മാർട്ടം നടത്തി മറവ് ചെയ്ത കാര്യം അടുത്ത ദിവസത്തെ പത്രത്തിൽ വാർത്ത കണ്ടതായി ആരോ പറയുന്നത് നാട്ടുകാർ കേട്ടറിഞ്ഞു.

അനിൽ സാരംഗ്

പാലക്കാട് ജില്ലയിൽ ഒറ്റപ്പാലം താലൂക്കിലെ കടമ്പൂരിൽ ജനിച്ചു. മലപ്പുറം ജില്ലയിലെ പെരിന്തൽമണ്ണ സുരഭി നഗറിൽ സ്ഥിരതാമസം. റെയിൽവെ എഞ്ചിനീയറായി ജോലി ചെയ്യുന്നു. നവതൂലിക, അഞ്ചാമദ്ധ്യായം, എഴാമദ്ധ്യായം, ആത്മമിത്രം ദ്വൈമാസിക എന്നിവയിൽ ചെറുകഥകൾ പ്രസിദ്ധീകരിച്ചിട്ടുണ്ട്.
ഭാര്യ സ്വപ്ന , മകൻ അർജുൻ

രണ്ടാമൻ

തായ്പിങ് പട്ടണത്തിലെ പാർപ്പിട സമുച്ചയങ്ങളിൽ ഒന്നായ താമൻ ബുക്കിത് മാസിലെ വീട്ടിലിരുന്ന് ഇരുപ്പുറയ്ക്കാതെ സനൽ പുറത്തിറങ്ങി ഗേറ്റിലെത്തി പാതയുടെ അവസാനത്തിലേക്കു നോക്കി. ചെറിയ ഒരു പുകമൂടൽ പോലെ. കാഴ്ചയുടെ ഉൾവട്ടത്തിൽ വണ്ടിയൊന്നും വരുന്നത് കാണുന്നില്ല. സനൽ അക്ഷമനായി വാച്ചിലേയ്ക്കു നോക്കി. സമയം ഏഴുമണി കഴിഞ്ഞ് അഞ്ചു മിനിറ്റായിരിയ്ക്കുന്നു. കുറച്ചു മാസങ്ങൾക്കു മുമ്പായിരുന്നെങ്കിൽ ആസ്ത്രേലിയൻ മാനേജർ ടോം ഇങ്ങനെ ചോദിയ്ക്കുമായിരുന്നു.

"ഐ ടോൾഡ് യു ടു കം സെവനോ ക്ലോക്ക്. നൗ വാട്ട് ടൈം? സെവൻ ഫൈവ്!"

വികസിത രാജ്യങ്ങളിൽ സമയത്തിനു വലിയ വിലയുണ്ടെന്ന് അന്നാണ് സനൽ തിരിച്ചറിഞ്ഞത്.

കമ്പനി വാനിന്റെ ഡ്രൈവർ ത്യാഗുവുമായി കുറച്ചു നാളുകൾക്ക് മുമ്പാണ് ഗംഭീരമായ വാക്കേറ്റമുണ്ടായത്. തായ്പിങ്- ബുകിത് മെഹ്റ റയിൽവേ സ്റ്റേഷനുകൾക്കിടയിൽ ട്രെയിൻ ഗതാഗതം നിർത്തിവെച്ച് പുതിയ ഡബിൾട്രാക്കിനെ ബന്ധിപ്പിക്കുന്ന പണി നടന്നുകൊണ്ടിരിക്കുന്നു.

ഏകദേശം അവസാനഘട്ടത്തിൽ എത്തിയപ്പോഴാണ് വാൻ അന്വേഷിക്കുന്നത്. തീവണ്ടിപ്പാതയുടെ അളവെടുത്ത് തീവണ്ടി ഗതാഗതം പുനഃസ്ഥാപിയ്ക്കണമെങ്കിൽ വാനിലിരിയ്ക്കുന്ന ഉപകരണങ്ങൾ ആവശ്യമാണ്. നോക്കുമ്പോൾ എങ്ങും കാണാനില്ല. സഹപ്ര

വർത്തകരെല്ലാം വാനിനു വേണ്ടി തിരച്ചിലായി. അവസാനം ആരോ ത്യാഗുവിനെ കണ്ടുപിടിച്ചു. ഒരു മരച്ചുവട്ടിൽ സുഖസുഷുപ്തിയിലാണയാൾ. ഉറക്കത്തിന്റെ അഗാധതയിൽ നിന്നും അയാളെ ഉണർത്തി സൈറ്റിൽ കൊണ്ടുവന്നപ്പോഴേയ്ക്കും ബാങ്കോക്ക് - സിങ്കപ്പൂർ ഓറിയന്റൽ എക്സ്പ്രസ് ബുകിത് മെഹ്റ സിഗ്നലിൽ എത്തിയിരുന്നു. സനൽ വളരെ കോപത്തോടെയാണ് അയാളെ എതിരേറ്റത്. വെള്ളക്കാരന്റേയും ഇന്ത്യക്കാരുടെയും ചില ചീത്ത വാക്കുകൾ അയാൾ ഉപയോഗിക്കുകയും ചെയ്തു. ഉറക്കം നഷ്ടപ്പെട്ടവന്റെ നീരസം അയാളുടെ മുഖത്ത് പ്രതിഫലിച്ചിരുന്നു.

"ആളെ തെരിഞ്ചു പേശുങ്കോ. ഉങ്ക വീട്ടുക്കു എങ്കളെ നൈറ്റ് വര വെക്കാതെ"

ത്യാഗു പറഞ്ഞു.

ആ വാചകത്തിന്റെ അർത്ഥങ്ങൾ അലോചിച്ചു നിൽക്കാൻ സനലിനു സമയമുണ്ടായിരുന്നില്ല. ട്രാക്കിന്റെ അളവെടുത്ത് അറ്റകുറ്റപണികൾ കഴിഞ്ഞ് ഓറിയന്റൽ എക്സ്പ്രസ്സ് കടത്തിവിട്ടപ്പോഴാണ് അയാൾക്കു സമാധാനമായത്. പിന്നെ, ആ സംഭവം അയാൾ മറന്നു പോവുകയും ചെയ്തു.

ചിലപ്പോൾ ആ സംഭവത്തിന്റെ പ്രതികാരമാണോ ഇന്നത്തെ ഈ വൈകലിനു പിന്നിൽ എന്ന് അയാൾ സംശയിച്ചു.

ഇന്നലെ തകർത്തു പെയ്ത മഴയുടെ പുതുമ പാതയോരങ്ങളിൽ ബാക്കി നിന്നു. മലേഷ്യയിൽ മിക്കവാറും ദിവസങ്ങളിൽ കനത്ത മഴ പെയ്യാറുണ്ട്. പെട്ടെന്ന് അയാളുടെ ഫോൺ റിങ് ചെയ്തു. ടോം ആണ് എന്തു പറയും എന്നാലോചിച്ച് അയാൾ വിഷണ്ണനായി ഫോണെടുത്തു.

"മൈക്ക് സംതിങ് അൺ വാൺണ്ടട് ഹാപ്പൻഡ് ഇൻ അവർ ഓഫീസ്. നോ വറീസ് ഡ്രൈവർ ആദിക്കനി വിൽ പിക് യു."

മറുപടിക്ക് കാത്തു നിൽക്കാതെ ടോം ഫോൺ കട്ട് ചെയ്തു. ആദിക്കനിയുടെ അച്ഛൻ തമിഴും അമ്മ മലയാളിയുമാണ്. അതിനാൽ അയാൾക്ക് മലയാളം സംസാരിക്കാൻ അറിയാം. വൈകുന്നതിന്റെ പിരിമുറുക്കമില്ലാതെ സനൽ സെറ്റിയിലേയ്ക്കു ചാഞ്ഞു. അധികനേരം അങ്ങിനെ കിടക്കാൻ കഴിഞ്ഞില്ല. അപ്പോഴേയ്ക്കും ഒരു ഇസുസു കാർ ഗേറ്റിൽ വന്നു നിന്ന് ഹോണടിച്ചു.

അയാൾ കയറിയിരുന്നു. വണ്ടി ഓടിത്തുടങ്ങി.

ഇന്നലെ മഴ പെയ്തതു കൊണ്ടാവാം തായ്പിങ് തടാകത്തിലെ ജലനിരപ്പ് അല്പം ഉയർന്നതു പോലെ അയാൾക്കു തോന്നി. മൃ

ഗശാലയിലെ കലമാനുകൾ കമ്പിവേലിയ്ക്കരികെ നിന്ന് എത്തി നോക്കുന്നു.

കാർ, എക്സ്പ്രസ് ഹൈവേയിലേക്ക് കയറി കുറച്ചു കഴിഞ്ഞപ്പോൾ സനൽ ആദിക്കനിയോട് ചോദിച്ചു.

“എവിടെ കമ്പനി വാൻ? എന്താണ് ഓഫീസിൽ സംഭവിച്ചത്?”

“ഓഫീസിൽ ഒന്നും സംഭവിച്ചില്ല. നമ്മുടെ വാൻ പോലീസ് സ്റ്റേഷനിലാണു സാർ.”

ത്യാഗു എവിടെ?

“അയാളും” ആദിക്കനി പറഞ്ഞു തുടങ്ങി.

“അയാൾ രണ്ടാമനാണ് സാർ. രണ്ടാമൻ!. ബീഡോർ ഗാങ്ങ്സ്റ്റേഴ്സിലെ രണ്ടാമൻ. ഒന്നാമൻ രഹസ്യമായാവും ഇവരെ നിയന്ത്രിക്കുന്നത്. ഏതെങ്കിലും രാഷ്ട്രീയക്കാരനോ വക്കീലോ ആയിരിക്കും ഒന്നാമൻ. ഇന്നലെ രാത്രി അവർ ഒരു ഓപ്പറേഷൻ നടത്തി. ഫെഡറൽ ഹൈവേയിലെ ബീഡോർ കയറ്റത്തിൽ വച്ച് അവർ ഒരു ട്രെയിലർ ലോറി റാഞ്ചി. മൂന്ന് വലിയ ഇരുമ്പുവലയങ്ങളുമായി പോയിരുന്ന ട്രെയിലർ ഓടിച്ചിരുന്നത് ഒരു മലയക്കാരനായിരുന്നു. ഓപ്പറേഷന് വേണ്ടി അവരുടെ സംഘം ഉപയോഗിച്ചിരുന്നത് നമ്മുടെ കമ്പനി വാനായിരുന്നു. വാനിൽ എത്തിയ സംഘം ട്രെയിലർ ഡ്രൈവറെ ബന്ദിയാക്കി, ഒഴിവാക്കപ്പെട്ട പഴയ ബീഡോർ റെയിൽവേ സ്റ്റേഷൻ കെട്ടിടത്തിൽ കൊണ്ടുപോയി ബന്ധനസ്ഥനാക്കി. ഡ്രൈവറെ അവർ ക്രൂരമായി ആക്രമിച്ചത്രേ! പിന്നെ രണ്ടാമൻ തന്റെ ഒരു കൂട്ടുകാരനെ പാറാവിനായി നിർത്തി. തീർച്ചയായും അതിനൊരു ബയർ ഉണ്ടായിരിയ്ക്കും സാർ.”

“അതാരാ ഈ ബയർ" സനൽ ചോദിച്ചു.

“ഇത് പോലുള്ള കൊള്ളയടിച്ച വസ്തുക്കൾ വാങ്ങുന്ന ആളുകൾ”

അയാൾ പറഞ്ഞു.

ആദിക്കനി കാർ എക്സ്പ്രസ് ഹൈവേയിൽ നിന്നിറക്കി ടോൾ കാർഡ് സ്കാനറിൽ പതിപ്പിച്ചു. പിന്നെ, ഫെഡറൽ ഹൈവേയിൽ ഓടിച്ചു കൊണ്ടിരുന്നു.

“ഇന്ന് വളരെ വൈകി. നമുക്ക് എസ്റ്റേറ്റ് പാത വഴി സൈറ്റിൽ പോയാലോ?” ആദിക്കനി ചോദിച്ചു.

“ശരി.” സനൽ പറഞ്ഞു.

എസ്റ്റേറ്റ് പാത വെറും മണ്ണും കരിങ്കൽച്ചീളുകളും കൊണ്ട് നിർമ്മിച്ചതായിരുന്നു. ഇരുവശവും നോക്കിയാൽ കാണാത്ത ദൂര

ത്തിൽ ഇളം എണ്ണപ്പനകൾ പച്ചപുതച്ചു നിൽക്കുന്നു. എസ്റ്റേറ്റിനു ള്ളിൽ എവിടെയോ ഉള്ള പന്നിഫാമിൽ നിന്നും വളർത്തുപന്നികളു ടെ കരച്ചിൽ പോലുള്ള അലർച്ച കേൾക്കാമായിരുന്നു.

"തീറ്റ കൊടുക്കുന്ന സമയമാണ്. ചെറിയ ഒരോ കൂട്ടിലും എട്ടോ പത്തോ പന്നികൾ കാണും. തീറ്റ കൊട്ടയിലെത്താൻ ചിലപ്പോൾ മറ്റു ള്ളവയുടെ പുറത്തു കയറി നടക്കണം." ആദിക്കനി പറഞ്ഞു.

നിരർത്ഥകമായ ജീവിതത്തിന്റെ ആവശ്യകതയ്ക്കു വേണ്ടി അവർ പരസ്പരം പോരാടി ഇടയ്ക്കിടെ ഇടറി വീഴുന്നത് അയാൾ മനസ്സിൽ കണ്ടു. മനുഷ്യനും അങ്ങനെ തന്നെയല്ലേ എന്ന് ഒരു നിമിഷം സനൽ ചിന്തിച്ചു.

"പിന്നെ, എന്തു സംഭവിച്ചു?" അയാൾ അക്ഷമനായി.

ആദിക്കനി തുടർന്നു.

"രണ്ടാമൻ വീണ്ടും വാനുമായി ട്രെയിലർ ലോറിയ്ക്കടുത്തെ ത്തി. മറ്റുരണ്ടു സംഘാംഗങ്ങൾ ബയറെ ലക്ഷ്യമാക്കി ലോറി ഓടി ച്ചു പോയി. പക്ഷേ, അയാൾക്ക് തെറ്റുപറ്റി. കുടിച്ചു ബോധം മറയാ റായ കൂട്ടുകാരൻ പാറാവിനിടെ ഉറങ്ങിപ്പോയി. ലോറി ഡ്രൈവർ റൊ സലാൻ, ഈ തക്കം നോക്കി പഴയ കെട്ടിടത്തിൽ കിടക്കാൻ വന്ന

ഒരു മനോരോഗിയെ ഇരുപതു റിങ്കിറ്റ് കാണിച്ചു വിളിച്ചു. അയാൾ റൊസലാനെ കെട്ടുകളഴിച്ച് സ്വതന്ത്രനാക്കി. അയാൾ ബീഡോർ പട്ടണലെത്തി പോലീസിൽ വിവരമറിയിച്ചു.

പിന്നെയെല്ലാം പെട്ടെന്നായിരുന്നു. പോലീസ് ഉടൻ തന്നെ ഉറങ്ങിപ്പോയ പാറാവ് സുഹൃത്തിനെ കസ്റ്റഡിയിലെടുത്തു. ബീഡോറിൽ നിന്നുള്ള എല്ലാ പാതകളിലും അടിയന്തിര വാഹനപരിശോധന ഏർപ്പെടുത്തി. ബയറെ ലക്ഷ്യം വെച്ചു പോയ ലോറി പിടിച്ചെടുത്തു. രണ്ടാമനേയും മറ്റുള്ളവരേയും വാനോടു കൂടി അകത്താക്കി. അങ്ങനെ കമ്പനി വാനും പോലീസ് കസ്റ്റഡിയിലായി."

ആദിക്കനി പറഞ്ഞു നിർത്തി. ത്യാഗുവിന്റെ പകലുറക്കത്തിന്റെ രഹസ്യം ഇപ്പോൾ വളരെ വ്യക്തമായിരിക്കുന്നു.

രണ്ടാമൻ പറഞ്ഞ വാചകങ്ങളുടെ അത്ഥം ഇപ്പോൾ സനലിന്റെ മനസ്സിൽ ഞെട്ടലായി അവശേഷിച്ചു. തന്റെ നല്ല സ്വഭാവം കൊണ്ടല്ല, രണ്ടാമന്റെ മനസ്സിലിവിടെയോ ബാക്കിയായ നൻമ കൊണ്ടാവാം അയാൾ തന്നെ ആക്രമിക്കാതിരുന്നത് എന്ന് സനൽ തിരിച്ചറിഞ്ഞു. ഒരു ദീർഘ നിശ്വാസത്തോടെ അയാൾ സീറ്റിലേയ്ക്ക് ചാരിയിരുന്നു.

എണ്ണപ്പനത്തോട്ടം കഴിഞ്ഞ് പപ്പായത്തോട്ടമായിരിക്കുന്നു.

“ആരൊക്കെയോ ഒടിമറയുന്ന പോലെ"സനൽ പറഞ്ഞു.

“അത് ഒടിമറിയുകയല്ല ഓടിമറയുകയാണ് സർ. വിസയില്ലാതെ തോട്ടങ്ങളിൽ പണിയെടുക്കുന്ന ഇന്തോനേഷ്യക്കാരായിരിക്കും!”

ആദിക്കനി ചിരിച്ചു കൊണ്ട് പറഞ്ഞു.

പൊതുമന്നിപ്പ് വരുമ്പോൾ അവർ സ്വന്തം നാട്ടിലേയ്ക്ക് തിരിച്ചു പോകും.

ആദിക്കനി ബോധോദയം ഉണ്ടായതുപോലെ വണ്ടി ബ്രേക്ക് ചെയ്തു.

“നമുക്ക് വഴിതെറ്റിയിരിക്കുന്നു. റെയിൽപാത പോകുന്നത് വാഴത്തോട്ടത്തിനടുത്തുകൂടിയാണ്.”

ആദിക്കനി വണ്ടി തിരിച്ച് മറ്റൊരു വഴിയിലേയ്ക്ക് കയറി. കുറച്ചു നേരം കഴിഞ്ഞപ്പോൾ വാഴത്തോട്ടങ്ങളിലേയ്ക്ക്കടന്നു. പാതയുടെ ഇരുവശങ്ങളിലും വാഴകൾ ഒരുപോലെ കുലച്ച് പാകമായി നിൽക്കുന്നു. ദൂരെ റെയിൽപാത കാണാമായിരുന്നു.

ശക്തമായ ഒരുലച്ചിലോടെ ആദിക്കനി വണ്ടി നിർത്തി. ഒരു കത്തിയുമായി പുറത്തിറങ്ങി ഒരു വാഴക്കുല വെട്ടി ഉണങ്ങിയ വാഴിയിലയിൽ പൊതിഞ്ഞ് കാറിനുള്ളിലേക്കിട്ടു. സനലിനു എന്തെങ്കി

ലും പറയാൻ കഴിയുന്നതിനു മുമ്പേ എല്ലാം സംഭവിച്ചു കഴിഞ്ഞിരുന്നു. ആദിക്കനി വീണ്ടും വണ്ടി ഓടിച്ചു തുടങ്ങി. പ്രതികരണശേഷി നഷ്ടപ്പെട്ടതുപോലെ നിർന്നിമേഷനായി സനൽ പുറത്തേയ്ക്കു നോക്കിയിരുന്നു.

പുഷ്പ അനിൽ

സ്വദേശം കൊട്ടാരക്കര. ജോലി ബാങ്ക് ജീവനം. വിദ്യാഭ്യാസം. ബി എസ് സി (ബോട്ടണി), പോസ്റ്റ് ഡിപ്ലോമ ഇൻ സോഫ്റ്റ്‌വെയർ ടെക്നോളജി, ലൈബ്രറി സയൻസ്, ആങ്കറിങ് കോഴ്സ്, സൈക്കോളജി കൗൺസിലിംഗ് etc. ഭർത്താവ് എൻ പി അനിൽകുമാർ (KSRTC സ്റ്റേഷൻ മാസ്റ്റർ), മക്കൾ ആദിത്യ അനിൽ (ബിടെക് വിദ്യാർത്ഥിനി), അദ്വൈത അനിൽ (BBA വിദ്യാർത്ഥിനി). പുരസ്കാരങ്ങൾ: ജോർജ്ജ് നെടുമ്പന (പോലീസ് ഓഫീസർ ഡൽഹി) പുരസ്ക്കാരം, കോഴിക്കോട് കവിതാലയം സാഹിത്യവേദി പുരസ്കാരം, AKVMS കൊട്ടാരക്കര താലൂക്ക് യൂണിയൻ പ്രതിഭാ പുരസ്ക്കാരം, തീമരത്തണൽ സാഹിത്യവേദി പുരസ്കാരം.

സൃഷ്ടികൾ: ഒരു ഭക്തിഗാന ആൽബം - പൊൻമയപാദം- 2023. കൂടാതെ പുസ്തകങ്ങൾ, ആനുകാലികങ്ങൾ എന്നിവയിൽ പ്രസിദ്ധീകരണം

ജീവനാളം

അരനാഴികനേരം

ഏകാന്തതയുടെ വീർപ്പുമുട്ടൽ. അവൻ അനങ്ങാതെ നിന്നു. അജ്ഞാതമായ ഏതോ ഒരു ശക്തി അവനെ വലയം ചെയ്തിരിക്കുന്നു. നിശ്ശബ്ദയാമങ്ങളിലൂടെ കുറേ ദൂരം സഞ്ചരിച്ചു. വിദൂരതയിലെവിടെയോ കിളികളുടെ കലപില ശബ്ദം അവന്റെ ചിന്തകളെ ഭേദിച്ചു. എങ്കിലും പരിഭ്രാന്തമായ ചിന്തകൾ അവനെ വല്ലാതെ അലട്ടി.

അമ്മയെന്ന കുറേ നല്ല ഓർമ്മകൾ സമ്മാനിച്ച് കടന്നുപോയ നാളുകൾ. അച്ഛനാരെന്നറിയില്ല. സ്നേഹിക്കാനാരുമില്ല. അനാഥൻ. ഈ ലോകത്ത് സാദ്ധ്യമാകാൻ കഴിയുന്നത് ഒന്നുമില്ല എന്ന തോന്നൽ അവനെ പിൻതുടർന്നു. മനസ്സിൽ അന്തർലീനമായിരിക്കുന്ന ഓരോ വികാരവിചാരങ്ങളേയും അവൻ പൊടി തട്ടിയെടുത്തു. പലതും മനസ്സുമടുപ്പിക്കുന്നു. "എന്താണിങ്ങനെ? എവിടെയാണു തനിക്ക് പിഴച്ചത്?"

ആത്മാവിന്റെ കോണിലെവിടെയോ നിന്ന് ആരോ ചോദിക്കുന്നതായി അവന് തോന്നി. അനന്തരം അതിന്റെ സ്ഫുരണങ്ങൾ എവിടെയോ പ്രകാശപൂരിതമായിത്തുടങ്ങി. മരുഭൂമിയിൽ നിന്നും മരുപ്പച്ചയിലേക്കെത്തിയ പോലെ മനസ്സിൽ.

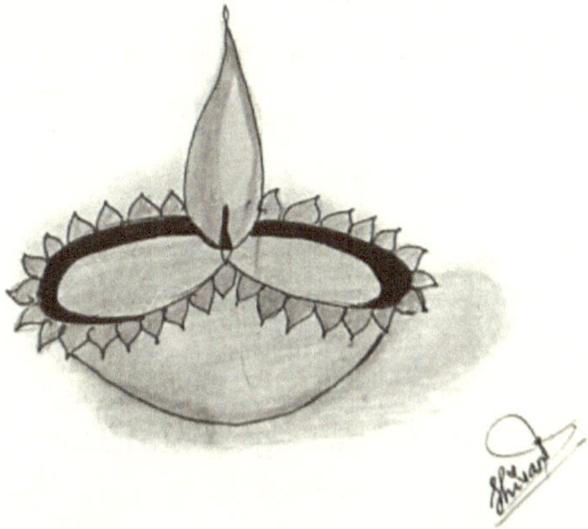

"എത്തിപ്പിടിക്കണം എന്തെങ്കിലും. അതിന് താങ്ങും തണലുമായി ആരാണുള്ളത്.?"

ഓർമ്മകളുടെ ഇടനാഴിയിലൂടെ സഞ്ചരിക്കുമ്പോൾ ഉരുത്തിരിഞ്ഞ സ്വപ്നം. സഫലതയുടെ ഏടുകളിലേക്കായി യാത്ര. ഒരു പൂക്കാലത്തെ വരവേൽക്കാൻ കാത്തുനില്ക്കുന്ന പ്രകൃതിയുടെ സന്തോഷം പോലെ ആ ധന്യമായ നിമിഷത്തിനു വേണ്ടി അവൻ

കാത്തു. ഒരു മാസ്മരികലഹരി അവനിലുടലെടുത്തു. ഒരു കൂട്ടിലും സ്ഥിരമായി പാർക്കാത്ത ഒരു പക്ഷിയെപ്പോലെയവൻ പറന്നു.

പുനർജ്ജനിയിലെവിടെയോ തനിക്കായ് തന്ന ആ ശാശ്വതസത്യത്തെ കാണാനുള്ള ഭാഗ്യം അവനുണ്ടായി. അവൻ ചെന്നെത്തപ്പെട്ടത് ആ അമ്മയുടെ തണലിൽ. ഓർമ്മകൾക്കു നിറം ചാർത്തിനില്ക്കുന്ന നിമിഷങ്ങൾ. അനാഥത്വത്തിൽ നിന്നും സനാഥത്വത്തിലേക്കുള്ള വരവ്. തകർച്ചകളെ പുനഃസൃഷ്ടിക്കപ്പെട്ടു.

അമ്മ! സമാധാനത്തിന്റെ ദീർഘനിശ്വാസത്തോടെ അവൻ അടുത്തേക്ക് ചെന്നു. ചില ബന്ധങ്ങൾ അങ്ങനെയാണല്ലോ. കാണാമറയത്തിരുന്ന്, കാതോർത്തുകാതോർത്ത് ശരീരങ്ങൾ അടുത്തു വരുമ്പോൾ മനസ്സുകൾ വെമ്പൽ കൊള്ളാൻ തുടങ്ങും. ഒരു തരം മരവിപ്പ്.

സമാധാനത്തിന്റേയും സ്നേഹത്തിന്റേയും ഏറ്റവും വിശുദ്ധമായ ഒരു പ്രഭാവലയം തന്റെ മുന്നിൽ നിൽക്കുകയാണ്. ഹൃദയത്തിൽ വസന്തത്തിന്റെ പൂക്കളാണ്. അത് പരിമളം പരത്തുകയാണ്. ജീവിതത്തെ അർത്ഥവത്താക്കിയ നിസ്വാർത്ഥമായ സ്നേഹം. അവനെ സ്വതന്ത്രനാക്കിയ മഹത്തായ അനുഭവം. ഒരായിരം പ്രാ

വുകൾ ആ ശരീരത്തിൽ നിന്നും പറന്നുയരുന്ന ഒരു പ്രതീതി അവ നിൽ അനുഭവപ്പെട്ടു. അമ്മ അടുത്തേക്ക് വന്നപ്പോൾ സ്നേഹത്തെ ആത്മാവിൽ കണ്ടെത്തിയതിന്റെ മഹാദർശനമാണ് അവനുണ്ടായ ത്.

"അമ്മേ, ഇതിനകം നിങ്ങളെന്നെ മറന്നു പോയിരിക്കുമെന്ന് ഞാൻ കരുതിയിരുന്നു. എന്റെ പ്രായശ്ചിത്തങ്ങളെപ്പോലും പലരും പരിഹസിക്കുന്നതുകൊണ്ട് എനിക്ക് എന്നോടു തന്നെ പക വീട്ടേ ണ്ടി വന്നു. അരങ്ങുകളിൽ നിന്നെല്ലാം ഞാൻ ഒഴിഞ്ഞു മാറി. മറ്റു ള്ളവരുടെ അദ്ധ്വാനത്തിന്റെ വിയർപ്പിൽ ഞാൻ നീരാളിയെപ്പോലെ യമർന്നിരുന്നു. ഇത്രയും നാൾ എവിടെയായിരുന്നു..? സങ്കടങ്ങളു ടെ ഭാണ്ഡക്കെട്ടുകൾ ഇറക്കിവച്ച്, വിങ്ങലുകൾ നിർത്തി സന്തോ ഷത്തോടെ എനിക്കൊന്നു ചിരിക്കണം. ഇതാണെന്റെ സ്വപ്നം. ഞാൻ വിലപിച്ചു മടുത്തിരിക്കുന്നു. ഇനിയെനിക്ക് ഉള്ളുതുറന്നൊ ന്നു ചിരിക്കണം."

ആ അമ്മയിൽ ഒരമ്പരപ്പ്. നടുക്കുന്ന ഒരുചിന്ത ഉൾക്കിടില ത്തോടെ പാഞ്ഞു പോയി. നെഞ്ച് പടപടാ മിടിക്കുന്നു. ശബ്ദം പു റത്തു വരുന്നില്ല. എന്താണ് സംഭവിക്കുന്നത്? തനിക്ക് ഒരിക്കലും തിരികെ കിട്ടുമെന്ന് പ്രതീക്ഷയില്ലാതിരുന്ന തന്റെ സ്വന്തം ചോരയെ തിരിച്ചു കിട്ടിയിരിക്കുന്നു. ഈ ശബ്ദം സാധാരണയല്ല. കൺമുന്നിൽ ഇരുട്ടായിരുന്നു. അവൻ എന്നോടു പ്രതികരിച്ചോട്ടെ. പൊറുക്കാനാ കാത്ത തെറ്റാണ് താൻ ചെയ്തത്. ഒരു പക്ഷേ, എല്ലാം നഷ്ടപ്പെട്ടു കൊണ്ട് ഇനി ജീവിച്ചിരുന്നിട്ടു ഫലമില്ല എന്ന മരവിപ്പാവാം ഈ നി സ്സംഗതയ്ക്കു കാരണം. അല്ലെങ്കിൽ നേർക്കുനേർനിന്ന് എന്തെങ്കി ലും പറയാൻ മാത്രം മനസ്സ് അശക്തമായി തീർന്നിരിയ്ക്കാം. ഈ കു രുന്നു മനസ്സിനെ ചിന്നഭിന്നമാക്കിയ താൻ യാതൊരു ദയയും അർ ഹിക്കുന്നില്ല. അവന്റെ ജീവിതത്തെ തകർത്തവളാണ് താൻ. എങ്കി ലും അവൻ ഇന്നെന്റെ ആത്മാവിന്റെ തിരിനാളമാണ്. തന്നെ ജീവി ക്കാൻ പ്രേരിപ്പിക്കുന്ന ജീവനാളം.

ശാന്തകുമാരി

അമ്പിളി പ്രതീക്ഷ എന്ന തൂലിക നാമത്തിൽ എഴുതുന്നു.
ചെട്ടികുളങ്ങരയിൽ താമസം.
സാമൂഹ്യ പ്രവർത്തകയാണ്.
ചെട്ടികുളങ്ങര ഗ്രാമപഞ്ചായത്ത് കുടുംബശ്രീ സി. ഡി. എസിൽ വർക്ക് ചെയ്യുന്നു.
കഥയും കവിതയും എഴുതാറുണ്ട്.

ഓർമ്മകൾ

മഴ തോർന്നു നിൽക്കുന്ന ആ നനഞ്ഞ പ്രഭാതത്തിൽ മീര വീടിന് മുന്നിലെ ഒറ്റയടിപ്പാതയിലേക്ക് നോക്കിയിരുന്നു. കൊടുംവേനലിന് ശേഷം ഇടയ്ക്കിടെ പെയ്യുന്ന മഴ മുറ്റത്തെ ചെടികൾക്ക് ഒരുണർവ് നൽകി. നിറഞ്ഞ പച്ചപ്പ് കണ്ടപ്പോൾ അവൾ യാത്രയുടെ ക്ഷീണമൊക്കെ മറന്നു.

ഭർത്താവ് ഗോപൻ ഐ. ടി. കമ്പനിയിൽ പ്രൊജക്റ്റ് എഞ്ചിനീയറാണ്. വിവാഹശേഷം ഗോപനൊപ്പം ബാംഗ്ലൂരിലേയ്ക്ക് വന്നതാണ്. ഗോപൻ ജോലിക്ക് പോയാൽ വീട്ടിലെ ജോലിയെല്ലാം കഴിഞ്ഞാൽ വല്ലാത്തൊരു വിരസതയും ഒറ്റപ്പെടലുമാണ്. ഗോപന് എപ്പോളും ജോലിത്തിരക്കും. തന്നെയൊന്ന് ശ്രദ്ധിക്കാനോ കുറച്ച് സമയം ഒപ്പം ചിലവിടാനോ അദ്ദേഹത്തിന് സമയം കിട്ടാറില്ല.

നാട്ടിൽ അച്ഛൻ മരിച്ചതിനു ശേഷം ഏട്ടനാണ് വീടിന്റെ എല്ലാ ചുമതലയും. അച്ഛന്റ മരണം അമ്മയെ വല്ലാതെ തളർത്തി. ഏട്ടത്തിയമ്മ ഒരു പാവം സ്ത്രീ ആയിരുന്നു. ഏട്ടന് പ്രത്യേകിച്ച് ജോലി ഒന്നും ഇല്ലായിരുന്നു. ചെറുപ്പം മുതൽ കൃഷിയോടായിരുന്നു താൽപ്പര്യം. ഏക്കറുകണക്കിന് നിലവും പുരയിടവും ഉണ്ടായിരുന്നു. അതിലെ ആദായം മാത്രം മതി കുടുംബം നടത്താൻ. ഏട്ടൻ എപ്പോഴും കൃഷിയും മറ്റുള്ളകാര്യങ്ങളുമായി ഓട്ടത്തിലാണ്. അച്ഛന്റ മരണത്തിനു ശേഷം ഏട്ടൻ വലിയ കർക്കശക്കാരനായ് മാറിയിരുന്നു. തനിക്ക് തുടർന്ന് പഠിച്ച് അദ്ധ്യാപികയായി മാറണം എന്നൊക്കെയായിരുന്നു ആഗ്രഹം.

അതിനുള്ള കാരണം വീടിനടുത്തുള്ള സ്കൂളിൽ മാറ്റം കിട്ടി വന്ന മലയാളം മാഷിനോടുള്ള ഇഷ്ടം ആയിരുന്നു. ബാലൻ മാഷ്!. കോളേജിൽ നിന്ന് വന്നാലുടൻ കൂട്ടുകാരി അനുവുമായി അടുത്തുള്ള വായനശാലയിൽ പോകുന്നത് പതിവായിരുന്നു. അവിടെ വച്ചാണ് ബാലൻ മാഷിനെ കാണുന്നത്. ആ കണ്ടുമുട്ടലുകൾ പതിവായപ്പോൾ അനുവാണ് പറഞ്ഞത് ബാലൻ എന്നാണ് പേരെന്നതും അടുത്ത സ്കൂളിലെ മലയാളം മാഷാണെന്നും. ഒരിക്കൽ അനു ഇല്ലാതിരുന്ന ദിവസം തന്നോട് പേര് ചോദിച്ചു. ആ കണ്ടുമുട്ടലുകളിൽ അറിയാതെ തന്നെ മാഷിനോടുള്ള ഇഷ്ടം മനസ്സിൽ തോന്നിത്തുടങ്ങി. മാഷിനും തിരിച്ചു തന്നോട് ഇഷ്ടമാണെന്ന് അറിഞ്ഞപ്പോൾ മനസ്സ് വല്ലാതെ തുള്ളിച്ചാടി. മാഷിന് അമ്മ മാത്രേയുള്ളു എന്ന് സംസാരത്തിൽ നിന്ന് അറിയാൻ കഴിഞ്ഞു. അമ്മയുമായി സ്കൂളിന്റെ അടുത്തേക്ക് താമസം മാറ്റിയിരിക്കുകയാണ് മാഷ്.

ഏട്ടത്തി വന്ന് വിളിച്ചപ്പോൾ പഴയ ഓർമ്മകളിൽ നിന്ന് മനസ്സ് മാറി. ഓരോന്ന് ആലോചിച്ചു സമയം പോയിരുന്നു.

മഴ മാറിയെങ്കിലും ചെറിയ കാറ്റ് ഉണ്ടായിരുന്നു. ഓരോ ചെറിയ കാറ്റിലും വൃത്തിയുള്ള മുറ്റത്തേക്ക് കരിയിലകൾ പാറി വീണു. മഴ പെയ്യുമ്പോളുള്ള പൊടിമണ്ണിന്റെ ഗന്ധം ഒത്തിരി ഇഷ്ടമാണ്. നന്ദ്യാർ വട്ടവും, കനകാംബരവുമൊക്കെ പഴയകാല ഓർമ്മകൾ പൊടി തട്ടിയെടുത്തു.

നാളുകൾക്കു ശേഷമുള്ള തന്റെ വരവ് അമ്മയ്ക്കും ഒരുന്മേഷം നൽകിയിട്ടുണ്ട്.

“ഉണ്ണി ഇനി എന്നുവരും ഏട്ടത്തി?”

ഏട്ടന്റെ ഒരേയൊരു മകനാണ് ഉണ്ണി. അവൻ വിദേശത്ത് ബിസിനസ്സ് ചെയ്യുന്നു.

“ഇനി വരുമ്പോൾ അവന്റെ കല്യാണം നടത്തണം മീരേ”

ഏട്ടത്തി പറഞ്ഞു. "അവൻ ലീവിനെത്തുമ്പോൾ നീ വരണം. അവന് നിയാണൊരു കൂട്ട്. നീ പോയതിന് ശേഷം അവന് വലിയ ഒറ്റപ്പെടൽ ആയിരുന്നു.”

“ഏട്ടത്തീ നമുക്ക് ഉച്ചകഴിയുമ്പോൾ നമ്മുടെ പാടത്തൊക്കെ ഒന്ന് പോണം. എത്ര നാളായി പുറംലോകം കണ്ടിട്ട്.”

മുകളിലിരുന്ന് പല്ലി കളിയാക്കും പോലെ ചിലച്ചു. ഉച്ചക്ക് നാളുകൾക്ക് ശേഷം വയറുനിറച്ച് ചോറുണ്ടു. ഏട്ടത്തി ഉണ്ടാക്കുന്ന ഭക്ഷണം എന്നും തനിക്ക് പ്രിയപ്പെട്ടതായിരുന്നു. ഊണ് കഴിക്കുമ്പോൾ ഏട്ടൻ ചോദിച്ചു "നിനക്ക് കുറച്ച് ദിവസം നിന്നൂടെ "എന്ന്. "ഗോപേ

ട്ടൻ അവിടെ തനിച്ചല്ലേ ഇതു തന്നെ ഒത്തിരി പറഞ്ഞിട്ടാണ് വിട്ടത്."

നിർത്താതെ മൂളികൊണ്ടിരിക്കുന്ന കാറ്റ് പഴയ തിരുവാതിരക്കാലത്തെ ഓർമിപ്പിച്ചു. കുറച്ചുനേരം മയങ്ങാം എന്ന് കരുതി തന്റെ പഴയ മുറിയിൽ എത്തി. ജനാല തുറന്നപ്പോൾ മഞ്ഞവെയിലിൽ നീണ്ടുനിവർന്നു കിടക്കുന്ന പാടം കാണാം. ഉണ്ണിയുമൊത്ത് വൈകുന്നേരങ്ങളിൽ പാടവരമ്പത്തു കൂടിയുള്ള നടപ്പ് ഓർമ്മ വന്നു.

എങ്ങുനിന്നോ എത്തിയ നെൽക്കതിർമണമുള്ള കാറ്റ് മുറിയിലാകെ ചുറ്റിത്തിരിഞ്ഞു. ഒക്കെ ഓർമ്മകൾ മാത്രം. ഇപ്പോൾ ഓർമ്മകളാണ് തന്റെ കൂട്ട്.

"ബാലൻ മാഷ് ഇപ്പോൾ എവിടെയാണാവോ?"

തന്റെ വിവാഹം മാഷിനെ ഏറെ വേദനിപ്പിച്ചു. തനിക്ക് വിവാഹാലോചനകൾ വരുന്നു എന്നറിഞ്ഞപ്പോൾ തന്നെ പെണ്ണ് ചോദിച്ച് മാഷ് ഏട്ടന്റെ അടുത്തെത്തി. "എനിക്ക് അമ്മ മാത്രേയുള്ളു, മീരയെ എനിക്ക് വിവാഹം കഴിച്ച് തരണം എന്ന് ആവശ്യപ്പെട്ടു.

മാഷ് ആ അമ്മക്ക് വിവാഹം കഴിക്കാതെയുണ്ടായ കുട്ടിയാണെന്ന് അറിഞ്ഞപ്പോൾ ഏട്ടൻ എതിർത്തു. അച്ഛൻ ആരെന്നറിയാ

ത്ത ഒരാൾക്ക് സഹോദരിയെ വിവാഹം കഴിപ്പിച്ചു കൊടുക്കുന്നത് തന്റെ കുടുംബമഹിമക്ക് ചേരില്ല എന്ന് പറഞ്ഞു. തനിക്ക് എതിർത്ത് പറയാനായില്ല. തനിക്ക് മാഷിനോട് പ്രണയം എന്നതിനപ്പുറം ഒരു ആരാധനയായിരുന്നു. ഏട്ടൻ നിശ്ചയിക്കുന്ന വഴികളിലൂടെയല്ലാതെ സഞ്ചരിക്കാൻ മനസ്സുകൊണ്ട് പോലും ധൈര്യമില്ലായിരുന്നു. മുഖത്ത് നോക്കാൻപോലും ഭയമായിരുന്നു.

ഓർമ്മകളുടെ നിശ്ചലമായ ആഴപ്പരപ്പിലേക്കു ഒരു കല്ലുതിർന്നു വീണ് ചെറിയ ഓളങ്ങൾ സൃഷ്ടിച്ചു. പിന്നീടത് ചെറിയ ചലനങ്ങൾ തീർത്തത് അവൾ അറിഞ്ഞു. ഓരോന്ന് ഓർത്തുനിന്ന് ആ മുറിയിൽ അവൾക്ക് ശ്വാസം മുട്ടുന്നപോലെ തോന്നി. ഭൂതകാലത്തിന്റെ ഓർമ്മകളിൽനിന്ന് വർത്തമാന കാലത്തിലേക്ക് ഒരു മടക്കയാത്ര അത് അനിവാര്യമാണ്. പഴയകാല ഓർമ്മകൾക്കപ്പുറം ഇന്നത്തെ ജീവിതത്തിന്റെ പ്രാധാന്യം അവൾ തിരിച്ചറിഞ്ഞു.

രമ്യ എം.കെ.

പത്തനംതിട്ട ജില്ലയിൽ തിരുവല്ല താലൂക്കിൽ വളഞ്ഞവട്ടത്ത് കണ്ണശ്ശ കവികളുടെ നാട്ടിൽ മുരളിയുടെയും രാധയുടെയും മകളായി ജനനം.വിദ്യാഭ്യാസം.. പ്ലസ്ടു, DEd, SN യൂണിവേഴ്സിറ്റിയിൽ മലയാളം വിദ്യാർഥിനിയാണ്. അധ്യാപികയാണ്. ചെറുകഥകളും കവിതകളും ആനുകാലികങ്ങളിൽ എഴുതുന്നു.
കൊച്ചുകളീക്കൽ. Ph: 9656097497

തമ്പുരാന്റെ കുഞ്ഞിപ്പെണ്ണ്

അഞ്ചുവർഷങ്ങൾക്ക് മുമ്പാണ് അവളെ ആദ്യമായി കാണുന്നത്.

എങ്ങനെയെന്നറിയില്ല, എന്റെ ജീവിതത്തിലേക്ക് പ്രിയ കൂട്ടുകാരിയായി അവൾ കടന്നെത്തി.

അതിരുകവിഞ്ഞ സംസാരവും എല്ലാത്തിനോടും ഉള്ള ആകാംക്ഷയും, ചിരിച്ചു കാണിക്കുന്ന എല്ലാ മനുഷ്യർക്കും സ്നേഹമുണ്ട് എന്ന ചിന്തയുമായിരുന്നു കുഞ്ഞൂസ് എന്ന വിളിപ്പേരുള്ള എന്റെ കൂട്ടുകാരിക്ക്.

അവളുടെ ഇഷ്ടങ്ങൾക്ക് തന്റേതായ സമയം കണ്ടെത്തുന്ന അവളുടെ എല്ലാമായ തമ്പുരാൻ.

“കുഞ്ഞൂസേ..” എന്ന വിളിയിൽ പരിഭവവും പിണക്കവും എങ്ങോട്ടെന്നില്ലാതെയാണ് അവർക്കിടയിൽ അലിഞ്ഞു തീരുന്നത് അവൾ കേട്ടിട്ടുണ്ട്.

തമ്പുരാനെ കണ്ടുമുട്ടുന്നതിന് മുമ്പുണ്ടായിരുന്ന അവളുടെ ജീവിതവും അതിനുശേഷം ഉണ്ടായ ജീവിതവും.

പ്രത്യേകിച്ച് ആഗ്രഹങ്ങളോ മുന്നോട്ട് എങ്ങനെ പോണമെന്ന പ്രതീക്ഷയോ അവൾക്ക് ഇല്ലായിരുന്നത്രേ.

അവൾ എപ്പോളും പറയുക

“വാ കീറിയ ദൈവം ഇരയും തരുമെന്നായിരുന്നു”

പക്ഷെ, തമ്പുരാൻ അതെല്ലാം മാറ്റി മറിച്ചു പോലും. അവളെ എല്ലാവരെക്കാളും ഉയരത്തിൽ എത്തിക്കാനായി അവളുടെ തമ്പു

രാൻ ശ്രമിച്ചു. അവളും അതിൽ ഏറ്റെക്കുറേ എത്താൻ ശ്രമിക്കുന്നു. അവൾ പോലും അറിയാതെയാണ് പ്ലസ്ടു, ടി. ടി. സി. മാത്രം പഠിച്ച അവളുടെ ബയോഡാറ്റയും സർട്ടിഫിക്കറ്റും ഒക്കെ എടുത്ത് അദ്ദേഹം പ്രദേശത്തുള്ള സ്കൂളുകളിൽ അയച്ചത്. തുടർന്നു പഠിക്കാനായി അവളെ ഓപ്പൺ യൂണിവേഴ്സിറ്റിയിൽ ബിരുദത്തിന് ചേർത്തു.

ഇഷ്ടപ്പെട്ട മലയാളം പഠിക്കാൻ പ്രേരിപ്പിച്ചത് ടി. ടി. സി പഠിക്കാൻ പോയ കാലത്തെ മലയാളം അധ്യാപികയോട് തോന്നിയ അമിതമായ ഇഷ്ടവും അവരുടെ അധ്യാപനരീതിയും ആയിരുന്നു. അങ്ങനെ ബി. എ യ്ക്ക് ചേർന്നു കഴിഞ്ഞപ്പോളേക്കും സ്കൂളിൽ പുതിയ അധ്യാനവർഷത്തേക്ക് ചെല്ലാനായി അവിടുത്തെ പ്രഥമഅദ്ധ്യാപികയുടെ ഫോൺ കാൾ എത്തി. ആദ്യം ഒന്നതിശയിച്ചു തമ്പുരാനോട് കാര്യങ്ങൾ ചോദിച്ചറിഞ്ഞ് പോകാൻ തയ്യാറായി.

അവൾ ഒരിടത്തും താഴുന്നതോ തോൽക്കുന്നതോ, സങ്കടപ്പെടുന്നതോ അവളുടെ തമ്പുരാന് സഹിക്കാൻ കഴിയുമായിരുന്നില്ല. ഒരിടത്തും അവൾ തല കുനിക്കാതിരിക്കാൻ അദ്ദേഹം ശ്രദ്ധിച്ചിരുന്നു. സ്കൂളിൽ പോകാൻ തുടങ്ങിയ കുഞ്ഞൂസിന് തുടക്കത്തിൽ അവിടുത്തെ അന്തരീക്ഷം അത്ര രസകരമായിരുന്നില്ല. പ്രഥമ അധ്യാപികയുടെ ഇംഗ്ലീഷ് സംസാരവും അവളോടുള്ള സമീപനവും ഉൾക്കൊള്ളാൻ കഴിഞ്ഞിരുന്നില്ല. ഇക്കാര്യം അവൾ തമ്പുരാനോട് പറഞ്ഞു. "എല്ലായിടത്തും ഒരേ പോലെ ഉള്ള മനുഷ്യരല്ല. നമ്മൾ പൊരുത്തപ്പെടണം. ഞാൻ കൂടെയുണ്ട്. എന്റെ കുഞ്ഞൂസല്ലേ! മോളു പോകണം കുട്ടികളുടെ മനസ്സറിയുന്ന നല്ല ഒരു ടീച്ചറമ്മ ആകണം "എന്നാണ് തമ്പുരാൻ മറുപടി പറഞ്ഞത്. അതിൽ അവളുടെ പതർച്ച മാറി. അവളുടെ ആകെയുള്ള പ്രശ്നം ഇംഗ്ലീഷ് സംസാരിക്കാൻ അറിയില്ല എന്നുള്ളത് മാത്രമായിരുന്നു. അത്യാവശ്യം പിടിച്ചു നിൽക്കാനായി ഓൺലൈൻ സ്പോക്ക ൺ ഇംഗ്ലീഷ് ക്ലാസ്സുകളിൽ ചേർന്നു. അതോടൊപ്പം അവളുടെ തമ്പുരാനോടും കുട്ടികളോടും സംസാരിച്ചും ഒരുവിധം അവൾ ഇംഗ്ലീഷ് സംസാരിക്കാൻ പിടിച്ചെടുത്തു. അവൾ മിടുക്കി ആണെന്ന് അവളെ അറിയുന്ന എല്ലാർക്കും അറിയാം പക്ഷേ ആ രഹസ്യം അവൾക്ക് മാത്രം അറിയില്ല. പൊട്ടിപെണ്ണ് എല്ലാരേം കണ്ണും പൂട്ടി വിശ്വസിക്കും.

സ്കൂളിൽ കായികോത്സവം, ശാസ്ത്രോത്സവം, കലോത്സവം തിരക്കുകളായി. ശാസ്ത്രോത്സം ഇൻ ചാർജ്ജ് കുഞ്ഞൂസിന് വന്നു. എന്താന്ന് വെച്ചാൽ സ്കൂളിലെ സയൻസ് അധ്യാപികയായ അവൾക്കായിരുന്നു സ്കോളർഷിപ് ചാർജും. എല്ലാം കൂടെ പാവം ചെറുതാ

യി ഒന്നു പേടിച്ചു എന്ന് പറയാലോ. പിറ്റേന്ന് രാവിലെ മുതൽ അവൾക്ക് വയറിളക്കം. ഇതു കേട്ടിട്ട് ചിരിക്കണോ കരയണോ എന്നയവസ്ഥയിൽ ഞാനും, അവളുടെ വീട്ടുകാരും, പിന്നെ അവളുടെ എല്ലാമായ തമ്പുരാനും. അവളുടെ തമ്പുരാൻ കട്ടക്ക് അവളുടെ കൂടെയുണ്ട് താനും. എന്നിട്ടും അവൾ പോകുന്നില്ലത്രേ! അവൾക് എന്താണ് ചെയ്യിപ്പിക്കേണ്ടെന്നു അറിയില്ല എന്ന് ആവലാതികൾ പലതും പറയുന്നുണ്ട്. അങ്ങനെ, ശാസ്ത്രോത്സവം എത്തി. അവളുടെ കുട്ടികളെയും കൊണ്ട് അവൾ പോയി.

ജയിക്കില്ല ഒന്നും കിട്ടില്ല എന്നു പറഞ്ഞു പരിഹസിച്ച സഹപ്രവർത്തകർക്ക് മുന്നിൽ എ യും ബി യും ഗ്രേഡുകൾ വാങ്ങിയാണ് വന്നത്. പിറ്റേന്ന് സ്കൂളിൽ ചെന്നപ്പോൾ പ്രഥമ അദ്ധ്യാപികടേയും മറ്റു സഹപ്രവർത്തകരുടെയും രക്ഷകർത്താക്കളുടെയും അഭിനന്ദനങ്ങൾ. അവൾക്ക് അന്ന് എന്തെന്നില്ലാത്ത സന്തോഷമായിരുന്നു.

ആയിടയ്ക്ക് തന്നെ അവൾ ചെറിയ കവിതകൾ എഴുതാനും പുസ്തകങ്ങൾ വായിക്കാനും തുടങ്ങിയിരുന്നു. ഇപ്പോൾ കുഞ്ഞിയുടെ കവിത ഒരെണ്ണം പ്രകാശനം ചെയ്യാനൊരുങ്ങുന്നു. അവൾ വളരുന്നത് അവളുടെ തമ്പുരാൻ നോക്കി നിൽക്കുന്നതും താങ്ങായി കൂടെ നിൽക്കുന്നതും രസകരയമായ ഒരു അനുഭവം തന്നെയാ

ണ്. ആരും കൊതിച്ചു പോകും അങ്ങനെയുള്ള ഒരു കൂട്ട്. കൂട്ടുകാരി ആണെങ്കിലും അവളുടെ സ്വാഭാവത്തിൽ എനിക്കു ഇഷ്ടപ്പെടാത്തതായി രണ്ടു കാര്യങ്ങൾ ഉണ്ട്. നിസ്സാര കാര്യത്തിന് സങ്കടപ്പെടുകയും പിണങ്ങി മാറി വാശി കാണിച്ചു ഇരിക്കുകയും ചെയ്യുന്നത്.

ഒരു ദിവസം അമ്പലത്തിൽ ഉത്സത്തിനു പോയിരുന്നു.

ഞങ്ങൾ കൂട്ടുകാരും വീട്ടുകാരുമൊക്കെയുണ്ട്. ഉത്സവം കാണാം ചിന്തിക്കടയിൽ കയറാം, കപ്പലണ്ടി വാങ്ങാം എന്നൊക്കെ പല പ്ലാൻ ആണ് ഞങ്ങൾക്ക്. അങ്ങനെ ക്ഷേത്രത്തിൽ എത്തി ദേവനെ തൊഴുതു. അടുത്ത ലക്ഷ്യം ഉത്സവപ്പറമ്പിൽ പോയി കുപ്പിവള വാങ്ങണം. ഈ കാര്യം കുഞ്ഞൂസ് തമ്പുരാനോട് പറഞ്ഞു. പക്ഷെ, തമ്പുരാൻ സമ്മതിച്ചില്ല. കുപ്പിവള കുഞ്ഞൂസിനു വളരെ ഇഷ്ടമാണ്. അവളുടെ കൈയിൽ ആവശ്യത്തിൽ കൂടുതൽ കുപ്പി വളകൾ ഉണ്ട് താനും. എന്നാലും വാങ്ങണം എന്ന് വാശി പിടിക്കുന്നുണ്ട്. ഞങ്ങൾ എല്ലാരും കുറച്ചു ദൂരെ ഇതെല്ലാം നോക്കി നിൽക്കുകയാണ്. അവളുടെ പിണക്കം വാശി ഒക്കെ കാണാൻ നല്ല രസമുണ്ട്. തമ്പുരാൻ സമ്മതം മൂളുന്നില്ല. അവൾ മിണ്ടാതെ പിണങ്ങി ഞങ്ങളുടെയടുത്തു വന്നു. തൊട്ടു പിന്നാലെ ഒരു വിളി "കുഞ്ഞൂസേ..! നില്ല്. ദേ, നോക്കിക്കേ.."

കറുപ്പും വെള്ളയും ഇടലകർന്ന നല്ല മനോഹരമായ കുപ്പിവളകൾ!.

അവളുടെ സന്തോഷം നിറഞ്ഞ ചിരി കാണേണ്ടത് തന്നെ. ഉത്സവപ്പറമ്പിൽ വന്നിട്ട് അവളെ പിണക്കി തിരികെ കൊണ്ടുപോകാൻ അവളുടെ തമ്പുരാനു കഴിയുമോ, കുഞ്ഞൂസേ എന്ന വിളിയിൽ തീരില്ലേ എല്ലാം!.

ശ്രീകല വൈശാഖ്

തിരുവനന്തപുരം മലയിൻകീഴ് താമസം. Accountant. ഭർത്താവ് വൈശാഖ് (Auditor). രണ്ട് മക്കൾ ജാനകി, കൃതികേഷ്. ചെറുകഥകളും കവിതകളും എഴുതുന്നു. സംസ്കൃതിയുടെ നാടകങ്ങളിൽ അഭിനയിച്ചിട്ടുണ്ട്. നവതൂലികയുടെ ക്രിസ്തുമസ് കവിതാ സമാഹാരത്തിലും. ഓൺലൈൻ മാഗസിനുകളിലും ചെറുകഥയും കവിതകളും ഉൾപ്പെട്ടിട്ടുണ്ട്.

അവസാന വാക്ക്

പുലർച്ചയായിട്ടും അന്തരീക്ഷമാകെ കാർ മൂടിനിൽക്കുകയായിരുന്നു. ദാസ് അച്ഛന്റെ ശരീരമാകെ ചൂടുവെള്ളത്തിൽ തുടച്ച് വൃത്തിയാക്കി മുഷിഞ്ഞ തുണികളും മാറ്റി കിടത്തി മുറിക്ക് പുറത്തേക്ക് ഇറങ്ങാൻ തുടങ്ങിയപ്പോൾ കേശു പറഞ്ഞു.

“മോനേ കുറച്ചു നേരം എന്റെയടുത്ത് ഇരിക്കുമോ? അച്ഛന് നിന്നോട് കുറച്ച് സംസാരിക്കാനുണ്ട്.”

“ഇപ്പോത്തന്നെ താമസിച്ചു അച്ഛാ, സമയമില്ല. ഞാൻ ഓഫീസിൽ പോയി വന്നിട്ട് ഇരിക്കാം.”

“ശരിമോനെ”

ദാസ് പുറത്തേക്ക് പോയി.

ഇളംകാറ്റ് ജനൽപ്പാളികളിലൂടെ മുറിയ്ക്കുള്ളിലേക്ക് കടന്ന് കേശുവിന്റെ ദേഹത്ത് ചെറുതായി തട്ടിത്തലോടി കടന്നുപോയി. "മോളേ, നീയാ ജനൽ അടച്ചേക്കൂ... അച്ഛന് നന്നായി തണുക്കുന്നു.”

“ദാ വരുന്നു അച്ഛാ..”

മീര ഉണ്ണിക്കുട്ടനെ സ്കൂളിൽ അയക്കുന്ന തിരക്കിലായിരുന്നു.

“ദാസ് ഇറങ്ങിയോ മോളെ? അവനോട്, വരുമ്പോൾ വേദനയ്ക്കുള്ള മരുന്നും കൂടെ വാങ്ങിക്കൊണ്ടു വരാൻ പറയൂ. രണ്ടു ദിവസമായിട്ട് പല്ലിന് നല്ല വേദന.”

“ഹാ.. പറയാം.”

മീര ഉണ്ണിയെ ഇറക്കുകയായിരുന്നു.

ദാസ് ഓഫീസിൽ പോകാൻ റെഡിയായി ഇറങ്ങിവന്നു.

"മോനേ സ്കൂളിൽ പോകാൻ സമയമായി." ഉണ്ണിക്കുട്ടൻ അപ്പോഴും കളിച്ചോണ്ടിരിക്കുകയായിരുന്നു.

മീര പെട്ടെന്ന് ഉണ്ണിക്ക് ഭക്ഷണം കൊടുക്കാൻ തുടങ്ങി.

"ദാസേട്ടാ... അച്ഛന്റെ അടുത്തൊന്നു പോകൂ എന്റെടുത്ത് എന്തോ പറയാൻ പറഞ്ഞിരുന്നു ഞാൻ മറന്നു."

"ഇറങ്ങാനുള്ള സമയമായില്ലേ? വന്നിട്ട് സംസാരിക്കാം. അച്ഛൻ ഓരോന്ന് പറഞ്ഞോണ്ടിരിക്കും. ഒരു സമയമാകും."

ദാസ് പെട്ടെന്ന് വണ്ടി എടുക്കാൻ ഇറങ്ങി. ഉണ്ണിക്കുട്ടൻ ഓടി അകത്തേക്ക് പോയി.

"നീ പെട്ടെന്ന് വരുന്നുണ്ടോ"

"ഇപ്പൊ വരാം. അച്ഛാച്ചന് റ്റാറ്റ പറഞ്ഞിട്ട് വരാം."

ഉണ്ണിക്കുട്ടൻ മുറിക്കുള്ളിലേക്ക് പോയി.

"അച്ഛാച്ചാ സ്കൂളിൽ പോയിട്ടു വരാം." ഉണ്ണിക്കുട്ടൻ കേശുവിന് ചെറു ചുംബനം നൽകി. കേശു അവന്റെ കവിൾത്തടങ്ങളെ ഒന്ന് തലോടി. "മോൻ സ്കൂളിൽപോയി വന്ന് കുറച്ചുനേരം അച്ഛാച്ചനോടൊപ്പം ഇരിക്കണം പഠിച്ചതൊക്കെ പറഞ്ഞു തരണം. മോൻ പോയിട്ടു വാ." ഉണ്ണി സ്കൂളിലേക്കു പോയി.

അപ്പോഴും ആ ജനലുകൾ തുറന്നു തന്നെ കിടന്നു. തണുത്ത കാറ്റ് കേശുവിനെ കെട്ടിപ്പുണർന്നുകൊണ്ടേയിരുന്നു. രണ്ട് വർഷത്തോളമായി കേശു കിടപ്പിലാണ്.

"മോളെ.. , മോളെ മീരെ..."

വരുന്നച്ചാ മീര മുറിയിലേക്ക് ചെന്നു.

"എന്താ അച്ഛാ.."

"വൈകിട്ട് ദാസ് വരുമ്പോ എന്നെ ഒന്ന് കാണാൻ പറയണം കണ്ടിട്ട് അവനോട് ചില കാര്യങ്ങൾ പറഞ്ഞേൽപ്പിക്കേണ്ടതുണ്ട്."

"പറയാം അച്ഛാ" എന്നു പറഞ്ഞ് മീര പുറത്തേക്ക് ഇറങ്ങാൻ തുടങ്ങിയപ്പോ കേശു വീണ്ടും വിളിച്ചു.

"മോളെ ജോലി ഒക്കെ കഴിഞ്ഞ് കുറച്ചുനേരം അച്ഛന്റെ അടുത്ത് ഇരിക്കാമോ? ഒറ്റയ്ക്ക് ഈ മുറിയിൽ വയ്യ. മനസ്സു മടുത്തു. ഒറ്റപ്പെട്ടു പോയ കുട്ടിയെ പോലെ തോന്നുന്നു."

അച്ഛന്റെ വാക്കുകൾ കേട്ടപ്പോൾ മീരയുടെ കണ്ണുകൾ നിറഞ്ഞുനിന്നു. "ഞങ്ങളൊക്കെയില്ലേ അച്ഛന്?" വാക്കുകൾ ഇടറിക്കൊണ്ട് മീര പറഞ്ഞു.

ജനലുകൾക്കിടയിലൂടെ കാറ്റ് മീരയുടെ ദേഹത്തും തലോടി. അപ്പോഴാണ് മീര അച്ഛൻ പറഞ്ഞത് ഓർമ്മിച്ചത് അയ്യോ! ഞാൻ

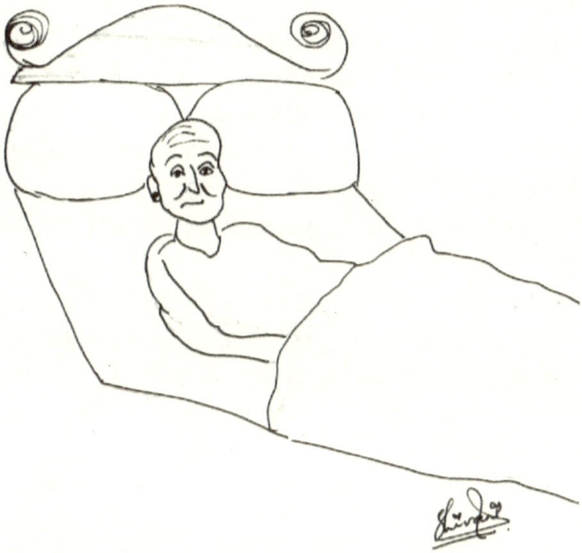

ജനലടയ്ക്കാൻ മറന്നു.

വേഗം ജനലുകൾ അടച്ചു. പുതപ്പെടുത്ത് അച്ഛനെ പുതപ്പിച്ചു കൊടുത്തു.

അച്ഛാ, എന്തേലും വേണമെങ്കിൽ പറഞ്ഞാൽ മതി. ഞാൻ ജോലിയൊക്കെ വേഗം തീർത്തിട്ടു വരാം എന്നു പറഞ്ഞു മുറിയിൽ നിന്നും പുറത്തേക്കിറങ്ങി.

മീരയുടെ മനസാകെ ഭാരം നിറഞ്ഞ പോലെ തോന്നി. അന്നേ ദിവസം കുറച്ചധികനേരം കേശുവിനോട് നാട്ടുവിശേഷങ്ങളും പറഞ്ഞ് മീര അടുത്തിരുന്നു.

ഉച്ചഭക്ഷണം കഴിപ്പിച്ച് മീര പുറത്തേക്ക് ഇറങ്ങാൻ തുടങ്ങിയപ്പോൾ കേശു മീരയോട് പറഞ്ഞു.

"ദാസിനോട് എന്റെ അടുത്ത് മറക്കാതെ വരാൻ പറയണേ."

"ശരിയച്ഛാ. അച്ഛൻ അല്പനേരം മയങ്ങൂ" എന്ന് പറഞ്ഞ് മീര പുറത്തേക്ക് പോയി.

വൈകുന്നേരമായപ്പോഴെക്കും ദാസ് ഉണ്ണിക്കുട്ടനെയും കൊണ്ട് വന്നു. വന്നപാടെ അച്ചാച്ചന്റെ മുറിയിലേക്കോടി തിരികെ വന്നു മീരയോട് പറഞ്ഞു. "അപ്പൂപ്പൻ ഉറങ്ങുവാ മിഠായി കൊടുത്തപ്പോ വാങ്ങിയില്ല."

“ശല്യപ്പെടുത്തേണ്ടമോനെ. അച്ചാച്ചനുക്ഷീണം കാണും. മോൻ പോയി കളിച്ചോ.”

ചായ കുടിച്ചുകൊണ്ടിരുന്ന ദാസിനോട് മീര അച്ഛന്റെ കാര്യങ്ങളെക്കെ പറഞ്ഞു. അച്ഛന് ഓർമ്മയെക്കെ കുറഞ്ഞെന്ന് തോന്നുന്നു. ഒരു കാര്യം തന്നെ ഇടയ്ക്കിടയ്ക്ക് പറയുന്നു. ഡോക്ടറെ കാണിക്കണം നാളെത്തന്നെ. അച്ഛന്റെയടുത്ത് കുറച്ചുനേരം ഇരുന്നിട്ട് വരാം. നീ കുറച്ചു വെള്ളം കൂടിയെടുത്തോ. പല്ലുവേദനയുടെ ഗുളികകൂടി കൊടുക്കണം. വെള്ളവുമെടുത്ത് മീരയും ദാസും മുറിക്കകത്തേക്ക് പോയി.

അച്ഛൻ നല്ല ഉറക്കത്തിലായിരുന്നു.

ദാസ് അടുത്ത് ഇരുന്നു. അച്ഛന്റെ കൈ തണുത്തിരിക്കുന്നു. ദേഹവും തണുത്തു തുടങ്ങിയിരിക്കുന്നു..

ദാസിന്റെ കണ്ണുകളിൽ രക്തം തളംകെട്ടി നിന്നു. അച്ഛൻപോയി കഴിഞ്ഞിരിക്കുന്നു.

പറയാൻ എന്തൊക്കെയോ ബാക്കി വച്ച് ഉണരാത്ത ഉറക്കത്തിലേയ്ക്കാണ്ട്...

മഹമൂദ് കെ. സി.

മലപ്പുറം ജില്ലയിലെ എ. ആർ നഗർ പഞ്ചായത്തിൽ പ്രസിദ്ധമായ മമ്പുറം എന്ന പ്രദേശത്തു കൊങ്ങശേരി സൈനുദ്ധീൻ - അയിഷാബി എന്നിവരുടെ അഞ്ചാമത്തെ മകനായി 1990- ൽ ജനനം. ഭാര്യ - ഹുസ്ന ജാസ്മിൻ, മക്കൾ - സൈൻ മിർസാൻ & സിയാൻ മാസിൻ. ദുബായിൽ ഒരു പ്രമുഖ കൺസ്ട്രക്ഷൻ കമ്പനിയിൽ ജോലി ചെയ്യുന്നു. വിദേശത്തും നാട്ടിലും സാമൂഹ്യക്ഷേമ പ്രവർത്തനങ്ങളിലും, ചാരിറ്റി പ്രവർത്തനങ്ങളിലും സജീവം. വിദ്യാഭ്യാസ കാലഘട്ടം മുതൽ കഥ, കവിത രചന മത്സരങ്ങളിൽ വിജയിച്ചിട്ടുണ്ട്, പുസ്തകങ്ങളിൽ രചനകൾ പ്രസിദ്ധീകരിച്ചിട്ടുണ്ട്.

പ്രവാസി

പ്രവാസം ഒരു റബ്ബർപ്പന്ത് പോലെയാണെന്ന് പറഞ്ഞു കേൾക്കാറുണ്ടെങ്കിലും അനുഭവിച്ചവർക്കേ അതിന്റെ വാസ്തവം അറിയൂ എന്നതാണ് സത്യം.

പഠനമൊക്കെ കഴിഞ്ഞ് നാട്ടിൽ അല്ലറചില്ലറ പണിയൊക്കെയായി കുറേ കളികളും, ഇത്തിരി കാര്യവും നിറഞ്ഞ ഒരു ജീവിതം നയിക്കുന്നതിനിടയിലാണ് വേണ്ടപ്പെട്ടവരുടെ ഉപദേശത്തിന്റെ ഫലമായി മണലാരണ്യത്തിലേക്ക് നാട് കടത്തപ്പെട്ടത്.

ഞാനൊന്നു രക്ഷപ്പെട്ടു കാണണമെന്ന് അന്ന് വീടും, നാടും, നഗരവുമൊക്കെ ആഗ്രഹിച്ചിരുന്നത് എന്തിനാണാവോ?!

ശല്യം ഒഴിവാക്കാനോ?! അതോ ഞാനൊന്നു രക്ഷപ്പെട്ടു കാണണമെന്ന് അവർക്കു അത്രയ്ക്ക് ആഗ്രഹം ഉണ്ടായിരുന്നോ?!

എന്തായാലും, ഗൾഫിൽ പണംകായ്ക്കുന്ന മരമുണ്ടെന്നു ആരോ തെറ്റിദ്ധരിപ്പിച്ചത് കൊണ്ടോ, അല്ലെങ്കിൽ നാട്ടിൽ വരുന്ന പ്രവാസികൾ കാണിക്കുന്ന ജാഡത്തരത്തിൽ മയങ്ങിയോ ആവണം അവർ എനിക്ക് വേണ്ടി ശുപാർശ നടത്തിയത്.

പെങ്ങളെ കെട്ടിച്ചുവിടണ്ടേ? വീട് പുതുക്കിപ്പണിയണ്ടേ? കല്യാണം കഴിക്കണ്ടേ? സ്ഥലം വാങ്ങിക്കണ്ടേ? പുതിയ വീടെടുക്കണ്ടേ? മക്കൾക്കൊക്കെ നല്ല വിദ്യാഭ്യാസം നൽകണ്ടേ? പുതിയ കാർ വാങ്ങിക്കണ്ടേ? പുതിയ സംരഭം തുടങ്ങണ്ടേ..? തുടങ്ങിയ ചോദ്യങ്ങളുമായി പലരും നിരത്തിയ പ്രലോഭനങ്ങൾക്ക് കണക്കില്ലായിരുന്നു

എന്നുതന്നെ പറയാം.

ഇന്നത്തെപോലെ തവണ വ്യവസ്ഥയിൽ പണം നൽകി കാര്യങ്ങൾ നേടിയെടുക്കാനുള്ള അവസരങ്ങൾ അന്ന് കുറവായിരുന്നതിനാൽ പല കൊട്ടേഷനുകളും നേടിയെടുക്കുന്നതിൽ മുൻപന്തിയിൽ പ്രവാസികൾ തന്നെയായിരുന്നു.

ഒന്നോ രണ്ടോ വർഷം ഗൾഫിൽ നിന്ന് നാട്ടിൽ വന്ന് അത്തറും പൂശി വിലകൂടിയ കാറിൽ കറങ്ങുന്ന മഹാന്മാർ ശരിക്കും യുവതലമുറയ്ക്കുള്ള ഹരമായിരുന്നു എന്ന് വേണം പറയാൻ.

കണ്ടുവച്ച പെണ്ണിനെ മഹറും കൊടുത്ത് കൊത്തിക്കൊണ്ട് പോവുന്നത് മുതൽ നാട്ടിലെ മുക്കിലും മൂലയിലും സ്ഥലം വാങ്ങുന്നതും, പുതിയ സംരംഭങ്ങൾ തുടങ്ങുന്നതും, ഓടിട്ട കൂരകൾക്ക് നടുവിൽ ബംഗ്ലാവുകൾ പൊക്കുന്നതും, നാട്ടിലെ നിരത്തുകളിൽ ശബ്ദകോലാഹളങ്ങൾ ഉണ്ടാക്കുന്ന സ്പോർട്ട്സ് വാഹനങ്ങൾ നിറയ്ക്കുന്നതുമൊക്കെ പ്രവാസികളോ അല്ലെങ്കിൽ അവരുടെ മക്കളോ ഒക്കെയായിരുന്നു.

മരംചുറ്റി പ്രണയം നൽകിയ സുഖത്തേക്കാൾ പണം വാരിവിതറിയുള്ള പ്രണയത്തിനുണ്ടെന്ന് എന്റെ നെഞ്ചകം തകർത്ത് ഒരു ഗൾഫുകാരൻ കാണിച്ചു തന്നപ്പോഴാണ് എന്റെ പല ആഗ്രഹങ്ങളും പ്രവാസിയായ പലരും അപഹരിച്ചു പോവുന്നുണ്ടെന്ന് സ്വയം മനസിലാക്കി അവരുടെയൊക്കെ ജീവിതം കണ്ട് അസൂയ കേറി ഞാൻ കടൽ കടന്നത്. കടലിനക്കരെ കാണാനുള്ള യാത്രയിലെ സ്വപ്നങ്ങളിൽ മുഴുക്കെ പണം പൊഴിയുന്ന മരത്തിനടിയിൽ നിന്നും എത്രയും പെട്ടെന്ന് കഴിവിന്റെ പരമാവധി ചാക്കിലാക്കി കേരവൃക്ഷങ്ങളുടെ നാട്ടിലേക്ക് തിരിച്ചു നീന്തണം എന്നായിരുന്നു മോഹിച്ചതും.

മണൽത്തരികളിൽ കാലൂന്നിയ നിമിഷം തിരിച്ചറിവ് നൽകിയത് നാട്ടിൽ ചീറിപ്പാഞ്ഞു നടക്കുന്ന പ്രവാസികളുടെ വിയർപ്പിന് ചോരയുടെ മണമുണ്ടെന്ന് മനസ്സിലാക്കിയാണ്.

നീണ്ടവർഷങ്ങളുടെ ഇടവേളകളിൽ വന്ന് വെള്ളയും വെള്ളയും ധരിച്ച് വിലകൂടിയ കാറിൽ കൂളിംഗ് ഗ്ലാസും വച്ചു നടക്കുന്ന അബൂക്ക തിരക്കേറിയ റെസ്റ്റോറന്റിലെ എ. സിപോലും ചലിപ്പിക്കാൻ കഴിയാത്ത അടുക്കളയിൽ ചുട്ടുപൊള്ളുന്ന അടുപ്പുകൾക്കു നടുവിൽ ബിരിയാണിയുണ്ടാക്കുന്നതായിരുന്നു ആദ്യം വിദേശത്ത് വന്നുകണ്ട കാഴ്ച.

ബാംഗ്ലൂരിൽ എഞ്ചിനീയറിങ്ങിനു പഠിക്കുന്ന കൂട്ടുകാരന്റെ അച്ഛനായ രാജുച്ചേട്ടനെ കാണാൻ പോയിട്ട് പോസ്റ്റായ കാര്യമെന്നും

മനസ്സിൽ നിന്നും മായാത്ത കാഴ്ചയാണ്. തിരക്ക് പിടിച്ച ഒരു കടയിൽ ജോലിക്കാരനായി അടിമപ്പണി ചെയ്യുന്ന രാജുച്ചേട്ടനെ ഒരു നോട്ടം കണ്ടെങ്കിലും ആളുകളുടെ വരവും പണിക്കാരുടെ കുറവും കാരണം ഒരു വാക്ക് മിണ്ടാൻ അദ്ദേഹത്തെ മണിക്കൂറുകളോളം കാത്തുനിന്ന നിമിഷങ്ങൾ!

നാട്ടിലെത്തിയാൽ മൂന്നാറിലും, ഊട്ടിയിലും, മൈസൂറുമൊക്കെ കറങ്ങി അതിന്റെ വീമ്പ് പറഞ്ഞുനടക്കാറുള്ള ജോസഫേട്ടൻ വണ്ടിയുമായി എന്നെ കാണാൻ വരുന്നുണ്ടെന്നു വിളിച്ചു പറഞ്ഞപ്പോൾ ഞാൻ പ്രതീക്ഷിച്ച ലക്ഷ്വറി കാറിനു പകരം ഡെലിവറി സ്കൂട്ടറിൽ പൊരിവെയിലത്ത് എന്റെ മുന്നിൽ പ്രത്യക്ഷനായ നിമിഷം!

വെയിലിന്റെ കാഠിന്യം മൂലം ചട്ടിയിലിട്ട എണ്ണയിൽ ഉരുകുന്ന പഴംപൊരിയുടെ അവസ്ഥയിൽ ജോലി അന്വേഷിച്ചു നടന്ന നിമിഷങ്ങൾ!

മീനോ ഇറച്ചിയോ ഇല്ലാതെ ചോറുണ്ണാൻ കഴിയില്ലെന്ന് വീട്ടിൽ വാശിപിടിച്ചിരുന്ന ഞാൻ പരിപ്പ്കറിയുടെയും, ഉണക്കകുബ്ബൂസിന്റെയും രുചിയറിഞ്ഞ നിമിഷങ്ങൾ!

പൊരിവെയിലത്ത് റോഡുകളും, പാലങ്ങളും, കെട്ടിടങ്ങളുമൊക്കെ നിർമ്മിക്കുന്നതുമായി ബന്ധപ്പെട്ടു ജോലി ചെയ്യുന്ന ബ്ലൂകോളർ ജോലിക്കാരുടെ കഷ്ടപ്പാടുകൾ!

അതിലുപരി, "ഇവിടെയെത്തിയാൽ മാത്രം മതി, താമസം എന്റെ കൂടെ ശരിയാക്കിത്തരാം" എന്ന പിതൃസഹോദരന്റെ വാഗ്ദാനത്തിൽ സ്വപ്നം കണ്ട അറബികൾ പണിത മൂന്നുനിലയുള്ള ബംഗ്ലാവുകൾക്ക് പകരം ഷെഡ്ഡുകൾ പണിത റൂമിൽ കട്ടിലുകൾ കൊണ്ട് മൂന്നു നിലയുണ്ടാക്കിയെടുത്ത കാഴ്ച്ച. ഒരുമാസത്തെ സന്ദർശന വിസ എല്ലാം പഠിപ്പിച്ചു തന്നു.

എടുത്തകാല് പിന്നോട്ട് വയ്ക്കുന്നതിനെക്കുറിച്ച് ആലോചിച്ച നിമിഷങ്ങളാണ് എന്നെ ഈ കുഴിയിലേക്ക് ചാടിച്ചതെന്നു പറയാം.

അന്ന് ഒരടി പിറകോട്ടു വച്ചിരുന്നെങ്കിൽ ഉറ്റവരെയും ഉടയവരെയും വിട്ട് ലോകത്തിന്റെ ഒരു കോണിൽ ഒറ്റപ്പെട്ടവനായി മാറില്ലായിരുന്നു.

എന്നെപ്പോലെ എത്രയോ ജീവനുകൾ രാത്രിയോ പകലോ എന്ന് പോലുമറിയാതെ സമയം തള്ളി നീക്കുന്നു.

മരുഭൂമിയിൽ അലയുന്ന ഒട്ടകങ്ങൾക്കും ഈ നാട്ടിൽ ജോലി തേടിവന്ന എന്നെപ്പോലെയുള്ളവർക്കുമെല്ലാം മണിക്കൂറുകൾ ദൈർഘ്യം പലപ്പോഴും കൂടുതലാണെന്നു തോന്നാറുണ്ട്. പകൽവെളിച്ചം ഒന്നണഞ്ഞിട്ടു വേണം കണ്ണുകൾക്കും ശരീരത്തിനും വിശ്രമം നൽകണമെന്ന് നേരം പുലർന്നത് മുതൽ ചിന്തിക്കുന്നവർ.

കലണ്ടറിലെ ദിവസങ്ങളും, ആഴ്ചകളും, മാസങ്ങളും, വർഷങ്ങളുമെല്ലാം കളങ്ങളിലെ അക്കം വെട്ടി നാട് കാണാനുള്ള തിയതി കുറിക്കുന്ന റൂമിലുള്ള ഫൈസൽ..

പലരുടെയും വിശ്വാസ വഞ്ചനയിൽ നാടെന്ന സ്വപ്നം അന്യമായി വിസയും മറ്റു രേഖകളുമില്ലാതെ താൽക്കാലിക ജോലി ചെയ്യുന്ന ബംഗാളി സഹോദരൻ ബഷീർ..

നാട്ടിൽ ലഭിക്കുന്നതിനേക്കാൾ കൂലി കുറവാണെങ്കിലും ഗൾഫിലാണെങ്കിൽ കൂട്ടി വെച്ചാൽ അതൊരു പലതുള്ളി പെരുവെള്ളം ആവുമെന്ന പ്രതീക്ഷയോടെ അധിക സമയം ജോലി ചെയ്തു ജീവിക്കുന്ന മുനീർ..

നാട്ടിലെ പ്രമാണിയെന്ന സ്ഥാനപ്പേരിൽ അറിയപ്പെടുന്ന, ഇവിടെ കടം കേറി ചെക്ക് കേസിൽ അകത്തു കിടക്കുന്ന കരീം ഹാജിയുടെ വീട്ടിലേക്കു തങ്ങളുടെ ചെറിയ വരുമാനത്തിൽ നിന്ന് ചില്ലറകൾ പിരിവെടുത്തയക്കുന്ന അദ്ദേഹത്തിന്റെ നാട്ടുകാർ..

പലതരത്തിലുള്ള പ്രവാസികളുടെ വിഷമങ്ങളെയാണ് ആദ്യം തന്നെ എനിക്ക് കാണേണ്ടി വന്നത്.

വിഷമങ്ങൾക്കിടയിലും സന്തോഷങ്ങൾക്ക് സമയം കണ്ടെത്തിയ അതുമല്ലെങ്കിൽ, സന്തോഷവാനാണ് എന്ന് സ്വയം വരുത്തിത്തീർക്കുന്ന പലരെയും കണ്ട് ഇതുവരെയുള്ള പ്രവാസം തള്ളിനീക്കിയത്.

ഇനിയിപ്പോ, എനിക്ക് ഈ വിഷമങ്ങൾ കാണാതെയോ അനുഭവിക്കാതെയോ ജീവിക്കാൻ കഴിയുമെന്ന് തോന്നുന്നില്ല. സ്വന്തമല്ലെങ്കിലും മറ്റുള്ളവരുടെ വിഷമങ്ങൾപോലും നമ്മുടെ വിഷമമായി മനസ്സ് കൊണ്ടെങ്കിലും ഏറ്റെടുക്കാൻ പ്രവാസികൾ കാണിക്കുന്ന ആത്മാർത്ഥത പലപ്പോഴും അത്ഭുതമായി തോന്നിയിട്ടുണ്ട്.

ഇനിയും മടങ്ങിയാലും കാലം എന്നെ ഇങ്ങോട്ട്തന്നെ തിരികെയെത്തിക്കും എന്ന് ഞാൻ എന്നോട് പറയാറുണ്ട്.

ഞാനും ആരും കാണാതെ വിഷമങ്ങളെ കുറിച്ച് വയ്ക്കുന്നുണ്ട്. എന്റെ പെട്ടിക്കുള്ളിൽ ഭദ്രമായി വച്ച ഡയറിക്കുറിപ്പുകളിൽ.

സന്തോഷ് തെക്കെപ്പുള്ളിൽ

തൃശൂർ ജില്ലയിലെ അരിമ്പൂർ നിവാസി.
ഭാര്യ: അഞ്ജന സന്തോഷ്. മകൾ: സഞ്ജന സന്തോഷ് (ബാംഗ്ലൂർ).
എം. കോം ബിരുദം നേടിയ ശേഷം 25 വർഷത്തോളം ഇന്റർനാഷണൽ ബിസിനസ് മാനേജറായി ഈജിപ്തിൽ ജോലി ചെയ്തു. ഇപ്പോൾ നാട്ടിൽ സ്ഥിര താമസം. സോഷ്യൽ മീഡിയയിലും സംഗീത രംഗത്തും പൊതുരംഗത്തും സജീവം.
ഫോൺ: 8590791813

ഒറ്റമുറിയും ഞാനും ചിന്തകളും

ഒറ്റമുറിയിലെ ആ പഴകിയ കട്ടിലിൽ അയാൾ ഇരുന്നു.

എന്തോ, ഇന്ന് നേരത്തെ പോരാൻ തോന്നി. കടയിൽ പറഞ്ഞു. അങ്ങനെ പതിവില്ലാത്തതിനാൽ മുതലാളി "ഇന്നെന്ത് പറ്റി?!" എന്ന് ചോദ്യരൂപത്തിൽ നോക്കിയതിന് ശേഷം സമ്മതിച്ചു.

താനങ്ങനെ ചെയ്യാറില്ല. അതാണ് മുതലാളിക്ക് അത്ഭുതം തോന്നാൻ കാരണം.

സാധാരണ രാത്രി വളരെ വൈകി മാത്രമേ മുറിയിൽ തിരികെ എത്താറുള്ളൂ. എല്ലാജോലിക്കാരും പോയതിന് ശേഷമേ താൻ കടയിൽ നിന്ന് മടങ്ങാറുള്ളൂ.

ജോലി നേരത്തെ കഴിഞ്ഞാലും മുറിയിലേക്ക് വരാതെ പുറത്ത് എവിടെയെങ്കിലും കറങ്ങും.

മുറിയിലേക്ക് വന്നാലും തനിച്ചല്ലേ. പ്രത്യേകിച്ച് ഒന്നും ചെയ്യാനുമില്ല. വെപ്പും കുടിയും ഒന്നും ഇല്ല. ഭക്ഷണമൊക്കെ പുറത്ത് നിന്ന്. അതായത്, ജോലി ചെയ്യുന്ന കടയിൽ നിന്ന് ആയതിനാൽ മുറിയിൽ തിരികെ എത്തിയാൽ നേരെ ഈ പഴയ കട്ടിലിലേക്ക് ചെരിയും.

പിന്നെ, ആ ദിവസത്തെ വിശേഷങ്ങൾ വിഷമങ്ങൾ പരിഭവങ്ങൾ ഒക്കെ പറഞ്ഞ് തീർക്കും കിടക്കയോട്.

ഇതൊക്കെ പറയാൻ, പങ്കുവെക്കാൻ വേറെ ആരാ തനിക്ക് ഉള്ളത്? താൻ മാത്രമല്ലേ ഉള്ളൂ. എല്ലാവരും അകന്നു പോയി. അതോ താൻ അകന്ന് മാറിയതോ?.

മാറി നിൽക്കേണ്ടി വന്നു. അതാണ് തനിച്ചായത്. അതൊക്കെ

പഴയ കഥ. ഓർക്കാതിരിക്കാൻ ശ്രമിക്കുന്ന കാര്യങ്ങൾ.

ഇന്ന് രാവിലെ പതിവ്പോലെ കടയിൽ വന്നു.

കടയിലെ തിരക്കിനിടയിൽ നാട്ടിലെ ഒരു സുഹൃത്ത് രമേഷ് കടയിൽ വന്നു കണ്ടു.. വല്ലപ്പോഴുമൊക്കെ അവൻ കടയിൽ വരാറുണ്ട്. ആരുമായും അധികം കൂട്ടില്ലാത്ത അതോ കൂട്ടുകൂടാത്തതോ ആയ ആളാണ് താൻ. അങ്ങനെ ആയിപ്പോയതാണ്. ഒരു കാലത്ത് കൂട്ടുകാരെ വിട്ടൊരു ലോകം ഇല്ലാത്ത ആളായിരുന്നു താൻ.

പക്ഷെ, ചില അനുഭവങ്ങൾ വ്യക്തിപരമായ ചില സംഭവങ്ങൾ അവ തന്നെ കൂട്ടുകാരിൽ നിന്നും തന്റെ നാട്ടിൽ നിന്നും അകറ്റി. എല്ലാം വിട്ട് മാറി പോരേണ്ടി വന്നു. അങ്ങനെ ഇവിടെ എത്തി. നേരത്തെ പറഞ്ഞത് പോലെ, അതൊക്കെ കഴിഞ്ഞ കാര്യങ്ങൾ.

പറഞ്ഞ് വന്നത് അങ്ങനെ ഇടയ്ക്ക് കാണാറുള്ള രമേഷ് പറഞ്ഞപ്പോഴാണറിഞ്ഞത്. നാട്ടിലെ തന്റെ വീടിനടുത്തുള്ള ഭഗവതിക്കാവിൽ ഉത്സവമാണത്രേ! അത് കേട്ടപ്പോൾ മനസിലെവിടെയോ ഒരു നൊമ്പരം. നാട്ടിൽ നിന്നും വന്നതിന് ശേഷം നാടിനെക്കുറിച്ചൊന്നും ഓർക്കാറുണ്ടായിരുന്നില്ല. എല്ലാം മന:പ്പൂർവ്വമായിരുന്നു. എല്ലാവരും അകൽച്ച കാണിച്ചപ്പോൾ സ്വയം തീരുമാനിച്ചതാണ്. ഇനി തനിയ്ക്ക് നാടും വീടും ഒന്നും വേണ്ട എല്ലാം അവസാനിച്ചു എന്ന്. എല്ലാം മറന്ന് ഇത്രയും കാലം മുന്നോട്ട് പോയ താൻ ഇന്ന് അവൻ നാടിനെ കുറിച്ച് പറഞ്ഞ് കേട്ടപ്പോൾ പതറിപ്പോയോ? എന്തോ, പതിവില്ലാതെ നാടിനെ പെട്ടെന്ന് ഓർമ്മ വന്നു.

എത്ര കാലമായി അവിടെ നിന്നും പോന്നിട്ട്? താൻ ജനിച്ചു വളർന്ന കളിച്ച് നടന്ന ആ ഗ്രാമം! അതിന്റെ പച്ചപ്പും നൈർമല്യവും ഒക്കെ പൊടുന്നനെ ഓർമ്മയിൽ തെളിഞ്ഞു.

ആ ഓർമ്മകൾക്കിടയിൽ രമേഷിനെയോ കടയിൽ വന്ന ആൾക്കാരെയോ ഒക്കെ ഒരു നിമിഷം മറന്നുപോയി.

കടയിൽ വന്ന ആൾക്കാരുടെ ചോദ്യങ്ങൾ ശരിക്ക് കേൾക്കാൻ കഴിഞ്ഞില്ല. അവരോട് എന്തൊക്കെയോ പറഞ്ഞു.

അവർ ദേഷ്യത്തിൽ തിരിച്ചും എന്തൊക്കെയോ പറയുകയും ചെയ്തുവെന്ന് തോന്നുന്നു. അതും തനിക്ക് വ്യക്തമായില്ല.

നാട്!

അതേ, ഇന്ന് തന്റെ ആ നാട്ടിലെ പ്രധാന ഉത്സവമാണ്. ഭഗവതിക്കാവ്!.

അന്നാട്ടിലെ ആളുകൾ ആ ഉത്സവത്തിനെ ആഹ്ളാദത്തോടെ പറഞ്ഞിരുന്നത്.

ഇത് ഞങ്ങടെ ദേശീയോത്സവമാണ് എന്നായിരുന്നു.

അത് ശരിയായിരുന്നു.

പത്ത് പതിനഞ്ച് ദേശക്കാർ ഒറ്റ മനസ്സോടെ ജാതിമതഭേദമില്ലാതെ ആഘോഷിച്ചിരുന്ന ഉത്സവം.

ഹോ! ഓർക്കുമ്പോൾ പോലും മനസിൽ നിറയുന്ന ആ വികാരം.

അങ്ങിനെയെങ്കിൽ അതിൽ അലിഞ്ഞ് ചേരുമ്പോൾ എന്തായിരിക്കും.

വിവരിക്കാൻ കഴിയില്ല എന്നതാണ് സത്യം.

അതാണ് ആ ഉത്സവം. അത് ഇന്നാണത്രേ!

നാട്ടിൽ ഉണ്ടായിരുന്നപ്പോൾ അതിൽ അലിഞ്ഞ് ചേർന്ന് ആഘോഷിച്ചിരുന്നു.

ആർത്തുല്ലസിച്ചിരുന്നു.

സന്തോഷത്തോടൊപ്പം തന്റെ ജീവിതം തകർന്ന. അല്ല, തകർക്കപ്പെട്ട ദിവസവും അന്നായിരുന്നു. വർഷങ്ങൾക്ക് മുൻപത്തെ ഉത്സവ ദിവസം. താൻ കണ്ട തന്റെ സ്വന്തം നാട്ടിലെ അവസാന ഉത്സവം.

ആഹ്ളാദത്തിമിർപ്പിനിടയിൽ താൻ മനസാവാചാ കർമ്മണാ അറിയാത്ത സംഭവം. ആത്മാർത്ഥർ എന്ന് കരുതിയിരുന്നവർ തന്നെ തനിക്ക് എതിരെ!. വിശ്വസിക്കാനായില്ല. സുഹൃത്തുക്കൾ! അത് പോട്ടെയെന്ന് വെയ്ക്കാം. എന്നാൽ, ആത്മാർത്ഥമായി സ്നേഹിച്ച പെൺകുട്ടി പോലും ആ സംഭവത്തിൽ എന്നെ തള്ളിപ്പറഞ്ഞപ്പോൾ

അത് ഉൾക്കൊള്ളാൻ മനസിന് കഴിഞ്ഞില്ല. തികച്ചും നിരപരാധിയായ തന്നെ എല്ലാവരും കൂടി തകർത്തു കളഞ്ഞു.

രാത്രി ഉത്സവം നടക്കുന്നതിനിടയിൽ ആയിരുന്നു ആ സംഭവം. ആസ്വദിച്ച് പഞ്ചവാദ്യം കണ്ടു നിന്ന തന്നെ മനോജ് ധൃതിയിൽ അമ്പലത്തിന് പുറത്തേയ്ക്ക് വിളിച്ച് കൊണ്ടു പോവുകയായിരുന്നു.

"എന്താണെടാ?" എന്ന് താൻ ഉറക്കെ ചോദിച്ചുവെങ്കിലും അവൻ പറഞ്ഞില്ല.

അമ്പലത്തിനടുത്തുള്ള പറമ്പിലേക്കാണ് അവൻ കൊണ്ടുപോയത്. പ്രത്യേകിച്ച് അമ്പലത്തിൽ എന്തെങ്കിലും ആഘോഷങ്ങൾ ഉണ്ടെങ്കിൽ തന്റെ കൂട്ടുകാർ ആ പറമ്പിലിരുന്നാണ് ചിലപ്പോഴൊക്കെ കൂടാറുള്ളത്.

തനിക്ക് ഇതിനോട് എതിർപ്പായിരുന്നു. ഈ ആഘോഷം മൂർദ്ധന്യത്തിലാവുമ്പോൾ തർക്കങ്ങളിലേയ്ക്കും ഉന്തും തള്ളിലേയ്ക്കും എത്താറുണ്ട്. പിന്നെ, എല്ലാം ശാന്തമാക്കാൻ താനാണ് ഇടപെടാറ്. ഇതിങ്ങനെ കൂടിയപ്പോൾ പലപ്പോഴും ഇതിന്റെ പേരിൽ അവരുമായി തർക്കങ്ങൾ ഉണ്ടായിട്ടുണ്ട്. ഇത് ഇനിയും ആവർത്തിക്കരുതെന്ന് അവരോട് പറഞ്ഞതുമാണ്. ചിലരെയൊക്കെ താൻ പിന്നീട് തന്റെ സൗഹൃദത്തിൽ നിന്ന് മാറ്റി നിർത്തിയിട്ടുമുണ്ട്. അത് അവർക്കും അറിയാം. അതുകൊണ്ട് അവരിൽ ചിലർക്ക് തന്നോട് വൈരാഗ്യവുമുണ്ട്. അതും തനിക്കറിയാമായിരുന്നു.

ഇന്നും എന്തെങ്കിലും അതുപോലെ ഉണ്ടായിട്ടുണ്ടാവും.

നടക്കുന്നതിനിടയിൽ എതിരെ അമ്പലക്കമ്മറ്റി പ്രസിഡന്റ് ചന്ദ്രൻ നടന്ന് വരുന്നുണ്ടായിരുന്നു.

തന്നെയും മനോജിനെയും രൂക്ഷമായി നോക്കി അവൻ തിടുക്കത്തിൽ ഞങ്ങളെ കടന്ന് പോയി.

അവന്റെ ആ ഭാവമാറ്റം ശ്രദ്ധിച്ചു കൊണ്ട് താൻ ആ പറമ്പിലേക്ക് കയറി.

അരണ്ട നിലാവെളിച്ചത്തിൽ അവിടെ ഞാൻ ഒരാളെ മാത്രമേ കണ്ടുള്ളൂ. ഗോപി! ഇവൻ മാത്രമെന്താ ഇവിടെ? ബാക്കിയുള്ളവരെവിടെ? ഒന്നും മനസിലാവുന്നില്ല.

ഒരു നിമിഷം ആലോചിച്ച ശേഷം രണ്ടുപേരോടും കൂടി ചോദിച്ചു. "എന്താ... എന്താ പ്രശ്നം?"

മറുപടിക്ക് മുൻപായി ആ അരണ്ട നിലാവെളിച്ചത്തിലേയ്ക്ക് ഒരു സ്ത്രീ നടന്നു വന്നു. തനിക്ക് ഒന്നും മനസിലായില്ല. ഇതാരാണ്? എന്ന ചോദ്യ ഭാവത്തിൽ ഗോപിയെയും മനോജിനെയും മാറി

മാറി നോക്കി.

ഗോപി പെട്ടെന്ന് തന്റെ കൈ പിടിച്ചിട്ട് പറഞ്ഞു.

“ടാ... രക്ഷിക്കണം. പറ്റിപ്പോയി... ഒരു രസം. പക്ഷെ, ആ ചന്ദ്രനും കൂട്ടരും ഇതറിഞ്ഞു. പോലീസിനെ വിളിച്ചിട്ടുണ്ടത്രേ! നിങ്ങൾ രക്ഷിക്കണം. പോലീസ് വന്നാൽ എന്നെ അവർ..”

അവൻ വാക്കുകൾക്ക് വേണ്ടി പരതി.

എന്ത് ചെയ്യണമെന്ന് അറിയാതെ താൻ നിന്നു. മനോജും ഒന്നും പറയുന്നില്ല.

തനിയ്ക്ക് കാര്യം മനസിലായി. ഇങ്ങനെ ചിലതും ഇവിടെ നടക്കുന്നുണ്ടെന്ന് അറിയാമായിരുന്നു. പക്ഷേ, താൻ നിസഹായനായിരുന്നു.

കുറച്ചു നേരം ആലോചിച്ച ശേഷം താൻ അവരോട് പറഞ്ഞു. “ഇല്ല. ഇതിൽ ഞാനിടപെടില്ല. വരുന്നത് നിങ്ങൾ അനുഭവിച്ചോളൂ. ഞാൻ പോകുന്നു.” ഇവിടേയ്ക്ക് വിളിച്ചു കൊണ്ടുവന്ന മനോജിനെ രൂക്ഷമായി നോക്കി താൻ തിരിഞ്ഞു നടന്നു. അപ്പോഴാണ് ചന്ദ്രനും രണ്ട് പോലീസുകാരും അവിടെയ്ക്ക് വന്നത്. ഒരു പോലീസുകാരൻ എല്ലാവരേയും ചോദ്യഭാവത്തിൽ നോക്കി.

എന്തെങ്കിലും പറയും മുൻപ് ഗോപി മുന്നോട്ട് വന്നു. കൂടെ ആ സ്ത്രീയും. എന്നാൽപിന്നെ അവൻ തന്നെ എല്ലാം പറയട്ടെ എന്ന് കരുതി താൻ മിണ്ടാതെ നിന്നു.

പറമ്പിലേക്കുള്ള വഴിയിൽ ഇതിനകം ധാരാളം ആളുകൾ കൂടിയിരുന്നു. അവർ ഉറക്കെ സംസാരിക്കുന്നുമുണ്ട്.

പെട്ടെന്നാണ് ഗോപി അത് പറഞ്ഞത്.

“സാറെ, അനാശാസ്യം.” പിന്നെ, തന്നെ ചൂണ്ടിക്കാട്ടി. “ദേ, ഇവനാ ആള്! ഇവനിത് സ്ഥിരം പരിപാടിയാ സാറെ. കുറെ നാളായി ഇത് തുടങ്ങിയിട്ട്.”

ഞെട്ടിപ്പോയി താൻ. ഇവിടേയ്ക്ക് വിളിച്ച് കൊണ്ടുവന്ന മനോജിനെ നോക്കി. അവൻ ഒന്നും മിണ്ടുന്നില്ല. ചന്ദ്രനും കൈമലർത്തി.

ഗോപിയെ നോക്കിയില്ല.

തോന്നിയില്ല. ഈ നീക്കം അപ്രതീക്ഷിതമായതിനാൽ തകർന്നു പോയി.

ആരോ തന്നെ തള്ളി ആ സത്രീയുടെ അടുത്തേയ്ക്ക് മാറ്റി നിർത്തി. ഒന്നും ചെയ്യാൻ കഴിയാത്ത അവസ്ഥയിലായിരുന്നു താൻ. ഒന്നും പറഞ്ഞിട്ടും കാര്യമില്ല എന്ന് മനസിലായി. തല ഉയർത്താനാവാത്ത അവസ്ഥ.

കൂടി നിൽക്കുന്നവർ കളിയാക്കി ചിരിക്കാൻ തുടങ്ങി. ചിലരാകട്ടെ പരിഹാസശരങ്ങളാൽ മൂടി.

"ഇതാണ് മാന്യന്റെ യഥാർത്ഥ രൂപം."

ആരോ ഒരാളുടെ പരിഹാസം.

പരിഹാസങ്ങൾ തന്നെ വിഷമിപ്പിച്ചില്ല. എന്നാൽ കൂടെ നിന്നവർ ചതിച്ചതിലായിരുന്നു കൂടുതൽ വിഷമം.

"രണ്ടാളും വാ..." ഒരു പോലീസുകാരന്റെ കൽപ്പന.

അനുസരിക്കാതെ പറ്റില്ലല്ലോ. നടന്നു.

"അങ്ങനെയല്ലല്ലോ... രണ്ടുപേരേയും ഒരുമിച്ച് വിലങ്ങ് വയ്ക്ക് സാറെ."

ഗോപിയുടെ ശബ്ദം. അത്ഭുതത്തോടെ അവനെയൊന്ന് നോക്കി. തന്റെ നോട്ടം സഹിക്കാനാവാതെ അവൻ തലകുനിച്ചു. അവനൊരു പുഞ്ചിരി സമ്മാനിച്ച് വിലങ്ങണിയിക്കാൻ താൻ കൈ നീട്ടി.

തന്റെയും ആ സ്ത്രീയുടെയും കൈകളിൽ വിലങ്ങ് വീണു.

"നടക്ക്..." ആ പോലീസുകാരൻ വീണ്ടും പറഞ്ഞു.

ആളുകളുടെ കൂക്കിവിളികൾക്കിടയിലൂടെ നടന്നു.

റോഡിലേക്കിറങ്ങിയപ്പോൾ മുന്നിൽ രേവതി നിൽക്കുന്നു.

രേവതി താൻ സ്നേഹിക്കുന്ന പെൺകുട്ടി. തന്റെ ഭാവി വധു!

അപ്പോഴാണ് ശരിക്കും ഞെട്ടിപ്പോയത്.

ഉത്സവം കാണാൻ അവൾ വരാം എന്ന് പറഞ്ഞിരുന്നു. പകൽ സമയത്ത് അവളെ കണ്ടിരുന്നില്ല. അപ്പോൾ ഇനി വരില്ല എന്ന് കരുതിയിരുന്നു. അതിനാൽ അൽപം ദേഷ്യവും അവളോട് തോന്നിയിരുന്നു. രാത്രി വരുമെന്ന് ഒട്ടും വിചാരിച്ചതുമില്ല. നല്ല സമയത്താണ് അവൾ വന്നതും.

അവളോട് ഒന്നും പറയാൻ തോന്നിയില്ല. അവളുടെ അടുത്തെത്തിയപ്പോൾ അവൾ തന്നെയൊന്ന് നോക്കുക പോലും ചെയ്യാതെ തിരിഞ്ഞ് നടന്നു.

പരിഹാസശരങ്ങൾക്കിടയിലൂടെ ഞങ്ങളെ ആ പോലീസുകാർ ജീപ്പിൽ കയറ്റി കൊണ്ടുപോയി.

ഉത്സവം അപ്പോൾ കൊട്ടിക്കലാശത്തിൽ എത്തിയിരുന്നു.

യഥാർത്ഥ കാര്യങ്ങൾ പോലീസിനോട് പറഞ്ഞെങ്കിലും നാട്ടുകാരുടെ വാക്കുകൾക്കായിരുന്നു അവർ ചെവി കൊടുത്തത്.

പിന്നെ, കൂടുതൽ ഒന്നും പറയാൻ നിന്നില്ല.

എങ്കിലും നല്ല നടപ്പ് എന്ന പേരിൽ കേസ് ഒഴിവാക്കി തന്നു. നന്ദി പറഞ്ഞ് സ്റ്റേഷനിൽ നിന്നും ഇറങ്ങിയ ശേഷം ആദ്യം പോയത്

രേവതിയുടെ വീട്ടിലേക്കായിരുന്നു. പക്ഷെ, അവളെ കാണാൻ കഴിഞ്ഞില്ല. അല്ല, സമ്മതിച്ചില്ല അവളുടെ അച്ഛൻ. അവളെ കാണാൻ കഴിയാത്തതിലും തന്നെ വേദനിപ്പിച്ചത് അവളുടെ അച്ഛൻ പറഞ്ഞ വാക്കുകളായിരുന്നു.

പിന്നെ താനവിടെ നിന്നില്ല.

ഒരുപാട് സ്ഥലങ്ങളിൽ അലഞ്ഞു.

അങ്ങനെ ഇവിടെയെത്തി ഈ കടയിലെ ജോലി സ്വീകരിച്ചു. തന്റെ യോഗ്യതയ്ക്ക് അനുസരിച്ചുള്ള ജോലിയല്ല ഇതെന്ന് അറിയാഞ്ഞിട്ടല്ല. പക്ഷെ, സ്വയം പ്രതികാരമെന്നോണം സ്വീകരിച്ചു. അങ്ങനെ ഇപ്പോൾ വർഷങ്ങൾ കടന്നു പോയിരിക്കുന്നു നാടും വീടും ഓർക്കാതെ. ഇന്ന് ആ ഓർമ്മകൾ, വളരെക്കാലത്തിന് ശേഷമായത് കൊണ്ടാവും മനസിനെ നൊമ്പരപ്പെടുത്തി. കടയിലെ ജോലിയിൽ ശ്രദ്ധയും കിട്ടുന്നില്ല. എല്ലാം കൂടി ആയപ്പോൾ നേരത്തെ ഇറങ്ങാം അതാണ് നല്ലതെന്ന് തോന്നി മുറിയിൽ എത്തി.

ഇനിയിപ്പോൾ എന്ത് ചെയ്യും?

കിടക്കയിലേക്ക് പാളി നോക്കി.

“എന്താ കിടക്കുന്നില്ലേ? പരിഭവങ്ങൾ പറയുന്നില്ലേ..? ഇന്നത്തെ വിശേഷങ്ങൾ പറയൂന്നേ”

കുഴിഞ്ഞ് പിഞ്ഞിത്തുടങ്ങിയ കിടക്ക ചോദിക്കുന്ന പോലെ!

അയാൾക്ക് ചിരി വന്നു.

“ദേ വരുന്നു ട്ടാ.. ഇന്ന് ഒരുപാട് പറയാനുണ്ട്. പരിഭവങ്ങളല്ല. വിശേഷങ്ങള്. ഞാൻ ഇത് വരെ നിന്നോട് പറയാതിരുന്ന എന്റെ നാടിന്റെ വിശേഷങ്ങള്. ഞങ്ങടെ നാടിന് മാത്രം അവകാശപ്പെടാനാവുന്ന ഒരു ദേശീയോത്സവത്തിന്റെ വിശേഷങ്ങള്. ഒക്കെ പറയാം ട്ടാ..”

അയാൾ കിടക്കയ്ക്ക് മറുപടി പറഞ്ഞു.

പിന്നെ, സാവധാനം കിടക്കയിലേക്ക് ചെരിഞ്ഞു.

തലയിണ ചേർത്ത് പിടിച്ച് കണ്ണുകൾ അടച്ച് ആ വിശേഷങ്ങൾ പറയാൻ തുടങ്ങി.

തന്റെ നാടിന്റെ ദേശീയോത്സവ വിശേഷങ്ങൾ.

ജിനേഷ് കെ വി.

മലപ്പുറം ജില്ലയിലെ തേക്കിന്റെ നാട് എന്നറിയപ്പെടുന്ന നിലമ്പൂർ ആണ് സ്വദേശം. കെ.വി. ഉണ്ണിയുടെയും കെ. ഗിരിജയുടെയും മകനായി 2002 ൽ ജനനം.

വിദ്യാഭ്യാസം : അംബേദ്കർ കോളേജ് ഓഫ് ആർട്സ് ആൻഡ് സയൻസ് വണ്ടൂരിൽ ബി.എസ്.സി. മാത്തമാറ്റിക്സിൽ ബിരുദം. ആനുകാലികങ്ങളിൽ എഴുതുന്നു. Gmail : kvjinesh21@gmail. com

തത്ത്വമസി

ഒരിക്കൽ ഒരു ഭക്തൻ ദേവിയുടെ നടയ്ക്കൽ വന്നു നിന്ന് വാതോരാതെ നാമം ജപം നടത്തുന്നത് കണ്ട് നിവേദ്യ പൂജയ്ക്കായി വരുന്ന പൂജാരി

"നിവേദ്യം നിവേദ്യം.. നടയ്ക്കൽ നിന്ന് വഴി മാറിക്കോളൂ."

എന്ന് വിളിച്ചു പറഞ്ഞു വന്നു.

വിളി കേട്ടിട്ടും മാറാതെ അവിടെത്തന്നെ നിന്ന് പ്രാർത്ഥിക്കുന്ന ഭക്തനെ നോക്കിക്കൊണ്ട് പൂജാരി പറഞ്ഞു. "അങ്ങോട്ട് മാറി നിന്ന് തൊഴുതോളൂ. താങ്കൾക്കെന്താ വിളി കേട്ടില്ലെന്നുണ്ടോ?"

ഭക്തൻ മാറി നിന്നു.

നടയടച്ചു. എല്ലാവരും കൈകൂപ്പി ഒരേ ഒരു നിൽപ്പ്. നട തുറന്നതും

"അമ്മേ.. ദേവി.. സർവ്വേശ്വരി.. മഹാമായേ... കാത്തോളണേ" എന്ന പ്രാർത്ഥനയുടെയും ശരണം വിളികളുടെയും ആവാഹനത്തിൽ പൂജാരി ശംഖിലെ തീർത്ഥം എല്ലാവരുടെയും ദേഹത്ത് തളിച്ചു.

എല്ലാവരും തൊഴുത് നടയ്ക്ക് പുറത്തിറങ്ങി.

അപ്പോഴും ഭക്തൻ തൊഴുതുകൊണ്ടേയിരിക്കുന്നു. ഇയാൾക്ക് ഇതിനു മാത്രം ദേവിയോടെന്താ പറയാനുള്ളത് എന്ന് ചോദിക്കാൻ വേണ്ടി പൂജാരി ആ ഭക്തന്റെ അടുത്തേക്ക് ചെന്നു. അയാൾ പെട്ടെന്ന് കണ്ണ് തുറന്ന് പൂജാരിയുടെ മുഖത്തേക്ക് നോക്കി. പൂജാരി ചോദിച്ചു.

"എല്ലാവരും തൊഴുതു പോയിട്ടും താങ്കൾ എന്താ പോകാത്തത്? ഇതിന് മാത്രം എന്താണ് ദേവിയോട് പറയാനുള്ളത്?എന്ത് പ്രശ്നമാണ് താങ്കളിൽ കുടിയിരിക്കുന്നത്?"

അയാൾ തുറന്നു പറയാൻ തുടങ്ങി.

"ഒന്നുമില്ല തിരുമേനി. കുറച്ച് നാളായി കടക്കാരുടെ ശല്യം. അവർ വന്നു പൈസ ചോദിക്കുമ്പോൾ പേടിച്ച് ഉള്ളിലിരിക്കയല്ലാതെ വേറെ നിവൃത്തിയില്ല. കയ്യിലുള്ള പൈസ ആണെങ്കിൽ മകളുടെ വിവാഹത്തിന് എടുത്തു വച്ചിരിയ്ക്കാ. അതുകൊണ്ട് അതെടുത്തു കൊടുക്കാൻ ഒത്തിരി മടിയുണ്ടേ."

"ശരി ശരി. അപ്പോൾ, ദേവിയുടെ അനുഗ്രഹപ്രകാരം താങ്കൾക്ക് ആ കടക്കാരുടെ ശല്യം ഒഴിഞ്ഞു കിട്ടണം അല്ലെ? എടോ താൻ കയ്യിൽ പണവും വച്ചിട്ട് ഒന്നും ചെയ്യാതെ ഇവിടെ വന്നു പ്രാർത്ഥിച്ചിട്ടെന്താ കാര്യം? താങ്കളുടെ കയ്യിലിരിക്കുന്നത് തന്നെ ലക്ഷ്മി ദേവിയാണ്. ആ അനുഗ്രഹം കയ്യിൽ വച്ചിട്ടാണോ ഇങ്ങനെ? മകളുടെ വിവാഹം ആകുമ്പോൾ അതിനൊരു പോംവഴി ഉണ്ടാകും. എന്ന് വച്ചിട്ട് ഒരു സമയത്ത് താങ്കളിലുള്ള വിശ്വാസം പുലർത്തി താങ്കൾക്ക് പണം തന്നവരോട് സ്വന്തം വിശ്വാസത്തെ മാനിക്കാതെ കണ്ണ് വെട്ടിക്കാൻ ശ്രമിക്കുക എന്നത് അശുഭ ലക്ഷണമാണ്. താൻ ഈ കടക്കാരെയും പേടിച്ചാണ് മകളുടെ വിവാഹം നടത്തുന്നതെങ്കിൽ തനിക്ക് ആ വിവാഹത്തിലും ഇതേ ഭാരം തങ്ങേണ്ടി വരും. അതുകൊണ്ട് ആദ്യം ആ ഭാരം തലയിൽ നിന്ന് എടുത്തു കളയൂ. എന്നിട്ട് സാവധാനം മകളുടെ വിവാഹം നടത്തുന്നതാണ് നല്ലത്."

"ശരി തിരുമേനി. അങ്ങ് പറഞ്ഞത് സത്യം തന്നെ. അങ്ങയുടെ വാക്കുകൾ ഞാൻ മാനിക്കുന്നു. ദേവിക്കും ഇത് തന്നെയാകും എന്നോട് പറയാന്നുണ്ടാവുക."

പൂജാരിയുടെ വാക്കുകൾ കേട്ട് ഭക്തൻ അവിടെ നിന്ന് തൊഴുതിറങ്ങി.

കുറച്ച് നാളുകൾക്കുശേഷം ഇതേ ആൾ ദേവിയുടെ നടയിൽ വന്ന് സന്തോഷത്തോടെ പ്രാർത്ഥിക്കുന്നത് കണ്ട പൂജാരി അയാളെ സമീപിച്ചു.

"എന്താണ് താങ്കൾക്ക് ഇന്നിത്ര സന്തോഷം? ഇതുവരെ ഇങ്ങനെ കണ്ടിട്ടില്ലല്ലോ?"

"തിരുമേനി.. ഇന്ന് ഞാൻ സന്തോഷവാനാണ്. അന്ന് അങ്ങ് പറഞ്ഞത് പോലെ എന്റെ തലയിലെ ഭാരം ഇറക്കി വച്ചു. പോരാത്തതിന് മകളുടെ വിവാഹം നടത്താൻ ഉള്ള പൈസ അവളുടെ സ്ഥിര

വരുമാനത്തിൽ നിന്ന് തന്നെ കിട്ടി."

"അത് ശരി. അപ്പോൾ മകൾക്ക് ജോലി ഉണ്ടായിരുന്നോ?!.

"അതേ തിരുമേനി. രണ്ട് വർഷമായി അവൾ ജോലിയിൽ കയറിയിട്ട്. എന്നാൽ, സർക്കാർ സംബന്ധിത സാമ്പത്തിക പ്രശ്നങ്ങൾ കാരണം അവൾക്ക് തുടക്കത്തിൽ ശമ്പളമൊന്നും കിട്ടിയിരുന്നില്ല. അവളൊരു എയ്ഡഡ് സ്കൂളിലെ അധ്യാപികയാണേ. അവൾ എന്നോട് പറഞ്ഞിരുന്നു. എനിക്ക് വൈകാതെ ശമ്പളം കിട്ടിത്തുടങ്ങുമെന്നും, കിട്ടിയാൽ വളരെ തുക ഉണ്ടാകുമെന്നും, അത് വച്ച് കല്യാണം നടത്താമെന്നുമൊക്കെ. അവളുടെ ആ വിശ്വാസത്തെ ഞാൻ മാനിച്ചില്ലെങ്കിലും അവൾ, അവളിൽ സ്വന്തം വിശ്വാസവും നീതിയും പുലർത്തിയിരുന്നു. ഇന്ന് ഈ നേട്ടത്തിന് ഞാൻ ദേവിയോട് നന്ദി പറയാൻ വന്നതാണ്. എല്ലാം ദേവിയുടെ അനുഗ്രഹം."

അപ്പോൾ തിരുമേനി തുടർന്നു.

"പലപ്പോഴും പല കാര്യങ്ങളും ഇങ്ങനെയാണ് ചിലത് നമുക്ക് പാലിക്കാൻ കഴിയില്ല. എന്നാൽ, ചിലത് നമുക്ക് നമ്മളിൽത്തന്നെ വിശ്വസിച്ചുറപ്പിച്ചു ചെയ്യാൻ കഴിയും. ആ ശക്തിയാണ് ദൈവം. താങ്കളുടെ മകൾ ഒരു പാഠം തന്നെയാണ്."

"ശരി തന്നെ തിരുമേനി."

ഭക്തൻ തൊഴുതിറങ്ങി.

എല്ലാവരും പോയതിന് ശേഷം പൂജാരി നടയടക്കാൻ ഒരുങ്ങി. നടയടക്കുന്നതിന് മുമ്പ് അദ്ദേഹം ദേവിയോടായി പറഞ്ഞു.

"ദേവീ ഇവിടെ വരുന്ന ഭക്തരുടെയെല്ലാം പ്രശ്നങ്ങൾ അവിടുന്ന് കനിഞ്ഞരുളിയകറ്റുന്നുണ്ടല്ലോ? എന്നാൽ ദിവസവും പൂജയും ആരാധനയുമായി കഴിയുന്ന അടിയന്റെ പ്രശ്നങ്ങൾ അവിടുന്നെന്താണ് മനസ്സിലാക്കാത്തത്? ഒരുപാട് നാളായി കോലോത്തു നിന്നും കുടുംബവുമായി പിണങ്ങി ഇവിടുത്തെ ആശ്രമത്തിൽ സന്യസിച്ചു കഴിയുന്നു. ഒരിക്കലെങ്കിലും അവരുമായി അവിടുത്തെ മൂകാംബിക ദർശനം നടത്തുവാൻ സാധിച്ചിരുന്നെങ്കിൽ. ഭഗവതി അവിടുന്ന് കനിഞ്ഞരുളിയാലും."

പെട്ടെന്ന് ദേവി പ്രത്യക്ഷപ്പെടുകയുണ്ടായി.

സാക്ഷാൽദേവീ.. ഭഗവതി!! അവിടുന്ന് അടിയന് ദർശനമോ?!

"ഭക്താ.. അങ്ങയുടെ നൊമ്പരങ്ങൾ ഞാൻ മനസിലാക്കുന്നു. എന്നാൽ, ഞാൻ അങ്ങയിൽ കുടിയിരിക്കുവാൻ തുടങ്ങിയിട്ട് വളരെയേറെയായി. എന്നാൽ അവിടുന്ന് മനസ്സ് തുറന്നത് ഇന്നാണെന്ന് മാത്രം. അർത്ഥം മറ്റൊന്നുമല്ല. അങ്ങ് ഇന്നേ വരെയും ആരുമായും മനസ്സ് തുറക്കാൻ ശ്രമിച്ചിട്ടില്ല. ഞാൻ എന്ന ശക്തി അങ്ങയിൽ കുടി കൊള്ളുന്നത് അങ്ങയുടെ മനസ്സിലും വിശ്വാസത്തിലുമാണ്. എന്നാൽ, അങ്ങ് ഇവയെ മാനിക്കുന്നില്ല എന്നതാണ് അങ്ങയുടെ പ്രശ്നങ്ങൾ അകറ്റാൻ കഴിയാത്തതിലുള്ള പ്രധാന കാരണം. അങ്ങയുടെ മൊഴി കേട്ട് പ്രവർത്തിച്ചതിനാലാണ് ഇന്ന് ആ ഭക്തന് സന്തോഷത്താൽ ഇവിടെ എന്റെ മുന്നിൽ വന്നു നിൽക്കാൻ കഴിഞ്ഞത്. അതിനു കാരണം അവരിൽ നിങ്ങൾ നൽകിയ വിശ്വാസമാണ്. എന്നാൽ, അവരുടെ മകൾക്ക് അതാരും കൊടുത്തിരുന്നില്ല. അല്ലാതെ തന്നെ അവളിൽ അത് രൂപം കൊള്ളുകയായിരുന്നു. അങ്ങ് ആ ഭക്തനിൽ നൽകിയ വിശ്വാസം അങ്ങിൽ എന്തുകൊണ്ട് നിലനിൽക്കുന്നില്ല. എല്ലാവരും ദിനം പ്രതി എന്റെയടുത്തു മനസ്സ് തുറന്ന് പ്രാർത്ഥിക്കുമ്പോൾ, അങ്ങ് ദിവസവും ഒരു മുഷിപ്പോടെയാണ് പൂജയും ആരാധനയും നടത്തുന്നത്. എന്നാൽ, ഇതേ മനസ്സിൽ താങ്കൾ വിശ്വാസം പുലർത്തി ഉപേക്ഷിക്കാതെ ശ്രമങ്ങൾ നടത്തിയിരുന്നെങ്കിൽ എനിക്ക് അങ്ങയെ എന്നേ സഹായിക്കാമായിരുന്നു. ഇനിയും സ്വന്തം ശക്തിയെ കാണാതെ പോകരുത്."

"മനസ്സിലായി ദേവി. എന്റെ തെറ്റുകൾ ഞാൻ മനസ്സിലാക്കുന്നു. അവിടുത്തെ ദർശനത്താൽ ഞാൻ കൃതാർത്ഥനായി. ദേവീ.. അമ്മേ.. ഭഗവതി ശരണം."

രാജേഷ് കെ. ചൂളിയാട്

കണ്ണൂർ ജില്ലയിലെ ചൂളിയാട് സ്വദേശി. ഭാര്യ പ്രിയങ്ക. മക്കൾ യാൻ കൃഷ്ണ, അഷ്മിയ.
നിരവധി കഥ-കവിത സമാഹരങ്ങളുടെ ഭാഗമായിട്ടുണ്ട്. നവമാധ്യമങ്ങളിലും ആനുകാലികങ്ങളിലും എഴുതുന്നു. കരിയിൽ ഹൗസ്, ചൂളിയാട്. പി. ഒ. മലപ്പട്ടം. ശ്രീകണ്ഠപുരം,
കണ്ണൂർ. 670631.Mob. 9544069616

ഒരു പുഴയുടെ നൊമ്പരം

അങ്ങ് ദൂരെ ആ കാണുന്ന മലയുടെ മുകളിൽ നിന്നാണ് ഞാൻ ജനിച്ചു വളർന്ന് വരുന്നത്.

നല്ല തെളിനീരായി മരങ്ങൾക്കിടയിലൂടെ പാറക്കല്ലുകളിൽ തട്ടിത്തെറിച്ച് കളകളശബ്ദത്തോടെയങ്ങനെ ഒഴുകിയൊഴുകി വരുന്നതാണ് ഞാൻ. ചെറിയ ചെറിയ കൈത്തോടുകളും നേർത്ത നീർച്ചാലുകളും പല സ്ഥലങ്ങളിൽ നിന്നായി എന്റെ മാറിലേക്ക് വന്നണഞ്ഞുകൊണ്ടിരുന്നു.

സന്തോഷത്തോടെ ഞാൻ അവരെ ചേർത്തുപിടിച്ച് പരന്നൊഴുകി ഒരു പുഴയായി രൂപാന്തരം പ്രാപിച്ച് ദൂരത്തെവിടെയോ എന്നെ സ്വീകരിക്കാൻ കാത്തിരിക്കുന്ന കടലിന്റെ മാറിലേക്ക് നിത്യവും ഒഴുകിക്കൊണ്ടിരുന്നു. പല പേരുകൾ നൽകി നാട്ടുകാർ എന്നെ വിളിച്ചു തുടങ്ങി. സ്ഥലത്തിന്റെ പേര് കൂട്ടിയും പുരാണകഥാപാത്രങ്ങളുടെ പേര് നൽകിയും.

അങ്ങനെ, ഞാൻ പേരുള്ള ഒരു പുഴയായി മാറിയിരിക്കുന്നു. പണ്ടുമുതൽ തുടങ്ങി ഇന്നുവരെയുള്ള യാത്രയിൽ എനിക്കും ഒരു കഥ പറയാനുണ്ട്. എല്ലാവരും മനസ്സിലാക്കേണ്ട ഒരു പുഴയുടെ ആനന്ദനൊമ്പരക്കഥ.

എന്റെ പഴയ കാലത്തിലെ ആദ്യഭാഗം പറയാം. തോടുകളും അരുവികളും എല്ലാം കൂടിച്ചേർന്ന് തെളിനീർപ്പുഴയായി ഞാൻ സന്തോഷത്തോടെ ഒഴുകിയിരുന്ന കാലം. തടസ്സങ്ങളോ ബുദ്ധിമുട്ടോ ഇല്ലാതെ പരന്നൊഴുകുന്ന ആ നല്ലകാലം. ഇരുകരകളിലും കുറേ

നല്ല മനുഷ്യർ താമസിക്കുന്ന ചെറിയ കുടുംബങ്ങൾ. പല ആവശ്യങ്ങൾക്കും പുഴയെ ആശ്രയിക്കുന്നവർ. കുളിക്കാനും അലക്കാനും കളിക്കാനും മീൻപിടിക്കാനും കൃഷിക്കും എല്ലാവരും എന്നെ നന്നായി ഉപയോഗിച്ചിരുന്ന കാലം. നല്ല മത്സ്യസമ്പത്ത് ഉണ്ടായിരുന്ന എന്റെ ശരീരത്തിലൂടെ മരത്തോണിയിൽ വന്ന് മീൻ പിടിക്കുന്നവർ ധാരാളം ഉണ്ടായിരുന്നു. ചെറുതും വലുതുമായ എത്രതരം മീനുകളാണ് എന്റെ മാറിലൂടെ ഒഴുകി നടക്കുന്നത്. എത്രതരം ചെടികൾ, തവളകൾ, മറ്റു ജീവജാലങ്ങൾ. എന്തെല്ലാം ജൈവവൈവിധ്യങ്ങൾ. കുട്ടികൾ നീന്തിത്തുടിക്കാനും കളിക്കാനും എന്നും എത്തുമായിരുന്നു. കരയിൽ നിന്ന് എന്റെ മാറിലേക്ക് ചാഞ്ഞു കിടക്കുന്ന ഒരു മരമുണ്ട്. അതിൽ കയറി മലക്കം മറിഞ്ഞ് അവർ പുഴയിലേക്ക് ചാടുന്നത് കാണാൻ എന്ത് ചന്തമായിരുന്നു. സ്ത്രീകൾ കൂട്ടത്തോടെ വന്ന് ഒരു കടവ് മുഴുവൻ അടക്കി ഭരിക്കുന്നത് ഓരോ നാട്ടിൻപുറങ്ങളിലേയും കാഴ്ചയായിരുന്നു. അവരുടെ സംസാരവും പരദൂഷണവും. ചിലപ്പോൾ എനിക്ക് ദേഷ്യം വരും, അത്രയ്ക്കും ഭയങ്കര നുണകളും അപവാദങ്ങളും ആയിരിക്കും ചില ദിവസങ്ങളിലെ തലക്കെട്ട്. എന്തെല്ലാം മനോഹരമായ കാഴ്ചകളാണ് നിത്യവും. ഞാൻ എല്ലാം ആസ്വദിച്ച് ചെറിയ ചെറിയ ഓളങ്ങളുണ്ടാക്കി പതിയെ ഒഴുകിക്കൊണ്ടിരുന്നു.

പഴയകാലത്ത് ഇരുകരകളിലെയും ആൾക്കാർ തമ്മിൽ നല്ല സൗഹൃദത്തിലായിരുന്നു. എല്ലാ സ്ഥലത്തും ഒരു കടത്തു വഞ്ചി ഉണ്ടായിരുന്നു. എല്ലാവരും അറിയുന്ന ഒരു കടത്തുകാരനും. പുലർച്ചെ മുതൽ തുടങ്ങും അയാൾ അക്കരെ ഇക്കരെ തുഴഞ്ഞു പോകാൻ. എത്രതരം ആൾക്കാർ, പലതരം സംസാരങ്ങൾ, പണിക്കു പോകുന്നവർ, പട്ടണത്തിൽ പോകുന്നവർ, ബന്ധുവീട്ടിൽ പോകുന്നവർ. അങ്ങനെ ഒരുപാടുപേരുടെ യാത്രകൾ. കടത്തുകാരനെ വിളിക്കാൻ കൂവൽ ആയിരുന്നു പ്രധാന സംവിധാനം. എത്രതരം കൂവലുകളാണ് ദിവസവും കേൾക്കുന്നത്. ചിലപ്പോൾ കടത്തുക്കാരൻ ദേഷ്യം പിടിക്കുന്നത് കാണാം. തുഴഞ്ഞ് അക്കരെ എത്തുമ്പോഴായിരിക്കും അടുത്ത കൂവൽ.

“ദാ വരുന്നെടോ ചായ കുടിക്കട്ടെ.”

എല്ലാ കടവിന്റെ അക്കരെയും ഒരു ചെറിയ ചായക്കട ഉണ്ടാവും. പലരും കുറച്ച് വിശ്രമിക്കുന്ന സ്ഥലം. പലതരം സാധനങ്ങൾ നടന്നു വിൽക്കുന്ന ഒരു കൂട്ടം ആൾക്കാർ അന്നുണ്ടായിരുന്നു. പാത്രങ്ങൾ തുണിത്തരങ്ങൾ, ബേക്കറി സാധനങ്ങൾ, ആഭരണങ്ങൾ

സംഭവബഹുലം തന്നെ ഓരോ ദിവസവും. വൈകുന്നേരമാണ് നല്ല രസം. പുഴക്കരയിൽ ഒരു കള്ളുഷാപ്പ് ഉണ്ട്. പണിയൊക്കെ കഴിഞ്ഞ് ഷാപ്പിൽ കുടിക്കാൻ പോകുന്ന കുറച്ച് പ്രായമായ കൂട്ടുകാരുണ്ട്. കുടിച്ചു മടങ്ങി വരുമ്പോൾ നല്ല തമാശയായിരിക്കും. പാട്ടൊക്കെ പാടി തെറി വിളിയൊക്കെ നടത്തി, കടവിൽ വന്നു കടത്തുകാരനെ വിളിക്കുന്ന ഒരു വിളിയുണ്ട്. കുഴഞ്ഞ നാവുകൊണ്ട്

"നീ വരുന്നോ... അതോ നീന്തണോ.."

അത് കേൾക്കാൻ തന്നെ ഒരു തമാശയാണ്. കടത്തുകാരനും അല്പം കള്ളിന്റെ ആൾ തന്നെയാണ്. അവർ അങ്ങോട്ടുമിങ്ങോട്ടും ഓരോന്ന് പറഞ്ഞും ചിരിച്ചും വരുന്നത് കാണാൻ നല്ല രസമുള്ള കാഴ്ച തന്നെ. കടവിൽ കുളിക്കുന്ന കുട്ടികൾ അവരെ കളിയാക്കുന്നതും അവർ തിരിച്ചു ചീത്ത പറയുന്നതും കാണാം. ചിരിയുടെ സായാഹ്നം തന്നെ.

ഗതാഗതസൗകര്യം കുറഞ്ഞ ആ കാലത്ത് പുഴയിലൂടെ മരങ്ങൾ കൊണ്ടുപോകുന്നത് പതിവായിരുന്നു കുറെ മരങ്ങൾ കൂട്ടിക്കെട്ടി ചങ്ങാടം പോലെയാക്കി നീളത്തിൽ കൊണ്ടുപോകുന്നത് ഒരു നല്ല കാഴ്ചയാണ്. ഒരു വലിയ മുളയുടെ കമ്പ് കൊണ്ട് വെള്ളത്തിൽ

കുത്തിയിറക്കി മരത്തിന് മുകളിലൂടെ നടന്നു പോകുന്നതും മനോഹരമായ ഒരു കാഴ്ച തന്നെ. ഒരു തോർത്തു മുണ്ടും തലയിൽ ഒരു വട്ടക്കെട്ടും ബീഡിപ്പുകയുമായി അയാളുടെ കൃത്യമായ കാൽവയ്പും ചങ്ങാടത്തിന്റെ പോക്കും നയനമനോഹരമായ കാഴ്ച തന്നെ. പഴയകാലത്തിലെ കാഴ്ചകളും ആൾക്കാരുടെ പരിപാലനവും എന്നെ എന്നും സന്തോഷിപ്പിച്ചിരുന്നു. എല്ലാവർക്കും പുഴ ഒരു സുഹൃത്തിനെ പോലെയായിരുന്നു. ഒറ്റയ്ക്ക് വന്നിരിക്കാനും, കാറ്റുകൊള്ളാനും, പഠിക്കാനും, എല്ലാറ്റിനും പുഴ വേണമായിരുന്നു. മലിനമാക്കാതെ, ഒഴുക്ക് തടസ്സപ്പെടുത്താതെ ഒരു തെളിനീർപ്പുഴയായി ഞാൻ അങ്ങനെ സന്തോഷത്തോടെ ഒഴുകി നടന്ന ആ സുന്ദര കാലം.

കാലവും ആൾക്കാരും മനസ്സും മാറി വന്നു. വികസനത്തിന്റെ തേരോട്ടത്തിൽ ഞാൻ പതിയെപ്പതിയെ ജനങ്ങളിൽ നിന്ന് അകന്നു തുടങ്ങി. എന്റെ ഹൃദയം തുരന്നു പാലങ്ങൾ നിർമ്മിച്ചു. ഒന്നും രണ്ടുമല്ല എത്രയോ പാലങ്ങൾ എന്റെ സുഗമമായ ഒഴുക്ക് തടഞ്ഞ് അണക്കെട്ടുകൾ കെട്ടി. പലസ്ഥലത്തും എന്റെ ചുമലിൽ താങ്ങാൻ പറ്റാത്തത്ര വെള്ളം ഞാൻ ചുമന്നു നിൽക്കുന്നു. വലിയ ഭാരം തന്നെ. അത് ആരും മനസ്സിലാക്കുന്നില്ല. യാത്രക്കാരോ കടത്തുകാരോ കൂവലോ എല്ലാം അന്യംനിന്നു. മോട്ടോർവാഹനങ്ങളുടെ ശബ്ദവും പുകയും മാത്രമായി. കുളിക്കാനും അലക്കാനും വരുന്നവരുടെ എണ്ണം കുറഞ്ഞു. പലരും മാലിന്യങ്ങൾ തള്ളുന്നത് ഒരു ശീലമാക്കി മാറ്റി. മലിനജലം, പ്ലാസ്റ്റിക് സഹിക്കാൻ വയ്യ.

"ദാ പാലത്തിന്റെ മുകളിലേക്ക് നോക്കൂ ഒരാൾ പ്ലാസ്റ്റിക് കവർ താഴേക്ക് വലിച്ചെറിയുന്നതു കണ്ടോ?"

നിറയെ വീട്ടിലെ മാലിന്യങ്ങളാണ്. ഇതുപോലെ എത്ര പേർ എവിടെ നിന്നെല്ലാം എറിയുന്നു. ഇരുകരകളിലും പ്ലാസ്റ്റിക് മാലിന്യം കൊണ്ട് നിറഞ്ഞു. ദുർഗന്ധവും ഒഴുക്ക് തടസ്സപ്പെട്ടും ഞാൻ വല്ലാതെ വീർപ്പുമുട്ടുന്നു. ഇരു വശങ്ങളിലേയും മരങ്ങൾ മുറിച്ചുമാറ്റുന്നു, മണ്ണിട്ട് നികത്തുന്നു, പാർക്കുകളും കെട്ടിടങ്ങളും കെട്ടിപ്പൊക്കുന്നു. വല്ലാത്ത അവസ്ഥ തന്നെ. നല്ല തെളിനീർ വഹിച്ചു കൊണ്ടുവന്നിരുന്ന ചെറു അരുവികളും കൈത്തോടുകളും മാലിന്യവാഹകരായി എന്നിലേക്ക് വന്നു ചേരുന്നു. സ്വീകരിക്കാൻ എനിക്ക് മടിയാകുന്നു. എല്ലാവർക്കും പുഴയെ വേണ്ടാതായിത്തുടങ്ങി. എന്നെ സംരക്ഷിക്കാനും ആരും ശ്രമിക്കുന്നില്ല. വികസനത്തിന്റെ പേരിൽ ആവാസവ്യവസ്ഥ തന്നെ ഇല്ലാതാകുന്നു.

ജീവജാലങ്ങളുടെ ആവാസവ്യവസ്ഥയ്ക്ക് അനുയോജ്യമായി

പ്രകൃതി തന്നെ സൃഷ്ടിച്ചതാണ് എന്നെപ്പോലുള്ള പുഴകളെ. പുതു തലമുറ അതിന്റെ ഗുണങ്ങളെക്കുറിച്ച് മനസ്സിലാക്കുന്നില്ല. ഈ യാന്ത്രികയുഗത്തിൽ പ്രകൃതിക്ക് വലിയ സ്ഥാനമില്ല. ദുരന്തങ്ങളിലൂടെയും പ്രളയത്തിലൂടെയും അത് കാണിച്ചു കൊടുത്താലും അവർ പഠിക്കുന്നില്ല. എന്റെ തെളിനീരെല്ലാം മോശമായി. ചില്ലുപോലെയുണ്ടായിരുന്ന വെള്ളം കറുത്തു തുടങ്ങി. പക്ഷികളും മൃഗങ്ങളും മനുഷ്യരും എല്ലാം ദാഹം അകറ്റിയിരുന്ന വെള്ളം ഇപ്പോൾ ആർക്കും വേണ്ടാതായി. വേണ്ടതായതല്ല, ഉപയോഗിക്കാൻ പറ്റാത്തത്ര മലിനമായി. ജീവനുതുതന്നെ ഭീഷണിയാകുമോ എന്നവർ ഭയക്കുന്നു. മരണഭയം എന്നിലും വന്നു തുടങ്ങി. എന്നെപ്പോലുള്ള എത്രയോ നല്ല നദികൾ ഇന്ന് അപ്രത്യക്ഷമായി. എല്ലാം ഒരുകാലത്ത് പ്രകൃതിയുടെ വരദാനമായിരുന്ന നദികൾ. സമൂഹത്തിന് എന്നും ആവശ്യമായ എന്നെപ്പോലുള്ളവരെ നശിപ്പിക്കുന്നതും സമൂഹം തന്നെ. ഞാൻ പറഞ്ഞത് എന്റെ മാത്രം കഥയല്ല എല്ലാ സ്ഥലത്തും ഇതാണ് അവസ്ഥ.

പ്രകൃതിയെയും നദിയെയും പുഴയെയും മത്സ്യങ്ങളെയും സ്നേഹിച്ചിരുന്ന ആ പഴയകാലത്തെ ഇനി തിരിച്ചു കിട്ടുമോ എന്നറിയില്ല. മരണപ്പെട്ടാൽപ്പിന്നെ പുനർജ്ജനി ഉണ്ടാവുമോ എന്നും അറിയില്ല. ഇനിയും നശിപ്പിക്കാതിരുന്നാൽ ഞാൻ ഒഴുകി നടക്കും നല്ല പുഴയായി. ഇനിയെങ്കിലും എന്നെയും എന്റെ കൂട്ടുകാരായ പല പുഴകളെയും സംരക്ഷിക്കാൻ തയ്യാറായില്ലെങ്കിൽ വരും തലമുറ തെളിനീരിനും നല്ല ആവാസവ്യവസ്ഥയ്ക്കും വേണ്ടി അലയുന്ന കാലം വരും. നാടു പുരോഗമിക്കണം അതിന്റെ കൂടെ പുഴകളെയും സംരക്ഷിക്കണം. എങ്കിൽ മാത്രമേ നാടിൻറെ ഭാവി ശോഭനമാവുകയുള്ളൂ. ഒരു പുഴ നശിക്കുമ്പോൾ ആയിരക്കണക്കിന് ജീവജാലങ്ങൾ നശിക്കുന്നു. ഉറവകൾ വറ്റിവരളുന്നു. ഊഷ്മാവ് വർദ്ധിക്കുന്നു. ഭൂമിയുടെ സന്തുലിതാവസ്ഥ തന്നെ ഇല്ലാതാകുന്നു. ഒരുപാട് നദികൾ ഇതുപോലെ നശിച്ചുപോയി. എന്നെപ്പോലെ കുറെ പുഴകൾ മരണത്തോട് മല്ലടിച്ച് വികൃതമായി വിഷമയമായ മലിനജലം വഹിച്ചുകൊണ്ട് ആർക്കും വേണ്ടാതെ ഒഴുകിക്കൊണ്ടിരിക്കുന്നു. ആരും സംരക്ഷിച്ചില്ലെങ്കിൽ, ഒരു തെളിഞ്ഞ പുഴ ഇവിടെ ഉണ്ടായിരുന്നു എന്ന് വരുംതലമുറയെ വിശ്വസിപ്പിക്കാൻ പറ്റാത്ത വിധം ഞാനും ഈ ഭൂമിയിൽ നിന്ന് അപ്രത്യക്ഷമാകും. ആരെങ്കിലും എനിക്ക് വേണ്ടി സംസാരിക്കാനും എന്നെ സംരക്ഷിക്കാനും വരും എന്ന് പ്രതീക്ഷയോടെ കാത്തിരിക്കുന്നു. നിറഞ്ഞൊഴുകിയ "തെളിനീർപ്പുഴ"പ്രകൃതിയുടെ ഒരുവരയായി മാറാതിരിക്കാൻ.

എസ്. എം. മണിക്കുട്ടൻ

ജനനം ഉഴവൂരിൽ.
അച്ഛൻ മാധവനാശാൻ. അമ്മ ജാനകിയമ്മ.
ഉഴവൂർ OLL HS ലും ഉഴവൂർ st stephen's കോളേജിലുമായിരുന്നു വിദ്യഭ്യാസം.
ഓർമ്മയിലെ മഴക്കാലം, ചിലന്തികളുടെ ലോകം എന്നീ കഥാ സമാഹാരങ്ങൾ പ്രസിദ്ധികരിച്ചു. തൊടുപുഴയിൽ താമസിക്കുന്നു.

ഒറ്റക്കോലം

സിറ്റൗട്ടിലെ കസേരയിലിരുന്നു കൊണ്ട് ദാമോദരൻ മാഷ് പുറത്തെ കാഴ്ചകളിലേക്ക് നോക്കി. പുറംമതിൽ കാഴ്ചകളെ മറയ്ക്കുന്നുണ്ട്. മതിലിനപ്പുറം പൊതുവഴിയാണ്. പൊതുവഴിയിൽ വാഹനങ്ങളും ആളുകളും പോകുന്നതിന്റെ ശബ്ദം കേൾക്കാം.

സിദ്ധാർത്ഥ് ഓടിവന്ന് മുത്തച്ഛന് ഒരു ഉമ്മ സമ്മാനിച്ച് റ്റാറ്റ പറഞ്ഞ് ഗെയിറ്റിലേക്ക് ഓടി. സ്കൂൾ ബസ് വരാൻ സമയമായിട്ടുണ്ടാകും. രാവിലെ എല്ലാവർക്കും തിരക്കാണ്. സ്കൂളിൽ പോകാനുള്ളവരും ഓഫീസിൽ പോകാനുള്ളവരും ചേർന്നാൽ ഒരു ബഹളം തന്നെ. എല്ലാവരും പോയിക്കഴിഞ്ഞാൽ വീട് ശൂന്യമാകും. പുറത്തേക്ക് പോകാമെന്ന് കരുതിയാൽ ഗെയിറ്റ് പൂട്ടിയിട്ടാണ് മക്കൾ ജോലിക്ക് പോകുന്നത്. പുറത്തേക്ക് ഇറങ്ങി അപകടം വരുത്താതിരിക്കാനുള്ള മുൻകരുതൽ.

മക്കളെയും വഹിച്ചുകൊണ്ട് വാഹനം ഗെയിറ്റ് കടന്ന് പുറത്തേക്ക് പോയി. ഏകാന്തമായ വീട്ടിൽ തനിച്ചായിപ്പോയ ദാമോദരൻ മാഷ് അരികിലിരുന്ന വാക്കിങ്ങ്സ്റ്റിക്ക് എടുത്ത് പതുക്കെ മുറ്റത്തേക്കിറങ്ങി.

താൻ പഠിപ്പിച്ച കുട്ടികളോ തന്റെ പരിചയത്തിൽപ്പെട്ടവരോ ആരെങ്കിലും വഴിയിൽക്കൂടെ പോകുന്നുണ്ടോ എന്നറിയാൻ ഗെയിറ്റിലേക്ക് നടന്നു. തനിക്കുള്ള സ്വാതന്ത്ര്യം ചെറുതായി ചെറുതായി ഗെയിറ്റുവരെ എത്തിനിന്നതോർത്ത് ദാമോദരൻ മാഷിന് ചിരിവന്നു. നമ്മൾ എത്ര വലിയവരാണെന്ന് നടിച്ച് ജീവിച്ചാലും അവസാ

നം നമ്മൾ വീട്ടുതടങ്കലിൽ പെട്ടുപോകും.

ഈ സമയം റോഡിൽ ഒരു യുവതി കടന്നുപോയത് മാഷ് ശ്രദ്ധിച്ചു. വളരെ പരിചയം ഉള്ള മുഖം പോലെ മാഷിന് തോന്നി.

“മാഷേ.”

ആരോ തന്നെ വിളിക്കുന്നതുപോലെ. താൻ എന്നും കേൾക്കാറുണ്ടായിരുന്ന ശബ്ദം.

“മാഷ് തന്നെയിരുന്നു മടുത്തൊ?”

ചെറുകാറ്റു പോലെ ആരോ ചെവിയിൽ മന്ത്രിക്കുന്നു.

ദാമോദരൻ മാഷ് ചുറ്റും നോക്കി. ഇരു ചെന്നിയിൽ നിന്നും വിയർപ്പുചാലുകൾ ഒഴുകി. തെല്ലൊരു ഭയം മനസ്സിനെ ബാധിച്ചതുപോലെ മാഷിനു തോന്നി.

ഭാനുമതി!

തന്റെ ഭാര്യയുടെ പേര് മിന്നായം പോലെ മാഷിന്റെ തലച്ചോറിലൂടെ കടന്നുപോയി. മാഷ് വീട്ടിലേക്ക് നടന്നു. കസേരയിൽ ചെന്നു വീഴുമ്പോൾ ദാമോദരൻ മാഷ് നല്ലതുപോലെ വിയർത്തിരുന്നു.

“മാഷെന്തിനാ ഇങ്ങനെ പേടിക്കുന്നെ?!”

വീണ്ടും ആ ശബ്ദം.

വർഷം അഞ്ചു കഴിഞ്ഞിരിക്കുന്നു. ഓർമ്മകൾ ചിത്രങ്ങൾ പോലെ ഉള്ളിലൂടെ ഓടി മറയുന്നു. തന്റെ കൈയ്യും പിടിച്ച് തറവാട്ടിലേക്ക് കയറിവന്ന കൊച്ചുപെണ്ണ്! പിന്നെ, തന്റെ എല്ലാമായിത്തീർന്നവൾ. ചില നേരങ്ങളിൽ ഓർമ്മകളിലേക്കുള്ള പിൻനടത്തം. നല്ല നാളുകളുടെ ഓർമ്മകൾ മനസ്സിന് ഉത്തേജനമായിത്തീരാറുണ്ട്.

മടുപ്പുകൾ മനസ്സിനെ ബാധിച്ചു തുടങ്ങിയിരിക്കുന്നു. വാർദ്ധക്യം മനസ്സിനെയും ബാധിച്ചു തുടങ്ങിയോ?!. അല്ലെങ്കിൽ എന്ത് യൗവനം?.. വാർദ്ധക്യം ശരീരത്തിനെ ബാധിച്ചു തുടങ്ങിയാൽ മനസ്സും ആ വഴിക്കു നീങ്ങിത്തുടങ്ങും. തങ്ങൾക്കുവേണ്ടപ്പെട്ടവർ തന്നെ അതിനു വഴിയൊരുക്കുകയും ചെയ്യും. ഭാനുമതിയുണ്ടായിരുന്നെങ്കിൽ?..

കിടക്കണമെന്ന് കരുതിയാണ് കിടക്കയിൽ ചെന്നിരുന്നത്.

“എന്താ മാഷെ ഒരു വല്ലായ്ക?”

ആദ്യം ഉണ്ടായിരുന്ന ഭയം മനസ്സിൽ നിന്നും മാറിയിരിക്കുന്നത് മാഷറിഞ്ഞു.

ഒരു ജീവിതം മുഴുവൻ കൂടെ കഴിഞ്ഞവളെ എന്തിനാണ് പേടിക്കുന്നത്. ഏതു രൂപത്തിലായാലും എന്നും തനിക്ക് പ്രിയപ്പെട്ടവളല്ലെ. ക്ഷീണത്താൽ കണ്ണടയ്ക്കുന്ന സമയത്ത് ആരോ സമീപത്ത് ഉള്ളതായി മാഷിന് തോന്നി.

“കാലു വേദനിക്കുന്നൊ?”

ഭാനുമതി പോയതിൽപ്പിന്നെ ഇന്നുവരെ ആരും തിരക്കാത്ത കാര്യം. അവളുണ്ടായിരുന്നെങ്കിലെന്ന് പലതവണ ഓർത്തു പോകാറുണ്ട്. ഒരിക്കൽ മകനേട് പറഞ്ഞതാണ്, ഏതെങ്കിലും വൃദ്ധസദനത്തിൽ ആക്കാൻ. അവന് കുറച്ചിലാണത്രെ, എല്ലാവരും ചോദിക്കും അച്ഛനെ എന്തിനാ വൃദ്ധമന്ദിരത്തിലാക്കിയതെന്ന്. അവിടെയാകുമ്പോൾ ആരോടെങ്കിലുമൊക്കെ മിണ്ടിയും പറഞ്ഞും ഇരിക്കാമല്ലൊ.

വൈകുന്നേരം സിദ്ധാർത്ഥ് മുത്തച്ഛനെ കാണാൻ ചെന്നതായിരുന്നു. അകത്തു നിന്നും ആരുടെയോ വർത്തമാനം കേട്ടാണ് വാതിക്കൽ നിന്നു പോയത്. സിദ്ധാർത്ഥ് ചെവിയോർത്തു മുത്തച്ഛൻ ആരോടോ സംസാരിക്കുന്നുണ്ട്. പതിയെ കതകുതുറന്ന് അകത്തു കടന്നപ്പോൾ മുത്തച്ഛനെയല്ലാതെ ആരെയും കാണാൻ സാധിച്ചില്ല.

അച്ഛനെ ഏതെങ്കിലും ഡോക്ടറെ കാണിക്കണമെന്ന ആവശ്യം

ഉയർന്നു. അച്ഛന്റെ മനസ്സ് അച്ഛനിൽ നിന്നും പാറിപ്പറന്നു പോയെന്ന് മക്കൾക്ക് മനസ്സിലായി. സിദ്ധാർത്ഥിന് മുത്തച്ഛന്റെ അടുത്തു വരാൻ വിലക്കും ആയി.

അച്ഛനെ നോക്കാൻ ഒരു ഹോം നഴ്സിനെ വച്ചാലോയെന്ന ആലോചനയും തകൃതിയായി വീട്ടിൽ നടക്കുന്നുണ്ട്. എന്തെങ്കിലും പ്രശ്നങ്ങൾ ഉണ്ടായാൽ എങ്ങനെ മനുഷ്യരുടെ മുഖത്തു നോക്കും.

മകന് ഉറക്കമില്ലാത്ത രാത്രികൾ സമ്മാനിച്ചു കൊണ്ട് മരുമകൾ പ്രതിരോധം തീർത്തു കൊണ്ടിരുന്നു. ഇപ്പോൾ മകൻ അച്ഛന്റെ അടുത്ത് വരാറെയില്ല. ജോലിത്തിരക്കാണെന്നാണ് ഭാവിക്കുന്നത്. രാത്രിയിൽ വീട്ടിൽ കയറി വരുമ്പോൾ വരുന്ന കാറ്റിന് പുളിച്ച ഒരു മണമുണ്ടായിരുന്നു.

ഡോക്ടറെ കാണാൻ തിയതി നിശ്ചയച്ചതിനുശേഷമാണ് മകന് ഉറങ്ങാൻ സാധിച്ചത്. ഇപ്പോൾ മാഷ് വളരെയധികം സന്തോഷവാനാണ്. മാഷിന്റെ നരച്ച ജീവിതത്തിന് നിറം വന്നിരുന്നു.

പ്രഭാതം വളരെ സൗന്ദര്യമുള്ളതായിരുന്നു. എല്ലാവരും അവരവരുടെ ഇടങ്ങളിലേക്ക് പൊയ്ക്കഴിത്തിരിക്കുന്നു. പിറ്റേദിവസമാണ് ഡോക്റെ കാണാൻ നിശ്ചയിച്ചിരിക്കുന്നത്. ഡോക്ടറുടെ അടുത്തു നിന്നും വന്നാൽ മറ്റുള്ളവരുടെ മുന്നിൽ താൻ തലയ്ക്ക് സ്ഥിരതയില്ലാത്തവനായിത്തീരും. പിന്നീട് അപഹാസ്യമായ ജീവിതമായിരിക്കും തന്റേതെന്ന് മാഷിന് ഉറപ്പുണ്ട്. തന്റെ മനസ്സിന്റെ ആവലാതി ഭാനുമതിയോട് മാഷ് പറഞ്ഞു.

"മാഷെ നമുക്ക് പോകാം."

"എങ്ങോട്ട്?.."

"ഞാൻ വന്നിടത്തേക്ക്."

"അവിടെ ചെന്നാൽ ഇതു പോലുള്ള ഒരു വേവലാതിയും വേണ്ട."

"ഞാനും വരട്ടെ"

"എന്നാൽ വേഗം വാ.."

മാഷിന്റെ ശരീരം വിയർപ്പിൽ മുങ്ങി ഒരു വിറയലോടെ നിശ്ചലമായി.

ഗിരിജ കെ. നായർ

കോഴിക്കോട് ജില്ലയിൽ നന്മണ്ട താമസിക്കുന്നു. ഭർത്താവ് റിട്ടയേർഡ് എസ്. ഐ.
മക്കൾ ശ്രീജിത്ത്, രഞ്ജിത്ത്. ഓൺലൈൻ മാഗസിനുകളിലും ആനുകാലിക പ്രസിദ്ധീകരണങ്ങളിലും കവിതകൾ കഥകൾ പ്രസിദ്ധീകരിച്ചിട്ടുണ്ട്.
കൃതി - ചെമ്പകപ്പൂക്കൾ

രക്തബന്ധം

ട്രെയിനിന്റെ താളാത്മകശബ്ദം കാതോർത്തു കിടക്കവേ മയങ്ങാനൊരു ശ്രമം നടത്തി. കഴിയുന്നില്ല. ഉറക്കം വരുന്നില്ല. ബർത്തിൽനിന്നും ഇറങ്ങി വാതിൽക്കൽ നിലയുറപ്പിച്ചു.

പുറത്തു കൂരാക്കൂരിരുട്ട്. ഏതോ ഗുഹയിൽക്കൂടി ട്രെയിൻ കടന്നു പോകുന്നു. തന്റെ മനസ്സും വെളിച്ചമില്ലാത്ത ഗുഹയാണെന്ന് രവിക്ക് തോന്നി.

ഗുഹ കടന്ന് ട്രെയിൻ ചോളപ്പാടത്തുകൂടെ ഓടാൻ തുടങ്ങി. മനസ്സ് മറക്കാനാവാത്ത ആ സംഭവങ്ങൾ അയവിറക്കി.

മുപ്പതുവർഷം താൻ എവിടെയായിരുന്നു?

തന്റെ തിരോധനം ആരും അറിഞ്ഞില്ല! തിരിച്ചറിയാൻ മാത്രം താൻ ആരാണ്?

അമ്മയും അച്ഛനും, താനും അടങ്ങുന്ന സന്തോഷകരമായ കൊച്ചു വീട്, തന്നെ ജീവന് തുല്യം സ്നേഹിക്കുന്ന അച്ഛനും അമ്മയും. തന്റെ സന്തോഷം മാത്രമായിരുന്നു അവരുടെ ലക്ഷ്യം. കടയിലെ കണക്കെഴുത്തുകാരനായ അച്ഛൻ വരുന്നത് വരെ കാത്തിരിക്കുന്ന മകൻ. എത്രയെത്ര ധന്യ മുഹൂർത്തങ്ങൾ അച്ഛൻ തനിക്കു സമ്മാനിച്ചു.

ഒരു ജന്മം മുഴുവൻ ഓർത്തിരിക്കാനായി.

സന്തോഷം അധികം നീണ്ടുനിൽക്കില്ലല്ലോ.

ഒരുദിവസം സ്കൂൾ വിട്ടു വന്നപ്പോൾ വീട്ടിൽ ആൾക്കൂട്ടം. അമ്മയുടെ ഏങ്ങലടി കേൾക്കുന്നുണ്ട്. ഒന്നും മനസ്സിലായില്ല. ആരോ പറ

യുന്നു. ഉച്ചക്ക് ഊണ്കഴിക്കാൻ വന്നിട്ട് ഒന്ന് മയങ്ങാൻ കിടന്നതാണ്. പിന്നെ, അച്ഛൻ ഉണർന്നില്ല പോലും.

താങ്ങാനാവാതെ നിന്നപ്പോൾ ആരൊക്കെയോ സാന്ത്വനിപ്പിക്കുന്നു.

ഒമ്പതുവയസ്സായ തനിക്കു മനസ്സിലായി. അച്ഛൻ ഞങ്ങളെ വിട്ടു പോയി. എന്തിന് ഇത്രവേഗം വിട്ടു പോയി?

ദിവസങ്ങൾ നീങ്ങിക്കൊണ്ടിരുന്നു.

ആ സ്നേഹത്തിന്റെ ഓർമകളിൽ ജീവിച്ചു. അപ്പോഴേക്കും അമ്മാവൻമാർ ഞങ്ങളുടെ രക്ഷാകർത്തവ്യം ഏറ്റെടുത്തു കഴിഞ്ഞിരുന്നു. അനുസരണയുള്ള ഒരു കുട്ടിയെപോലെ അമ്മയും അവരുടെ മുന്നിൽ ഭവ്യതയോടെ നിന്നു.

അച്ഛൻ തന്ന സ്നേഹത്തിന്റെ കണികപോലും അവരുടെ കൈയിൽ നിന്നും കിട്ടുന്നില്ല എന്നറിഞ്ഞപ്പോൾ കൊച്ചു മനസ്സ് വിതുമ്പുകയായിരുന്നു.

ഒരുദിവസം വീട്ടിൽ കുറച്ചു അതിഥികൾ എത്തി.

അമ്മാമൻമാരുടെ നിർദ്ദേശപ്രകാരം അമ്മയെ ഒരാൾ പെണ്ണ് കാണാൻ വന്നു.

പുതിയ രണ്ടാനച്ഛനെ കിട്ടും എന്ന് ഒരമ്മാവൻ പറഞ്ഞു. ദേഷ്യമാണ് തോന്നിയത്.

പുതിയ അതിഥി വീട്ടിൽ എത്തി. പുതിയ അച്ഛൻ. കട്ടിമീശയും താടിയും ഉള്ള അയാളെ കാണുമ്പോൾത്തന്നെ പേടിയാകും.

സ്വന്തമായി പട്ടണത്തിൽ കടകൾ ഉള്ളയാൾ.

തന്റെ കൂടെക്കിടന്ന് കഥകൾ പറയുന്ന അമ്മ ഇപ്പോൾ അയാളുടെ കരവലയത്തിലാണ്.

അയാളെ കാണാൻ ഇഷ്ടമില്ലാതെ മാറുമ്പോൾ അയാൾ കൈ പിടിച്ച് വലിക്കും.

ആ കൈകൾ ധൃതരാഷ്ട്രരുടെ കൈ ആണെന്ന് തോന്നും തന്നെ ആലിംഗനം ചെയ്തു കൊല്ലുപോലെ തോന്നും.

അയാളോടുള്ള വെറുപ്പ് ദിവസം തോറും കൂടി വന്നു..

അമ്മക്ക് പോലും തന്നോട് സ്നേഹമില്ലെന്നു തോന്നി.

അമ്മ ഗർഭിണിയായി പ്രസവിച്ചു. കൊച്ചനിയത്തി. പക്ഷേ, അവളെ കൊഞ്ചിക്കാൻ ലാളിക്കാൻ അയാൾ അനുവദിച്ചില്ല. തന്നെ ആ അമ്മ പ്രസവിച്ചതാണെന്ന് പോലും മനസ്സിലാക്കാതെ അയാൾ നിരന്തരം ഉപദ്രവിക്കാൻ തുടങ്ങി.

ഒരു ദിവസം കുഞ്ഞിനെ എടുത്തപ്പോൾ അയാൾ ഓടിവന്നു തന്നെ തല്ലി. അമ്മയ്ക്കുപോലും ഒന്നും പറയാൻ കഴിഞ്ഞില്ല. ദിവസംതോറും അയളോടുള്ള ശത്രുത കൂടി വന്നു.

ഒരു ദിവസം കടയിൽ പോയി സാധനംവാങ്ങി തിരിച്ചു വരുമ്പോൾ ഒരു നൂറുരൂപ കളഞ്ഞ് പോയി.

അമ്മ ഒന്നും പറഞ്ഞില്ല. അയാൾ ചോദ്യം ചെയ്തു ഉമ്മറത്തെ പേരമരത്തിന്റെ കൊമ്പ് കൊണ്ട് തലങ്ങും വിലങ്ങും തല്ലി. ശരീരത്തിന്റെ വേദനയെക്കാൾ മനസ്സിനേറ്റമുറിവായിരുന്നു അത്.

അന്ന് രാത്രി കൂരാക്കൂരിരുട്ടിൽ ഒരു കള്ളവണ്ടി കയറിയതോർക്കുന്നു. എത്തിപ്പെട്ടതോ ചെന്നൈയിൽ. രണ്ടു ദിവസം പൈപ്പിലെ വെള്ളം കുടിച്ചും ഹോട്ടലിൽ കയറി ഇരന്നും ഭക്ഷണം കഴിച്ചു. ഒടുവിൽ ആ പാതയോരത്തു തളർന്നു കിടന്നു.

അവിടെ ഒരു രക്ഷകൻ വന്നു. ഒരു മലയാളി. വീട്ടിൽ കൂട്ടിക്കൊണ്ടുപോയി സമാധാനിപ്പിച്ചു. അയാളുടെ ഭാര്യയും കുട്ടികളും തന്നെ സ്നേഹിച്ചു. താൻ അവരെയും. തന്നെ തിരഞ്ഞാരും വന്നില്ല. അങ്ങനെ അവരുടെ കൂടെ കളിച്ചും രസിച്ചും പഠിച്ചും അവരിലൊരംഗ

മായി. അയാൾ തന്റെ ദൈവമായിരുന്നു. വീട് മറക്കാൻ ശ്രമിച്ചു. പക്ഷേ, അമ്മയെ മറക്കാനാവുമോ?

ദിവസവും രാത്രിയിൽ ഓർമ്മകളിൽ അമ്മ വരും. എന്തെക്കെയോ പറയും.

ജീവിതം മുന്നോട്ട് പോയിക്കൊണ്ടിരുന്നു. ഇന്ന് താൻ ഒരു ബിസിനസസ്സുകാരനാണ്. സുന്ദരിയും സുശീലയുമായ ഭാര്യ, രണ്ടു കുട്ടികൾ. എല്ലാം ആ രക്ഷകന്റെ കൃപാകടാക്ഷം.

ഇന്നലെ രാത്രി വല്ലാത്തൊരു ഉൾവിളി. അമ്മയെ കാണണം, പോകണം. ഇനി താമസിപ്പിക്കാനാകില്ല. ഒന്നും അറിയില്ല. എങ്ങിനെ അറിയാൻ?!

തന്റെ തിരോധനം കഴിഞ്ഞിട്ട് മുപ്പതു വർഷമായില്ലേ?

ചിന്തകൾ കാട് കയറുന്നു. ഇനി എങ്ങിനെ വീട് കണ്ടു പിടിക്കും?

അന്ന് കള്ളവണ്ടി കയറിയ സ്റ്റേഷനിൽ വണ്ടി നിന്നു.

അതേ സ്ഥലം. പക്ഷേ, മാറ്റങ്ങൾ ധാരാളം. നേരെ ഒരു ഓട്ടോ പിടിച്ചു. ഓർമയിലുള്ള അഡ്രസ്സ് പറഞ്ഞു അയാൾക്കറിയില്ല. വേറെയൊരാൾ വന്നു. അയാൾക്ക് ഏകദേശരൂപം കിട്ടി.

അയാൾ വീടിന്റെ മുന്നിലിറക്കി.

ഇത് തന്നെ. ആ ഓർമ്മകൾ വന്നു. വീട് ഒരു ചെറിയ കോൺക്രീറ്റു കെട്ടിടമായിരിക്കുന്നു.

മുന്നിലാരേയും കാണുന്നില്ല. കാളിംഗ് ബെൽ അമർത്തി. ഒരു യുവതിയും കുഞ്ഞും വന്നു. "ആരാ..?"

അവൾ ചോദിക്കുന്നു.

തന്റെ പെങ്ങൾ. !"

ഞാൻ കുറെ ദൂരെ നിന്നാ"

രാമൻ നായരുടെ വീടല്ലേ?

എനിക്ക് ഇവുടുത്തെ അമ്മയെ കാണണം..

"അമ്മയെ അറിയോ? അമ്മക്ക് വയ്യ. വാതം, പ്രഷർ, ഷുഗർ എല്ലാം ഉണ്ട്.

ഇവിടെ വേറെയാരുമില്ലേ?

തന്റെ ചോദ്യം കേട്ട് അവൾ പറഞ്ഞു.

"അച്ഛൻ മരിച്ചു. ഒരാങ്ങളയുണ്ടായിരുന്നു. നാടുവിട്ടുപോയി. കുറേ കൊല്ലമായി. ഇവിടെ ഞാനും അമ്മയും ഭർത്താവും മാത്രം"

"ആരാ മോളെ..."

അമ്മ അകത്തുനിന്നു മെല്ലെ വന്നു. തന്നെ ഒന്ന്കണ്ടു.

ആ മുഖത്തു പല പല ഭാവങ്ങൾ. ഒടുവിൽ തിരിച്ചറിഞ്ഞു. മോനേ, നീ രവിയല്ലേ എന്റെ മോൻ...

ഒന്നും പറയാനാവാതെ ആ ശോഷിച്ച വിരലുകൾ പിടിച്ചപ്പോൾ, രക്തബന്ധം! സ്വന്തം രക്തത്തെ തിരിച്ചറിഞ്ഞ നിമിഷം.

ഇനി ഈ അമ്മയെ തനിക്കു വേണമെന്ന ദൃഢനിശ്ചയത്തോടെ സ്വയം മറന്നു നിൽക്കുകയായിരുന്നു.

കീർത്തിക മഹേഷ് (കീർത്തി)

തൃശ്ശൂർ ജില്ലയിലെ മുരിയാട് എന്ന ഗ്രാമത്തിൽ വടക്കൂട്ട് ഗീതയുടേയും, ഗണേശന്റേയും മൂത്ത മകളായി 1990-ൽ ജനനം.
ഭർത്താവ് - മഹേഷ്മോഹൻ. മക്കൾ - ദേവനന്ദ, രുദ്രദേവ്
തൃശ്ശൂരിലെ പാറമേക്കാവ് വിദ്യാമന്ദിർ എന്ന വിദ്യാലയത്തിലെ മലയാളം അധ്യാപികയാണ്. സ്കൂൾ, കോളേജ് കാലഘട്ടങ്ങളിൽ കവിത, കഥ എന്നീ മത്സരങ്ങളിൽ പങ്കെടുത്ത് സമ്മാനങ്ങൾ കരസ്ഥമാക്കിയിട്ടുണ്ട്. സി.ബി.എസ്.ഇ. ടീച്ചേർസ് കലോത്സവത്തിൽ പങ്കെടുത്ത് കവിതാ, കഥ എന്നീ ഇനങ്ങളിൽ എ ഗ്രേഡ് നേടിയിട്ടുണ്ട്. ആനുകാലികങ്ങളിലും ഡിജിറ്റൽ മാഗസിനുകളിലും കവിതകളും കഥകളും ഉൾപ്പെട്ടിട്ടുണ്ട്.

പുനർജന്മം

പടികളിറങ്ങുമ്പോൾ ഒരിക്കൽകൂടി തിരിഞ്ഞു നോക്കി. അയാൾ നിന്നിടം ശൂന്യമാണ്!. മുന്നോട്ടുള്ള ജീവിതത്തിലേക്കു നോക്കിയപ്പോൾ അവിടവും!.

ഇടറിയ ചുവടുകളോടെ പെരുമ്പറകൊട്ടുന്ന ഹൃദയവുമായി എങ്ങോട്ടെന്നില്ലാതെ അവൾ നടന്നു. വിജനമായ വീഥിയിൽ അലസമായി ആടിയുലയുന്ന മരക്കൊമ്പുകളിൽ കൂടുമുളയുന്ന പക്ഷികളുടെ കലമ്പൽ. മലഞ്ചെരുവിൽ ഒരു ദിവസത്തെ മുഴുവൻ പ്രകാശവും ഭൂമിയ്ക്കു നൽകിയ ശേഷം പതിയെ ശാന്തമായി താഴ്ന്നകലുന്ന അരുണൻ. ജോലികഴിഞ്ഞ് വീടുകളിലേക്ക് മടങ്ങുന്ന മനുഷ്യർ. ലക്ഷ്യബോധമില്ലാതെ ഇവർക്കെല്ലാം നടുവിൽ ഒരുയന്ത്രം കണക്കെ അവൾ നടന്നു.

മനസ്സിൽ കടലിരമ്പുന്നു!. പ്രണയിച്ചവന്റെ കൈ പിടിച്ചിറങ്ങിയപ്പോൾ നഷ്ടമായത് സ്വന്തം കുടുംബത്തെയായിരുന്നു. സ്നേഹം കൊണ്ട് വീർപ്പുമുട്ടിച്ചിരുന്ന ഒരു കാമുകനിൽ നിന്ന് രവി മാറിയത് എത്ര പെട്ടെന്നായിരുന്നു. എത്രയോ രാത്രികളിൽ അവന്റെ ഭ്രാന്തമായ ആക്രമങ്ങൾക്ക് താൻ വിധേയയായി. ശരീരവും മനസ്സും മരവിച്ച് ജീവച്ഛവമായ് ആ വീട്ടിൽ പിന്നെയും തുടർന്നു. ഇപ്പോൾ അവിടെ നിന്നും പടിയിറക്കപ്പെട്ടിരിക്കുന്നു. നിരാലംബയായ തനിക്കു മുന്നിൽ ഇന്നോളം തുറക്കാത്ത ദൈവത്തിന്റെ വാതിലിനുമുന്നിൽ കാത്തു

നിൽക്കാതെ മനസ്സിലൊന്നുറപ്പിച്ച് അവൾ മുന്നോട്ടു നടന്നു.

അന്നാദ്യമായി അവളിൽ രാത്രിയുടെ നിശബ്ദത ഭീതിയുണർത്തിയില്ല. വല്ലാത്തൊരു ധൈര്യം അവളുടെ ചുവടുകൾക്ക് വേഗത നൽകി. രാത്രിയുടെ നിശബ്ദതയെ കീറിമുറിച്ച് ആർത്തലച്ച് വരുന്ന തീവണ്ടി ലക്ഷ്യമാക്കി അവൾ വിജനമായ പാളത്തിനുനടുവിലൂടെ നടന്നു.

ചാറ്റൽമഴയിൽ കുതിർന്ന് കിടന്നിരുന്ന റെയിൽപാളത്തിനരികിലായ് ഇരുട്ടിൽ ചെറിയൊരനക്കം അവളുടെ ശ്രദ്ധയിൽപ്പെട്ടു. അടുത്തേയ്ക്കു ചെന്നപ്പോൾ ഒരു മനുഷ്യൻ വീണുകിടക്കുന്നു. എന്തു ചെയ്യണമെന്നറിയാതെ ഒരു നിമിഷം അവൾ പതറി. "വെള്ളം. വെള്ളം.."

അയാൾ അവ്യക്തമായി പറഞ്ഞു. അവൾ പതിയെ അയാളെ പിടിച്ചെഴുന്നേൽപ്പിച്ചു. താങ്ങിപ്പിടിച്ച് മുന്നോട്ടു നടത്തി. വേച്ചുവേച്ച് അയാൾ അനുസരണയുള്ള ഒരു കുഞ്ഞിനെപ്പോലെ അവളോടൊപ്പം നടന്നു. കുറച്ച് മുന്നോട്ടു നടന്നപ്പോൾ അരണ്ട വെളിച്ചത്തിൽ അവൾ അയാളുടെ മുഖം ശ്രദ്ധിച്ചു. നെറ്റിയിൽ ചോര പൊടിഞ്ഞിരിക്കുന്നു. "വെള്ളം.. വെള്ളം.. "അയാൾ വീണ്ടും കെഞ്ചി. അവൾ ചുറ്റും നോക്കി. കുറച്ചകലെയായി ഒരു പ്ലാസ്റ്റിക് കുപ്പി കിടക്കുന്നു. ആരോ കുടിച്ച് വലിച്ചെറിഞ്ഞിരിക്കുന്നതാണ് അടിഭാഗത്തായി കുറച്ച് ജലം അവശേഷിക്കുന്നുണ്ട്. അയാളെ അവിടെയുള്ള ഒരു മരത്തിൽ ചാരിയിരുത്തി അവൾ വേഗം കുപ്പിയെടുത്ത് അയാൾക്കടുത്തേക്ക് വന്നു. ശ്രദ്ധയോടെ അയാളുടെ വാ പിളർത്തി വെള്ളം ഒഴിച്ചു കൊടുത്തു. കുറച്ച് വെള്ളം മുഖത്ത് തളിച്ചു.

കുറച്ച് നിമിഷങ്ങൾക്കപ്പുറം ആ മനുഷ്യൻ അവളോടു പറഞ്ഞു. "ഒരുപാട് നന്ദി മോളേ.. നിങ്ങൾ കണ്ടില്ലെങ്കിൽ ഞാൻ അവിടെ കിടന്ന് മരിച്ചു പോയേനേ.. ദൈവമാണ് നിങ്ങളെ എന്റെ മുന്നിലെത്തിച്ചത്.."

അവൾ മനസ്സിൽ ചിരിച്ചു.

"എനിക്ക് കാഴ്ച കുറവാണ്. ഭാര്യയ്ക്ക് പൂർണ്ണമായും കാഴ്ചയില്ല. എനിക്ക് അവളും അവൾക്ക് ഞാനും മാത്രമേ ഉള്ളൂ. അവൾക്ക് സുഖമില്ല. കടുത്ത പനിയാണ്. മരുന്നു വാങ്ങാൻ ഇറങ്ങിയതാ ഞാൻ. ഇവിടെയെത്തിയപ്പോൾ പെട്ടെന്ന് തലകറങ്ങുന്ന പോലെ തോന്നി. പിന്നെ ഒന്നും ഓർമയില്ല".

അയാൾ ഒറ്റശ്വാസത്തിൽ പറഞ്ഞു നിർത്തി.

അവൾ മറുപടിയൊന്നും പറഞ്ഞില്ല.

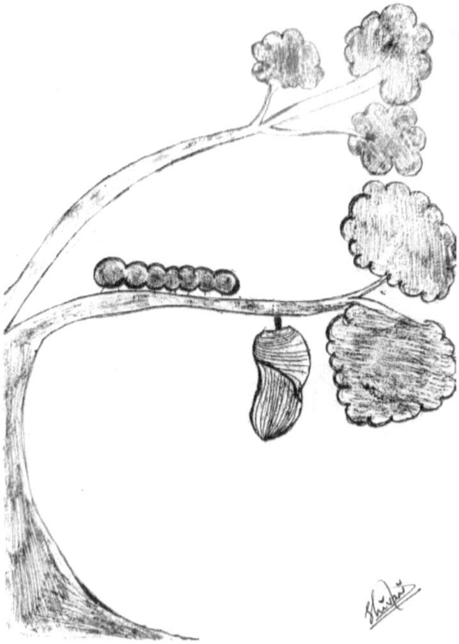

“ഒരുപാട് നന്ദി മോളേ.”

അയാൾ അവൾക്ക് മുന്നിൽ കൈകൾ കൂപ്പി. ആദ്യമായാണ് ഒരാൾ തനിക്ക് മുന്നിൽ കൈകൾ കൂപ്പുന്നത്. അവളുടെ കണ്ണുകൾ നിറഞ്ഞൊഴുകി.

“മോളെ ദൈവം അനുഗ്രഹിക്കട്ടെ. "അയാൾ കൈകൾ ഉയർത്തി അവളുടെ ശിരസ്സിൽ വച്ചു.

“ഞാൻ പോട്ടേ മോളെ.. വീട്ടിൽ ഭാര്യ തനിച്ചാണ്. അവൾക്ക് ദീനമാണ്.. വേഗം ഭേദമാവാൻ മോൾ പ്രാർത്ഥിക്കണം.”

“ഉം.. "അവൾ അറിയാതെ തലയാട്ടി.

അയാൾ പതിയെ നടന്നകന്നു.

അവൾ വീണ്ടും തനിച്ചായി.

അവളുടെ മനസ്സിലെ ഇരുട്ട് മാറി പ്രകാശം പരന്നൊഴുകി. രാത്രിയുടെ ഇരുളിനെ വകഞ്ഞുമാറ്റി തലയുയർത്തിപ്പിടിച്ച് ഉറച്ച ചുവടോടെ അവൾ നടന്നു. ഈ ഭൂമിയിൽ ഇനിയും ഒരുപാട് കാര്യങ്ങൾ തനിക്ക് ചെയ്യാനുണ്ടെന്ന ലക്ഷ്യബോധം അവളുടെ ചുണ്ടുകളിൽ മനോഹരമായ ഒരു പുഞ്ചിരി സമ്മാനിച്ചു.

എബി റ്റോബി

ഇടുക്കി ജില്ലയിലെ രാജകുമാരിക്കടുത്ത് മുരിക്കുംതൊട്ടിയിൽ താമസിക്കുന്നു.
ആനുകാലിക മാസികകളിലും ഓൺലൈൻ മാധ്യമങ്ങളിലും എഴുതുന്നു.
സമസ്യ, നവതൂലിക എന്നിവയുടെ വിവിധ പുസ്തകത്തിന്റെ ഭാഗമാകാൻ കഴിഞ്ഞു. അധ്യാപികയാണ്.

തെറ്റിപ്പോയ ശരികൾ

കടൽക്കാഴ്ച കാണാൻ വിശാലമായ മനസ്സ് അവൾക്ക് ഉണ്ടായിരുന്നില്ല. ഓരോ ജീവിതവും വെള്ളത്തിൽ വരച്ചവരപോലെയാണെന്ന് പൂർവ്വികരുടെ വാക്കുകൾ ഇടയ്ക്കോർക്കണം. പുറംമോടി സ്വർണ്ണം പോലെ തിളക്കമുള്ളതായിരിക്കണം.

നീണ്ട ഒരു വ്യാഴവട്ടം, മീനാക്ഷി അതിലേയ്ക്ക് തിരിഞ്ഞു നോക്കാറില്ല. കാരണം, തീക്കട്ടയിൽ കയറി നൃത്തം ചെയ്യുന്നതിലും ദുഷ്കരമായിരുന്നു അത്. ധിക്കരിച്ച് തന്റെ ശരികൾക്കൊപ്പം യാത്രയായാൽ കുന്നു കയറി ലക്ഷ്യത്തിലെത്തുവാൻ സാധിക്കാതെ നാം പരാജിതരാകും.

അവൾ കടപ്പുറത്തെ ചാരുകസേരയിൽ തന്റെ അഞ്ചു വയസ്സുകാരി മകളെ ചേർത്തു പിടിച്ച് കണ്ണെത്താദൂരത്തോളം പരന്നു കിടക്കുന്ന കടലിലേക്ക് നോക്കിയിരുന്നു. ഉച്ചവെയിൽ മാറി വെയിലിൻെറ ചൂട് കുറഞ്ഞത് മീനാക്ഷി അറിഞ്ഞില്ല.

വെയിലിന്റെ ചൂടേറ്റ് കുഞ്ഞ് തളർന്നുറങ്ങി. ദാഹവും വിശപ്പും അവളെ തളർത്തുന്നില്ല. ജീവൻ ഉണ്ട് എന്നതല്ലാതെ പ്രകൃതിയിൽ നടക്കുന്നത് ഒന്നും അവൾ അറിയുന്നില്ല.

അവളുടെ ചിന്തകൾ പുറകോട്ട് സഞ്ചരിച്ചു. തന്റെ മകളുടെ ജീവിതത്തെക്കാൾ എത്ര നിറമുള്ളതായിരുന്നു എൻെറ ജീവിതം. പൂമ്പാറ്റയെപ്പോൽ പാറിപ്പറന്ന ബാല്യ കൗമാര കാലങ്ങൾ. തെങ്ങുകയറ്റത്തൊഴിലാളിയായ അച്ഛൻ. അയൽ വീടുകളിൽ ജോലിയ്ക്കു പോകുന്ന അമ്മ. എന്നെക്കാൾ പഠിക്കുന്ന അനിയത്തി.

വീടിനടുത്ത് കോളേജ് ഇല്ലാത്തതിന്നാൽ പട്ടണത്തിലേക്ക് വണ്ടി കയറി.

അതാണ് തന്റെ ജീവിതം മാറ്റി മറച്ചത്.

തന്റെ സഹപാഠിയോട് തോന്നിയ സൗഹൃദം, അത് പ്രണയത്തിലെയ്ക്ക് വഴിമാറിയത് അറിഞ്ഞില്ല. തന്നെക്കാളും പ്രായം ഉണ്ടായിരുന്നു. പിരിയാൻ വയ്യാത്ത അവസ്ഥ വന്നപ്പോൾ വീട്ടിൽ പറഞ്ഞു.

മറക്കാൻ പറഞ്ഞു അച്ഛനും അമ്മയും. പഠിച്ച് നല്ലൊരു ജോലി നേടിക്കഴിഞ്ഞ് ഈ ഇഷ്ടം അതുപോലെ തന്നെ ഉണ്ടെങ്കിൽ നടത്തി തരാം. കുടുംബത്തിന് ദോഷം വരുന്ന പ്രവർത്തി ചെയ്യരുത്. അനിയത്തിയുടെ ഭാവിയെക്കുറിച്ച് ഓർക്കണം. നിനക്ക് ശരിയെന്ന് തോന്നുന്നത് ചെയ്യുക എന്നും പറഞ്ഞ് അച്ഛൻ പണിയ്ക്ക് പോയി. ഒന്നും മിണ്ടാതെ കോളേജിലേക്ക് വണ്ടി കയറി. മാസങ്ങൾ കടന്നു പോയി. ക്ലാസ് ഇല്ലാത്ത ദിവസം പ്രവീണിനൊപ്പം കറങ്ങി നടക്കും. കോളേജിലും ഹോസ്റ്റലിലും പ്രശ്നമായി, തുടർന്ന് പ്രവീണിനൊപ്പം താമസം ആയി. പ്രവീൺ നല്ല പണം ഉള്ള വീട്ടിലെ ആയിരുന്നു. ഇഷ്ടം പോലെ സുഹൃത്തുക്കൾ ഉണ്ടായിരുന്നു. പ്രവീൺ ഒറ്റ മകൻ ആയിരുന്നു. ആദ്യനാളുകൾ വളരെ സന്തോഷം നിറഞ്ഞത് ആയിരുന്നു. എന്നാൽ, ആ സന്തോഷം കുറച്ചു ദിവസം മാത്രം നിലനി

ല്ക്കുന്നതായിരുന്നു. ഞങ്ങൾ തമ്മിലുള്ള ബന്ധം പ്രവീണിൻെറ വീട്ടിൽ അറിഞ്ഞു പ്രശ്നമായി. വീട്ടിലും അറിഞ്ഞു. എന്നാൽ, അവർ ഒന്നും മിണ്ടാതെ പോയി. അതോടെ പഠനം നിലച്ചു. പിന്നെ, പ്രവീണിൻെറ സ്വഭാവം മാറി. അന്നാണ് അവൾ അറിയുന്നത് പ്രവീൺ മദ്യപാനിയും മാനസികരോഗിയും ആണെന്ന്. എന്ത് ചെയ്യും എന്നറിയാതെ അവൾ പൊട്ടിക്കരഞ്ഞു. അച്ഛൻെറ വാക്കുകൾ ധിക്കരിച്ചതിന് കിട്ടിയ ശിക്ഷ. തൻെറ തീരുമാനം തെറ്റായിരുന്നു. മദ്യപാനത്തിനു വേണ്ടി മോഷണവും പിടിച്ചു പറിയും. എല്ലാ ദിവസവും രാത്രി കുറെ കൂട്ടുകാരെയും കൂട്ടി വരും മദ്യപാനവും അസഭ്യവർഷും ശാരീരികവും മാനസികവും ആയ പീഡനവും. നേരം പുലർന്നാൽ മാന്യമായ സ്വഭാവം, നല്ല സ്നേഹം.

ഇതിനിടയിൽ ഒരു പെൺകുട്ടി ജനിച്ചു. പിന്നീട്, അയാൾ മയക്കുമരുന്നിൻെറ ഉപയോഗം തുടങ്ങി. വീട് ഒരു ബാറിന് തുല്യമായി. കൂട്ടുകാരുടെ മുന്നിൽ വച്ച് ശാരീരികമായും മാനസികമായും ഉപദ്രവിക്കും. ആ കഴുകൻമാരുടെ കണ്ണിൽ പെടാതെ കുഞ്ഞിനെ വളർത്തി. സഹിക്കാൻ പറ്റാതെയായപ്പോൾ പോലീസിൽ പരാതി കൊടുത്തു. പിന്നെ, രാപ്പകലില്ലാതെ മധ്യപാനവും പീഡനവും. നീണ്ട പന്ത്രണ്ട് വർഷം അയാൾക്കൊപ്പം ജീവിച്ചു. ഇനി വയ്യ. വീട് ബാറിനെക്കാൾ ദുഷ്കരമായിരുന്നു. കൂട്ടുകാർ മദ്യകുപ്പികൾ അവരുടെ മുന്നിൽ വച്ചുള്ള കളിയാക്കലുകൾ, ഉപദ്രവങ്ങൾ. പല തവണ ജീവിതം അവസാനിപ്പിക്കണം എന്ന് തോന്നി. എന്നാൽ ലച്ചുവിൻെറ മുഖം കാണുമ്പോൾ ജീവിക്കണം ഒരു വാശിയാണ്.

ഈ പന്ത്രണ്ട് വർഷത്തിനിടയിൽ ഒരിക്കൽ പോലും മാതാപിതാക്കളെ അന്വേഷിച്ചില്ല. കത്തെഴുതിയില്ല. അവരെ വിഷമിപ്പിക്കേണ്ട എന്ന് കരുതി ആണ്. ഞാൻ സന്തോഷത്തോടെ ആണ് എന്ന് അവർ കരുതട്ടെ.

അനുസരണക്കേടിനുള്ള ശിക്ഷ. തൻെറ ശരികൾ തെറ്റായിരുന്നു. കാലം അങ്ങനെ ആണ്.

മീനാക്ഷി ഞെട്ടിയുണർന്നു ഒന്നുമറിയാതെ തന്റെ ചാരെ ലച്ചു ഉറങ്ങുകയാണ്.

ഉറങ്ങി എഴുന്നേറ്റ് കഴിഞ്ഞാൽ പോകണം. എന്നെ മറന്ന ഗ്രാമത്തിലേയ്ക്ക്, വീട്ടിലെയ്ക്ക്, അച്ഛനോടും അമ്മയോടും അനിയത്തിയോടും ക്ഷമചോദിക്കണം. എന്നോടുള്ള ദേഷ്യം ലച്ചുവിനെ കാണുമ്പോൾ മറക്കുവായിരിക്കും.

പ്രവീൺ തന്നെ അന്വേഷിക്കുന്നുണ്ടാവും. മടുത്തു.

ഒരിക്കൽ പ്രവീണിൻെറ ദുഷ്ടതയിൽ എഴുന്നേൽക്കാൻ കഴിയാതെ കിടന്ന അവളെ മദ്യം കുടിപ്പിച്ചു പ്രവീണിൻെറ സുഹൃത്ത് ശാരീരികമായുപയോഗിച്ച് അവളുടെ മുഖത്ത് കാർപ്പിച്ചുതുപ്പി ഒരു കെട്ട് നൂറിന്റെ നോട്ട് വലിച്ചെറിഞ്ഞു.

മദ്യക്കെട്ട് മാറി എഴുന്നേറ്റപ്പോളേക്കും അവൾക്ക് ആ ശരീരം തന്നെ നഷ്ടമായിരുന്നു.

ജീവനുതുല്യം സ്നേഹിച്ച ഭർത്താവ് തന്നെ വില്പന നടത്തുന്നു. ദൈവമേ എന്താണ് ഇത്? മാതാപിതാക്കളെ ഉപേക്ഷിച്ചു പ്രവീണിനു വേണ്ടി ജീവിതം തുടങ്ങിയതിൽപ്പിന്നെ സ്നേഹം എന്തെന്ന് അറിഞ്ഞിട്ടില്ല. യഥാർത്ഥ ഇഷ്ടത്തോടെ ആണോ ലച്ചു തൻെറ ഉദരത്തിൽ ഉരുവായത്? അറിയില്ല. ഒരിക്കൽ പോലും അയാൾ ലച്ചുവിനെ സ്നേഹിച്ചിട്ടില്ല. ലച്ചുവിന് അയാളെ പേടിയാണ്. പ്രവീണിനോട് ദേഷ്യം തോന്നിയിട്ടുണ്ട്. വെറുപ്പ് തോന്നിയിട്ടില്ല. ഞാൻ എന്റെ പ്രാണനെ പോലെ സ്നേഹിച്ചു. ഇനിയില്ല. അയാൾ മരിച്ചു, എൻെറ മനസ്സിൽ നിന്നും ജീവിതത്തിൽ നിന്നും. ഇനി അയാൾ എന്ന് വിളിക്കുന്നതിൽ തെറ്റില്ല. ലച്ചു നല്ല ഉറക്കത്തിലാണ്. മീനാക്ഷി ലൈറ്റ് ഇട്ടു സമയം രണ്ടുമണി. നേരം വെളുക്കാൻ അധികമില്ല, അടുത്ത മുറിയിൽ അയാൾ നല്ല ഉറക്കത്തിലാണ്. ഈ മുറിയിൽ നിന്നും എടുക്കാൻ ഒന്നുമില്ല. ഈ മുറിയും ശരീരവും എന്നേ ഉപേക്ഷിച്ചതാണ്. ശബ്ദം ഉണ്ടാക്കാതെ അവൾ മുറി പൂട്ടി. അവളുടെ മുറിയിൽ കയറി ബാഗ് എടുത്തു ആവശ്യമുള്ള തുണി എടുത്തു. സമയം 4 മണി, 4.30ന് ആണ് ആദ്യ ബസ്. പലതവണയായി അയാൾ മറന്നു വച്ചു പോയ പണം കുറച്ചധികം ഉണ്ട്. ലച്ചുവിനെ എടുത്ത് ശബ്ദം ഉണ്ടാക്കാതെ വാതിൽ തുറന്ന് ധൃതിയിൽ ബസ് സ്റ്റോപ്പിലേക്ക് നടന്നു. അധികം വൈകാതെ ബസ് വന്നു. പാലക്കാട് ടിക്കറ്റ് എടുത്തു. ഇവിടെ നിന്നും 4 മണിക്കൂർ ഉണ്ട് പാലക്കാടിന്. ബസിൽ കയറിയത് മാത്രം അറിയാം. ഉറങ്ങിപ്പോയി എങ്ങനെ ഉറങ്ങാതിരിക്കും വർഷം പന്ത്രണ്ട് ആയി സ്വസ്ഥമായി ഉറങ്ങിയിട്ട്. ബസ്സ് സ്റ്റാൻഡിൽ എത്തിയപ്പോൾ കണ്ടക്ടർ വിളിച്ച് ഉണർത്തുകയായിരിന്നു. ലച്ചുവിനെ എഴുന്നേൽപ്പിച്ച് ഇറങ്ങി. ചായക്കടയിൽ കയറി ലച്ചുവിന് കഴിക്കാൻ വാങ്ങിക്കൊടുത്തു. കഴിച്ചു എന്ന് വരുത്തി.

ജീവിതത്തിൽ ആദ്യമായിട്ടാണ് ഹോട്ടലിൽ കയറുന്നത്. പ്രവീണിനൊപ്പം കോളേജ് ജീവിതത്തിലാണ് ഹോട്ടലിൽ കയറിയിട്ടുള്ളത്. പിന്നെ, ഇന്ന്. ഓർക്കാതിരിക്കുന്നതാണ് നല്ലത്.

സമയം എട്ട് മണിയായി ഇനി എറണാകുളം.

ലച്ചുവും ആദ്യമായി ആണ് യാത്ര ചെയ്യുന്നത്. "അമ്മോ.. നമുക്ക് കടൽ കാണാൻ പോകാം."

"ഉം."

അഞ്ച് മണിക്കൂറിനുശേഷം എറണാകുളം എത്തി. തന്നെ തേടി പ്രവീൺ വരില്ല, ഒരിക്കൽ പോലും തന്റെ വീട്ടിൽ കൊണ്ടുപോയിട്ടില്ല. അത് ആശ്വാസമാണ്. ഞാൻ വാതിൽ കുറ്റിയിട്ടിട്ടാണ് വന്നത്. വല്ല മദ്യം, മയക്കുമരുന്ന് കൂട്ടുകാരും വന്നു തുറന്നു കൊടുക്കട്ടെ.

ഓർക്കണ്ടേ" അവൾ ആരോടെന്നില്ലാതെ പറഞ്ഞു. ഓട്ടോ വിളിച്ച് ബീച്ചിൽ എത്തി. ലച്ചുവിനെ കടൽ കാണിച്ചു. തിരമാലകൾ കാലിൽ തഴുകിയിറങ്ങി. "ലച്ചൂ, നമുക്ക് ആ കസേരയിൽ ഇരിക്കാം."

മീനാക്ഷി അവളുടെ വിഷമങ്ങൾ കടലമ്മയോട് പറയുക ആണെന്ന് തോന്നുന്നു. ചുണ്ടുകൾ അനങ്ങുന്നണ്ട്. കണ്ണുകൾ നിറയുന്നു. സമയം കടന്നു പോയതറിഞ്ഞില്ല. സായാഹ്നത്തിനായി കടൽപ്പുറം സജീവമായി. ആളുകൾ നിറഞ്ഞു. കുട്ടികളുടെ വരവ് കാത്ത് ബലൂൺ വില്പനക്കാർ, പട്ടം വില്പനക്കാർ പല സ്ഥലങ്ങളിൽ നിറഞ്ഞു. കുട്ടികൾ ബലൂണുകൾ പിടിച്ച് നടക്കുന്നത് ആ അഞ്ചു വയസ്സുകാരി നോക്കിയിരുന്നു.

ലച്ചുവിനും ഒന്ന് വേണം എന്ന് ഉണ്ട്. അവൾ അമ്മയെ നോക്കി, ഒരു ബലൂൺ വാങ്ങി തരാമേ? ആ കുഞ്ഞിൻെറ ചോദ്യം പോലും അവൾ കേട്ടില്ല. ആ കുഞ്ഞിൻെറ നോട്ടം കണ്ട് ആരോ ഒരാൾ ബലൂൺ വേണോ എന്ന് ചോദിച്ചു. ലച്ചു തല കുലുക്കി, എന്നിട്ട് അമ്മയെ നോക്കി. കുട്ടികൾ അങ്ങനെ ആണ്, അവർ ദൈവത്തിന്റെ അരുമകളാണ്. അവരുടെ മനസ്സിൽ കള്ളം ഇല്ല. അയാൾ ഒരു ബലൂൺ ആ കുഞ്ഞിന് വാങ്ങി കൊടുത്തു. സന്തോഷം കൊണ്ട് കുഞ്ഞിൻെറ മുഖം പൂർണ്ണചന്ദ്രനെപ്പോലെ തിളങ്ങി.

"എന്താ മോള്ടെ പേര്?" ലഷ്മി. അമ്മ എന്നെ ലച്ചു എന്ന് വിളിക്കും."

"ലച്ചുക്കുട്ടി സുന്ദരി ആണ് ട്ടോ."

ലച്ചു ചിരിച്ചു കൊണ്ട് അയാൾക്ക് പിന്നിൽ നിന്ന കുട്ടിയെ മാത്രം നോക്കിയിരുന്നു. സന്ധ്യയായി. ഉറക്കത്തിൽ സ്വപ്നം കണ്ട് ഞെട്ടിയെഴുന്നേല്ക്കുംപോലെ അവൾ എഴുന്നേറ്റ് ചുറ്റും നോക്കി. പകൽ മാറിയിരിക്കുന്നു. ലച്ചുവിനെ നോക്കിയപ്പോൾ തിരമാലയെ തൊട്ടറിഞ്ഞ് നില്ക്കുന്നു. മോളെ ലച്ചു അവൾ നീട്ടി വിളിച്ചു. ആ ശബ്ദം കേട്ട് അമ്മയ്ക്കരുകിലേയ്ക്ക് ഓടി വന്നു. "അമ്മേ! എന്ത് രസമാണ് കടൽ വെള്ളം കാലിൽ കയറുമ്പോൾ. അമ്മ ഉറങ്ങുകയാ

യിരുന്നോ? മോൾ എത്ര തവണ വിളിച്ചു. ദേ! ആ പോകുന്ന അങ്കിൾ വാങ്ങി തന്നതാണ് ഈ ബലൂൺ. അങ്കിളിന്റെ കൂടെ ഉള്ള കുട്ടി തന്ന താണ് ഈ ജ്യൂസ്. എന്തു മധുരമാണ് അമ്മേ! അമ്മ ഇതുവരെ ഒരു ജ്യൂസും വാങ്ങി തന്നില്ലല്ലോ എനിക്ക്."

അവൾ കുഞ്ഞിനെ ചേർത്ത് പിടിച്ച് കരഞ്ഞു. അമ്മേ! എന്താ നമ്മളെ വിളിക്കാൻ അച്ഛൻ വരാത്തത്. ഇവിടെ വന്ന കുട്ടികളുടെ കൂടെ അച്ഛനും അമ്മയും ഉണ്ട്. എൻെറ കൂടെ മാത്രം അച്ഛനില്ല. മീനാക്ഷിയ്ക്ക് പറയാൻ വാക്കില്ല.

വരൂ നമുക്ക് പോകാം. അച്ഛൻ വരാതെ നമ്മൾ എവിടെ പോകാനാണ്. മീനാക്ഷി പറഞ്ഞു, നമുക്ക് അമ്മയുടെ വീട്ടിൽ പോകാം. അവിടെ മുത്തശ്ശനും മുത്തശ്ശിയും ചിറ്റമ്മയും ഉണ്ട്. ലച്ചുവിൻെറ കൈ പിടിച്ച് അവൾ നടന്നു. സന്ധ്യ ആയി. നാട്ടിലേക്കുള്ള ബസ് കിട്ടി. എട്ടുമണിയായി. അരമണിക്കൂർ യാത്ര ഉണ്ട്. ബസ് ഇറങ്ങി. നാട് ഒരു പാട് മാറി. വഴിയിൽ കണ്ട ഒരു സ്ത്രീയോട് അച്ഛൻെറ പേര് പറഞ്ഞു എവിടെ ആണ് താമസിക്കുന്നത് എന്ന് ചോദിച്ചു. എന്നാൽ അവരിൽ നിന്നും അറിഞ്ഞത് വേദനാജനകമായ കാര്യമാണ്.

"എവിടെ നിന്നാണ്?"

"പാലക്കാട്."

രണ്ട് വർഷം മുമ്പ് അമ്മ മരിച്ചു. പണ്ട് മുതൽ ശ്വാസംമുട്ട് ഉണ്ടായിരുന്നു. എന്നെ ഓർത്ത് ഒരുപാട് കരഞ്ഞിട്ടുണ്ടാകും. ഇളയകുട്ടിയുടെ പഠനത്തിനും ചികിത്സയ്ക്കും വീടും സ്ഥലവും വിറ്റു. വാടയ്ക്കാണ് താമസിക്കുന്നത്. ലച്ചു തോളിൽ കിടന്ന് ഉറങ്ങിയിരുന്നു. "അയ്യോ. മോൾ ഉറങ്ങിയല്ലോ. വരൂ എന്റെ വീട്ടിൽ പോകാം." രാത്രിയായി. മീനാക്ഷി അവരുടെ കൂടെ നടന്നു.

ആ രാത്രി മീനാക്ഷിയ്ക്ക് ഉറങ്ങാൻ കഴിഞ്ഞില്ല. താൻ എന്തൊരു മകളാണ്. ജന്മം നൽകി കഷ്ടപ്പെടുത്തി നല്ല വിദ്യാഭ്യാസം തന്ന അവരെ തീരാദുഃഖത്തിലേയ്ക്കും മാനക്കേടിലേക്കും തള്ളിയിട്ടു. തിരിഞ്ഞും മറിഞ്ഞും കിടന്ന് നേരം വെളുപ്പിച്ചു. അവിടെ നിന്നും കൊടുത്ത കുട്ടൻ ചായ കുടിച്ച് ലച്ചുവിനെയും കൂട്ടി ആ സ്ത്രീയോടപ്പം ആ വാടക വീട്ടിൽ എത്തിയപ്പോൾ ആ വീട് പൂട്ടിയിരിക്കുന്നു. അടുത്ത വീട്ടിൽ ചേദിച്ചപ്പോൾ അച്ഛൻ തെങ്ങിൽ നിന്നും വീണ് കിടപ്പിലായെന്നും അനിയത്തി പഠനം ഉപേക്ഷിച്ച് തുണിക്കടയിൽ ജോലിയ്ക്കു പോയാണ് വീട് കഴിയുന്നതും വാടകയ്ക്കും മരുന്നിനും തികയുന്നത് എന്നും, ഇവർക്ക് ഒരു മകൾ കൂടിയുണ്ടെന്നും, പഠനാവശ്യത്തിന് പോയതിനു ശേഷം അവർ തിരിച്ചെത്താത്തത് ആ അച്ഛ

നെയും അമ്മയെയും മാനസീകമായും ശാരീരികമായും ഒരു പാടു തളർത്തിയെന്നും പറഞ്ഞപ്പോൾ ഭൂമി രണ്ടായി പിളർന്ന് അതിനടിയിൽ അകപ്പെട്ടതുപോലെ തോന്നി. അവിടെ നിന്നും ബസ്സിൽ കയറി കോട്ടയം മെഡിക്കൽ കോളേജിൽ എത്തി. അച്ഛന്റെ പേര് പറഞ്ഞ് ആ വാർഡിലെത്തി അച്ഛനെ കണ്ടെത്തി. ചെയ്തു പോയ തെറ്റിന് ആ പിതാവിന്റെ കാല്തൊട്ട് മാപ്പു ചോദിക്കുമ്പോഴെയ്ക്കും എല്ലാം കഴിഞ്ഞിരുന്നു. "അച്ഛാ.." എന്നവൾ അലറിക്കരഞ്ഞു.

ആരോ തോളിൽ അമർത്തി, അത് മറ്റാരുമായിരുന്നില്ല മീനാക്ഷിയുടെ അനിയത്തി ശ്രീകുട്ടിയായിരുന്നു. മീനാക്ഷി അനിയത്തിയോടു മാപ്പു ചോദിച്ചു. ആ പെൺകുട്ടി ഒന്നും മിണ്ടിയില്ല. ലച്ചുവിന്റെ കൈയിൽ പിടിച്ചു. അച്ഛന്റെ മൃതദേഹവും ഏറ്റുവാങ്ങി ആശുപത്രി വിട്ടിറങ്ങി. നാളെ ഇനിയെങ്ങനെ എന്ന ചിന്ത അവളെ അലട്ടിക്കൊണ്ടിരുന്നു. തന്റെ മുമ്പിൽ ജീവനറ്റ അച്ഛൻ ഒന്നുമറിയാത്ത ഒരു കുഞ്ഞു ബാല്യം. മറ്റൊരു കോണിൽ എല്ലാ സ്വപ്നവും നഷ്ടപ്പെടുത്തിയ ചേച്ചി. ആ യാത്രയിൽ ശ്രീക്കുട്ടി ഒരു തീരുമാനം എടുത്തു. ജീവിക്കാൻ ഈശ്വര കാടാക്ഷം വേണം. പഠനം പൂർത്തിയാക്കണം. മുത്തച്ഛന്റെയും മുത്തശ്ശിയുടെയും കരുതലോടെ ലച്ചുവിനെ സ്നേഹിക്കണം.

സജികുമാർ മാവേലിക്കര

ആലപ്പുഴ ജില്ലയിൽ മാവേലിക്കര ശ്രീ. ജനാർദ്ദനൻ ആചാരിയുടെയും (late) ശ്രീമതി. വത്സല നാഗമ്മാളിന്റെയും മകനായി 1976 ൽ ജനനം.
വിദ്യാഭ്യാസം: ഡിപ്ലോമ.
കവിത സമാഹാരം : മോഹനം.

ഋതുമതി

മനസ്സിന്റെ ഉള്ളറകളിൽ ഒളിഞ്ഞു കിടന്നിരുന്ന ഓർമ്മകൾ കാർത്തുവിന്റെ സ്വപ്നങ്ങളെ തഴുകിയുണർത്തി.

നടുമുറ്റവും അതിലെ തുളസിത്തറയും തെളിഞ്ഞുനിൽക്കുന്ന ദീപവും. മുറ്റത്തെ തേൻവരിക്കയിൽ നിന്നുള്ള മധുരം കിനിയുന്ന ചക്കപ്പഴം തിന്നാമെന്ന ആഹ്ലാദത്തിൽ കിളികൾതൻ ആരവവും. മ് മ്മാ.. എന്ന് വിളിക്കുന്ന നെറ്റിയിൽ വെള്ള ചുട്ടിയുള്ള നന്ദിനി പശുവും കിടാവും. പിന്നെ ആടുകൾ, കോഴികൾ.

കുടുംബത്തിലെ അച്ചച്ചൻ, മുത്തശ്ശി, അച്ഛൻ, അമ്മ, ചിറ്റപ്പൻ, ചിറ്റ, അപ്പച്ചിമാർ. കാർത്തു അവളുടെ ചേച്ചി, കുഞ്ഞനുജൻ ഇതായിരുന്നു ആ തറവാട് വീട്ടിലെ അംഗങ്ങൾ.

അവൾ മെല്ലെ എണീറ്റു മുത്തശ്ശിയെ ശുണ്ഠി പിടിപ്പിക്കണ്ട എന്ന് കരുതി നേരെ പുഴക്കരയിലേക്ക് നടന്നു. മാറിയുടുക്കാനുള്ള വസ്ത്രങ്ങൾ ഒരു കൈയിൽ. മറുകൈയിൽ ഇഞ്ചയും താളിയും. കുളികഴിഞ്ഞ നൈർമല്യത്തിലും കാർത്തുവിന്റെ മുഖം നിരാശയോടെ ചൊല്ലുന്ന ഈണങ്ങൾ പോലെ കണ്ണുനീർ ഇറ്റുന്നുണ്ടായിരുന്നു.

മുത്തശ്ശി പറഞ്ഞു തന്നിരുന്ന കഥകളിൽ കാർത്തുവിനെ സ്വാധീനിച്ചതും വേദനിപ്പിച്ചതും ചിന്തിപ്പിച്ചതും രജനിയുടെ തീരങ്ങളിൽ സുഷുപ്തിയിൽ ആണ്ടു പോകുമ്പോൾ, ഭയപ്പെടുത്തിയതും അവളെ ഏകാന്തതയിലേക്ക് തള്ളി വിട്ട ആ കഥ ആയിരുന്നു. മുത്തശ്ശി പറഞ്ഞു തുടങ്ങി.

"കുട്ട്യേ.. നീ ജനിക്കുന്നതിനു മുൻപ് നിന്റെ മൂത്ത കുട്ടി, അത് പെൺകുട്ടി ആണെന്ന് അറിഞ്ഞപ്പോൾ കുടുംബ അംഗങ്ങൾ എല്ലാ

വരും ഒരു കാര്യം ആഗ്രഹിച്ചു. ഒരു ആൺകുട്ടിയെ വേണമെന്ന്. എങ്കിൽ നിന്റെ അമ്മ രണ്ടാമത് ഗർഭിണി ആയപ്പോൾ അത് ആൺ കുട്ടി തന്നെ എന്നുറപ്പിച്ചു. പക്ഷെ, ഈ വീട്ടില് അന്നുള്ളത് ദാരിദ്ര്യവും ഒരു നേരത്തെ ആഹാരത്തിനു പോലും നിവൃത്തിയില്ലാത്ത അവസ്ഥയുമായിരുന്നു.

മുത്തശ്ശി ഒരു നിമിഷം നിർത്തി കണ്ണട മാറ്റി ഒഴുകിയിറങ്ങിയ കണ്ണ് നീർ തുടച്ചു. മടിയിൽ കിടന്ന കാർത്തുവിന്റെ മുഖത്തേക്ക് ഒരു തുള്ളി വീണു. "മുത്തശ്ശി എന്തിനാ കരയുന്നത്?"അവൾ ചോദിച്ചു. അന്ന് നടന്ന സംഭവം ഓർത്തു പോയി കുട്ടീ. മുത്തശ്ശി തുടർന്നു.

നിന്നെ വയറ്റിൽ ഉള്ളപ്പോൾ അവൾ ദാരിദ്ര്യത്തെ പഴിച്ചു സ്വസ്ഥതയെ പഴിച്ചു, എല്ലാ ദേഷ്യവും അവൾ അരച്ച് കൊണ്ടിരുന്ന കല്ലിൽ നിന്നും അമ്മിക്കല്ല് എടുത്തു നിറവയറിലേക്ക് ആഞ്ഞാഞ്ഞു ഇടിച്ചു. ഈ നാശം ചത്തു പോകട്ടെ ഇതിനെ വേണ്ട എന്ന് പുലമ്പിക്കൊണ്ട്. ഞാൻ അപ്പോൾ വന്നില്ലായിരുന്നു എങ്കിൽ...

മുത്തശ്ശി ഓർത്തോർത്തു കരയുന്നത് കണ്ട് കാർത്തു മുത്തശ്ശിയെ ആശ്വസിപ്പിച്ചു.

താൻ ഇരുട്ടിൽ കരയുന്ന കുട്ടിയായി മാറിയതെന്തേ

എന്ന് പലപ്പോഴും ആലോചിച്ചിരുന്നു. അതിനുള്ള ഉത്തരം അവളുടെ നെഞ്ചിൽ ഒരു പാറക്കല്ല് എടുത്തു വെച്ചത് പോലെയായിരുന്നു. അമ്മ അവളെ ഒരുപാടു ദ്രോഹിക്കുമായിരുന്നു അതവളെ വല്ലാതെ വേദപ്പിച്ചിരുന്നു. അവളിപ്പോൾ അന്നത്തെ കുട്ടിക്കഥകൾ കേട്ടു കളിച്ചു ചിരിച്ചു നടക്കുന്ന കുട്ടിയല്ല. യക്ഷിക്കഥകൾ കേട്ടു ഭയന്നിരുന്ന കുട്ടിയല്ല. അവൾക്കു തിരിച്ചറിയാനാകും. "അമ്മ എന്തേ എന്നോട് മാത്രം ഇങ്ങനെ?"എന്നവൾ പലപ്പോഴും ആലോചിച്ചിരുന്നു. തന്നെ മാറ്റി നിർത്തുന്ന അമ്മ അനുജനെയും ചേച്ചിയെയും സ്നേഹിക്കുന്ന അമ്മ.

അച്ഛന്റെയും അമ്മയുടെയും ചൂട് പറ്റി മെത്തമേൽ ഉറങ്ങുന്ന ചേച്ചിയും അനുജനും. അവരെയെല്ലാവരെയും അവൾ വേദനയോടെ നോക്കി. തനിക്കു കിട്ടിയ കീറപ്പായ നിലത്തു വിരിച്ചു അതിൽ കിടന്നു. തലയിണ അവളുടെ കണ്ണുനീരിനെ തുടച്ചു മാറ്റി അവളെ ചേർത്ത് പിടിച്ചു.

ചേച്ചിക്ക് പത്തുവയസായപ്പോൾ അവൾ ഋതുമതി ആയി. അന്നത്തെ എഴുവയസുകാരി കാർത്തു സ്കൂൾ വിട്ടു വന്നപ്പോൾ വീടാകെ അലങ്കരിച്ചിരിക്കുന്നു. സദ്യവട്ടം. പന്തൽ നിറയെ ബന്ധുക്കൾ. പ്രായമേറെ ആയവർ മുറുക്കാൻ ചെല്ലത്തിനു ചുറ്റുമിരുന്നു

കഥകൾ പറഞ്ഞ് വിശേഷങ്ങൾ പങ്കു വയ്ക്കുന്നു. അത്ഭുതത്തോടെ അവൾ നേരെ മുത്തശ്ശിയുടെ അരികിലേക്ക് പോയി "എന്താ മുത്തശ്ശി ഇവിടെ?"

അപ്പോൾ മുത്തശ്ശി ചിരിച്ചു. കൂടെ എല്ലാവരും ഒത്തു ചിരിച്ചു. കാത്തു ഇളിഭ്യയായി മനസ്സിലോർത്തു "ഞാൻ എന്തേലും വിഡ്ഢിത്തം ചോദിച്ചുവോ ആവോ? "കാത്തുവിന്റെ മുഖം വാടിയപ്പോൾ മുത്തശ്ശി അവളെ ചേർത്ത് പിടിച്ചു കൊണ്ട് പറഞ്ഞു. വാ ഒരൂട്ടം കാട്ടിത്തരാം. മുത്തശ്ശി അവളെ കൂട്ടി തെക്കിനി മുറിയിലേക്ക് നടന്നു അവിടെ ചേച്ചി കൈയിൽ നിറയെ വളകൾ, പാട്ടുപാവാടയും ബ്ലൗസും അണിഞ്ഞ് മുല്ലപ്പൂക്കൾ ചൂടി കത്തിച്ചു വെച്ച നിലവിളക്കിന് മുന്നിൽ ഇരിക്കുന്നു.

അവൾ അത്ഭുതത്തോടെ നോക്കി നിന്നു. എന്താണെന്നൊന്നും മനസ്സിലായില്ല. ആരും അവളോട് ഒന്നും പറഞ്ഞും ഇല്ല. നിറയെ പലഹാരം ചേച്ചിക്ക് മുന്നിൽ ഇരിക്കുന്നു. വീണ്ടും വീണ്ടും ആൾക്കാർ കൊണ്ടു വന്നു കൊടുക്കുന്നു. തുണിക്കടയിലെ പോലെ പട്ടുപാവാടയുടെയും ബ്ലൗസിന്റെയും തുണികളും ഉടുപ്പുകളും അടുക്കി നിരത്തി വച്ചിരിക്കുന്നു. ഒരരികിൽ സ്റ്റീൽ, ചില്ലു പാത്രങ്ങൾ കാർത്തു മിഴിച്ചു നിന്നു താൻ മറ്റേതോ ലോകത്തേക്ക് പോയ പോലെ. അമ്മാ

യി, ചിറ്റ അങ്ങനെ വരുന്നവർ വരുന്നവർ സ്വർണവളകൾ അണിയിക്കുന്നു. മാല, മോതിരം, കമ്മലുകൾ കൊലുസുകൾ പൊട്ട്, കരിമഷി അങ്ങനെയങ്ങനെ സന്തോഷംകൊണ്ട് കാർത്തു തുള്ളിച്ചാടി ഓടി നടന്നു. അപ്പോൾ അപ്പച്ചിമാരും മുത്തശ്ശിയും പറഞ്ഞു. "നോക്കിയേ കാത്തു നിനക്കും ഇതുപോലൊക്കെ കിട്ടും കേട്ടോ."

അന്ന് വൈകിട്ട് എല്ലാവരും പോയിക്കഴിഞ്ഞപ്പോൾ തുണിത്തരങ്ങൾ എല്ലാം അലമാരയിൽ വയ്ക്കാനായി അമ്മയും ചിറ്റമ്മയും അടുക്കി കൊണ്ടുപോയി. അപ്പോൾ കാർത്തു ഓടിച്ചെന്നു "അമ്മേ.. അമ്മേ.. എനിക്ക് കൂടി ഒരു പാട്ടുപാവാടയും ബ്ലൗസും തരുമോ?"അതൊന്നും കേട്ടതായി പോലും അമ്മ നടിച്ചില്ല. ചിറ്റമ്മ പറഞ്ഞു. "ഇത്രയും ഇല്ലേ ചേട്ടത്തി ഒരെണ്ണം അവൾക്കു കൂടി തയ്പ്പിക്കൂ. അപ്പോൾ അമ്മ "വേണ്ട വെറുതെ വെട്ടി നശിപ്പിക്കാൻ.. ഒന്നാമത് കറുത്തിരുണ്ടിരിക്കുന്നു. അവൾക്കിതൊന്നും ചേരില്ല. "കാർത്തു വല്ലാതെ സങ്കടപ്പെട്ടു.

അന്ന് സന്ധ്യനാമം ചൊല്ലി മുറ്റത്തു പായ വിരിച്ച് ഇരുന്ന മുത്തശ്ശിയുടെ മടിയിൽ തലവച്ചു പൂർണചന്ദ്രനെ നോക്കി കിടന്നു. മുത്തശ്ശിയുടെ ചുക്കിച്ചുളിഞ്ഞ വിരലുകൾ കാർത്തുവിന്റെ മുടിയിഴകളിൽ തഴുകി തലോടി. എന്താ അമ്മ എനിക്ക് പാട്ടുപാവാടയും ബ്ലൗസും തയ്പ്പിച്ചു തരാത്തത്? മുത്തശ്ശിയുടെ കണ്ണ് നിറഞ്ഞു അതായിരുന്നു മറുപടി. പിറ്റേന്ന് മുത്തശ്ശി കസ്തൂര്യാതി ഗുളിക മണക്കുന്ന മുത്തശ്ശിയുടെ കാൽപ്പെട്ടി കട്ടിലിന്റെ അടിയിൽ നിന്നും വലിച്ചെടുത്തു. നിലത്തിരുന്ന് അത് തുറന്നു. അതിൽ മുത്തശ്ശിയുടെ ഭംഗിയുള്ള ഒരു പട്ടുസാരി എടുത്തു നിവർത്തി നോക്കി. അത് മടക്കി ഒരു കടലാസ്സിൽ പൊതിഞ്ഞ് കാർത്തുവിനെ കൂട്ടി തയ്യൽക്കാരൻ ശശിയുടെ അടുക്കലേക്ക് ചെന്നു "ഇവളുടെ അളവിൽ ഒരു പട്ടു പാവാടയും ബ്ലൗസും തുന്നണം ശശിയേ.. ബാക്കിക്ക് ഒരു ഉടുപ്പും കൂടി". ശശി മാമൻ കാർത്തുവിന്റെ അളവ് എടുത്തു. കാർത്തുവിന്റെ മനസ്സ് സന്തോഷം കൊണ്ടു തുള്ളിച്ചാടി. മെറൂണിൽ പൂക്കൾ നിറച്ച പാവാടയും ബ്ലൗസും അണിഞ്ഞു അവൾ മുത്തശ്ശിയുടെ കൈയും പിടിച്ചു അമ്പലത്തിൽ പോയി. അവൾക്കു ജീവിതത്തിൽ കിട്ടിയ നിധിയായിരുന്നു അത്.

മാസങ്ങൾക്കു ശേഷം അച്ഛൻ വച്ച പുതിയ വീട്ടിലേക്കു കൂടുമാറ്റം. എല്ലാവരും സന്തോഷം കൊണ്ട് ആഘോഷങ്ങളിൽ. തറവാട്ടിൽ നിന്നും അച്ഛനും അമ്മയും അനുജനും കാർത്തുവും പോകുന്നു. കാർത്തുവിനെ പിടിച്ചു വലിച്ചു കൊണ്ടു അവളുടെ അമ്മ "വാ

പെണ്ണേ.. വന്നു വണ്ടിയിൽ കേറൂ. "ഞാൻ വരുന്നില്ല എനിക്ക് മുത്തശ്ശിയുടെ ഒപ്പം താമസിച്ചാൽ മതി". എന്നുറക്കെ കരഞ്ഞു കാർത്തു. ചേച്ചിയും അമ്മയും അച്ഛനും അനുജനും ഉള്ള പുതിയ വീട്ടിൽ. മുത്തശ്ശിയുടെ കഥകൾ ഇല്ല. തഴുകിത്തലോടുന്ന വിരലുകൾ ഇല്ല. പകരം കാർത്തുവിനെ കാത്തിരുന്നത് ഒരു വേലക്കാരിയുടെ ജീവിതം ആയിരുന്നു.

ചേച്ചിയും അനുജനും കൂട്ടുകാരുമൊത്തു കളിച്ചു നടന്നപ്പോൾ കാർത്തു ജോലികളും ചെയ്തു ക്ഷീണിച്ചു നടന്നു. മനസ്സ് തളർന്ന കാർത്തു രാത്രികളിൽ തലയിണയെ കൂട്ടു പിടിച്ചു അതിനോട് സങ്കടങ്ങൾ പറഞ്ഞു.

നാലുവെളുപ്പിന് ഉണരുന്ന കാർത്തു വിഷണ്ണയായി കട്ടിലിലേക്ക് അമ്മയുടെയും അച്ഛന്റെയും ചൂട് പറ്റി ചേർന്ന് കിടന്നുറങ്ങുന്ന ചേച്ചിയെയും അനുജനെയും നോക്കി കുനിഞ്ഞ ശിരസ്സുമായി അടുക്കളയിലേക്ക് നടന്നു.

വർഷങ്ങൾ കഴിഞ്ഞു ഇടയ്ക്കിടെ കാണാൻ മുത്തശ്ശി വരും. ചെറിയ പലഹാരപ്പൊതി കാണും കൈയിൽ. അങ്ങനെ ഒൻപതാം ക്ലാസ്സിലെ പരീക്ഷ കഴിഞ്ഞു അവധി തുടങ്ങി. അന്നൊരു നാൾ രാത്രിയിൽ കാർത്തുവിന് വല്ലാത്ത വയറുവേദന തുടങ്ങി. സഹിക്കാൻ കഴിയാത്ത വേദന. അവൾ ഉറങ്ങികിടക്കുന്ന അച്ഛന്റെയും അമ്മയുടെയും മുറിയിലേക്ക് ചെന്നു. വയർ പൊത്തിപ്പിടിച്ചു അമ്മയെ വിളിച്ചു. "ഉം... ഒന്ന് മൂളിയിട്ട് അമ്മ തിരിഞ്ഞു കിടന്നു.

ആ വേദനയിൽ ഒരുകണക്കെ നേരം വെളുപ്പിച്ചു. പുലർച്ചെ എണീറ്റു കുളിക്കാനായി പോയ കാർത്തു ഞെട്ടി പേടിച്ചു. ആദ്യത്തെ രക്തം! താൻ ഋതു മതിയായിരിക്കുന്നു!.

പെണ്ണായി ദേവിയായി പൂജിക്കപ്പെടേണ്ടവൾ നാല് ചുവരിനുള്ളിൽ തളയ്ക്കപ്പെട്ടു.

ആ ഏഴു ദിനങ്ങൾ കാർത്തുവും നിഴലും മാത്രം സ്വപ്നം കണ്ടുറങ്ങിയ രാവുകൾ. അടുത്ത വീട്ടിലെ ശാന്തചേച്ചി പറഞ്ഞു തന്നു തുണിയുടുക്കുന്നത്. ശാന്തചേച്ചി പറഞ്ഞ് മുത്തശ്ശി അറിഞ്ഞു. ഒൻപതാം ദിവസം ഒരു പൊതിയുമായി മുത്തശ്ശി വന്നു. ആദ്യമായി കിട്ടിയ സമ്മാനം. പൊതിയഴിച്ചു നിറഞ്ഞ കണ്ണുകളോടെ കണ്ടു നീലയിൽ വെള്ള പൂക്കൾ ഉള്ള പാവാടയും നീല ബ്ലൗസും.

“മോൾക്ക് സുഖാണോ?മുത്തശ്ശി അവളെ ചേർത്ത് പിടിച്ചു പൊട്ടിക്കരഞ്ഞു.

ആദ്യമായി ഋതുമതി ആയവൾക്ക് ഇഷ്ടമുള്ള ഭക്ഷണം അമ്മ

വിളമ്പിയില്ല... സ്നേഹച്ചൂടിൽ പൊതിഞ്ഞില്ല.. കുളിപ്പിച്ച് പുതുവസ്ത്രത്തിൽ ചമയിച്ച് ഒരുക്കിയില്ല..

"സുഖാണ് മുത്തശ്ശി എനിക്കിവിടെ സുഖാ.. മുത്തശ്ശിക്ക് സുഖാണോ" അവൾ വിതുമ്പി..

മുത്തശ്ശി വേഗം നടന്നുപോയി.

എന്നേക്കുമായി അകന്നു പോയി!

കാർത്തു, ഏകാന്തത സ്വന്തമാക്കിയവൾ! ഇരുളിന്റെ കണ്ണുനീർ കൂട്ടുകാരിയാക്കിയവൾ! അവളുടെ സ്വപ്നങ്ങൾ ചാരം മൂടിയ കനലുകൾ പോലെയായിരുന്നു.

എളവൂർ വിജയൻ

എറണാകുളം ജില്ലയിലെ എളവൂർ എന്ന ഗ്രാമത്തിൽ പള്ളിത്തറ വീട്ടിൽ അയ്യപ്പന്റേയും മിനാക്ഷിയുടെയും മകനായി ജനനം. മനസ്സിൽ സോഷ്യലിസവും, ഗാന്ധിയതയും മുറുകെ പിടിച്ച് പൊതു കൂട്ടായ്മകളുണ്ടാക്കി പ്രവർത്തനം തുടരുന്നു. കഥകൾ, ചിന്തകൾ, ഓർമ്മകൾ, കവിതകൾ എന്നിവ വിവിധ സമാഹാരങ്ങളിലൂടെ പ്രസിദ്ധീകരിച്ചു.

മന്ദാരം റൈറ്റർ അവാർഡ്, തിരുവനന്തപുരം നിറവ് സാംസ്ക്കാരിക കൂട്ടായ്മ സംസ്ഥാന അവാർഡ്, ഭാഷമലയാളം സാഹിത്യ പ്രതിഭ പുരസ്കാരം, സാക്ഷി സാഹിത്യശ്രേഷ്ഠ അവാർഡ്, അക്ഷരകേരളം സാഹിത്യ പുരസ്ക്കാരം, ഒൻപത് വേൾഡ് അവാർഡ് കരസ്ഥമാക്കി ഗിന്നസ് ബുക്കിൽ ഇടം പിടിച്ച മഞ്ജരി ബുക്സ് പുരസ്കാരം, കാവ്യതീരം പുരസ്കാരം, നവതൂലിക പുരസ്കാരം എന്നിവ ലഭിച്ചിട്ടുണ്ട്.

അമ്മ

സൈകതങ്ങളെ ചുംബിച്ച തണുത്ത കാറ്റിൽ സായം സന്ധ്യ കുളിരുകോരുന്നുണ്ട്. അസ്തമനത്തിന്റെ ശോണിമ മുകിലിൽ വർണ്ണം പൂശി നിറയുന്നു. മൗനത്തിന്റെ ഇരുൾവാരിപ്പുതച്ച് സായംസന്ധ്യയെ പുണരുവാൻ എത്തുന്ന രജനി. ഇതൊന്നുമറിയാതെ ഇരുണ്ടുകൂടിയ കാർമേഘകൂട്ടിൽ ഒളിച്ചിരിക്കുകയാണ് താരകങ്ങൾ. ഏതോ വിഷാദമൂകതയുടെ പടിക്കെട്ടുകളിൽ ശോകവീണ മീട്ടുന്നുണ്ട് യാമവും. ഉൾവലിഞ്ഞ തിരമാലകൾ ആർത്തലച്ച് വന്ന് തീരത്തോട് എന്തോ മന്ത്രിക്കുന്നു. പരിഭവങ്ങൾ കഥപറയുന്ന സൈകതപരപ്പിലൂടെ അവൻ മൗനതയുടെ ഭാണ്ഡക്കെട്ടുമായ് നടന്നു. തന്റെ കാൽപ്പാടുകൾ പതിഞ്ഞയിടം തിരമാലകൾ മായ്ച്ചുകളയുന്നത് അവൻ അറിഞ്ഞതേയില്ല. ചിന്തകൾ അവനെ വല്ലാതെ അലട്ടുന്നുണ്ട്. ഉള്ളത്തിൽ അലയടിച്ചുയരുന്ന തിരമാലകളിൽ ചിന്തയ്ക്ക്

ഇടംതേടുകയാണവൻ. വർത്തമാനകാലത്തിന്റെ ദ്രുതനടനങ്ങളിൽ കാലിടറുന്നതുപോലെ. ഇന്നലകളിൽ മെനഞ്ഞ സങ്കല്പ്സ്വപ്നങ്ങളിൽ മഞ്ഞുരുകാത്ത ഹിമമലപോലെ കനത്തു കൂടുന്ന ഇരുൾക്കൂനകൾ. നാളെ ജീവിതത്തിന്റെ അവിചാരിത മുഹൂർത്തങ്ങൾക്ക് സാക്ഷ്യം വഹിക്കേണ്ടിവരും. തിരുമാനം എന്റേതാണ് പക്ഷേ,

എന്ത് തിരുമാനം എടുക്കണമെന്നറിയാതെ മനസ്സ് ഇപ്പോഴും വിഷമിക്കുകയാണ്.

തന്റെ ജീവിതത്തിലേക്ക് ആദ്യമായ് കടന്നുവന്നവളാണ് മോനിഷ. കലാലയ ജീവിതത്തിന്റെ സുന്ദര നിമിഷങ്ങളെ ധന്യമാക്കിയവൾ. ഒരു തോരാമഴയുടെ തീരത്ത് മനസ്സുകൾ കൊണ്ട് കൂടൊരുക്കി സ്നേഹവർണ്ണങ്ങൾ നിറയുന്ന മോഹവിഹായസ്സ് തീർത്തുനടന്നവർ. ഓർമ്മയുടെ അഭ്രപാളിയിൽ നിറയുന്ന ചിത്രങ്ങൾ എന്നും മോനിഷയുടേതാണ്. തന്റെ സങ്കല്പലോകത്തിലെ രാജകുമാരി. പ്രണയ താഴ്വാരത്ത് വെൺമന്ദാരമായ് അവൾ നിറഞ്ഞു നിൽക്കുകയാണ് അവളെ മറക്കുകയെന്നത് എനിക്ക് അസാധ്യമാണെന്ന് എങ്ങിനെയാണ് അമ്മയെ പറഞ്ഞ് ബോധ്യപ്പെടുത്തുക.

അഞ്ച് വർഷത്തെ ദാമ്പത്യം മാത്രമാണ് അമ്മയ്ക്ക് അച്ഛനുമായിട്ടുണ്ടായിരുന്നത്. അസുഖബാധിതനായി ജീവിതത്തിൽ നിന്നും യാത്ര പറയുമ്പോൾ അമ്മയ്ക്ക് ഇരുപത്തിയെട്ട് വയസ്സ് മാത്രം. പിന്നെ, ആ ജീവിതം മക്കൾക്കായ് മാത്രമായിരുന്നു. മറ്റൊരു വിവാഹത്തിന് വീട്ടുകാർ നിർബന്ധിച്ചുവെങ്കിലും മറ്റൊരാൾ ജീവിതത്തിൽ ഭർത്താവായ് വന്നാൽ തന്റെ മക്കളുടെ ഭാവിയെ ബാധിക്കുമെന്ന് അമ്മ ഉറച്ചു വിശ്വാസിച്ചിരുന്നു. അമ്മ ഞങ്ങൾക്കു വേണ്ടിയാണ് യൗവനജീവിതം ഉപേക്ഷിച്ചത്.

ജീവിതത്തിന്റെ എല്ലാ പ്രതിസന്ധികളും പിന്നിട്ട് ഇന്ന് ഇവിടെ എത്തി നിൽക്കുമ്പോൾ അമ്മയെ ധിക്കരിക്കാനാവുന്നില്ല.

അമ്മയുടെ പിടിവാശിക്കു മുന്നിൽ മോനിഷയെ ഉപേക്ഷിക്കുക എന്നത് വളരെ സങ്കടമുള്ള കാര്യമാണ് അവൾ എനിക്കായ് ജനിച്ചവളാണ് അവളില്ലാതെ ഈ ജീവിതം ഒരിക്കലും പൂർണ്ണമാവില്ല. അമ്മയാണെങ്കിൽ വിട്ടുവീഴ്ചയ്ക്കു തയ്യാറാവുകയില്ല എന്നാണ് മനസ്സിലാക്കുന്നത്.

അച്ഛൻ മരിച്ചനാൾ മുതൽ ഞങ്ങൾക്കായ് ജീവിച്ച അമ്മയാണ്. ഇന്നുള്ള എന്റെ വളർച്ചയ്ക്ക് എല്ലാത്തിനും കാരണം അമ്മയാണ് ആ അമ്മയെ എങ്ങിനെയാണ് ധിക്കരിക്കാൻ കഴിയുക. ഒരു വശത്ത് തനിക്കായ് കാത്തിരിക്കുന്ന മോനിഷയും മറ്റൊരു വശത്ത് തനിക്കായ് ജീവിച്ച അമ്മയും രണ്ട് പേരും തനിക്ക് ജീവനാണ് അതിൽ നിന്നും ഒന്നിനെ ഒഴിവാക്കാൻ എനിക്കാവില്ല.

കഴിഞ്ഞ രണ്ടു ദിവസം മുമ്പാണ് മരുഭൂമിയിൽ നിന്നും വന്നത്. വൈകാതെ തന്നെ മോനിഷയെ വിവാഹം കഴിക്കണം എന്ന ആഗ്രഹം ഉള്ളിൽ കുറെ നാളുകളായ് കൂടി വരുന്നു ഇനിയും ഈ

കാത്തിരിപ്പ് വയ്യ. അങ്ങിനെ വന്നതിന്റെ പിറ്റേ ദിവസം അമ്മയെ ഫ്രീയായ് കിട്ടിയപ്പോൾ കാര്യങ്ങൾ അവതരിപ്പിച്ചു. മോനിഷയുമായുള്ള ഇഷ്ടം പറഞ്ഞതോടുകൂടി അമ്മ എതിർക്കുകയായിരുന്നു. എന്റെ ഇന്നത്തെ ജോലിക്ക് അനുയോജ്യമായവരല്ല അവരെന്നാണ് അമ്മയുടെ അഭിപ്രായം. വേറെ നല്ല കുടുംബത്തിൽ നിന്നും ആലോചന വന്നിട്ടുണ്ട് എന്നാണ് അമ്മ പറയുന്നത്. അമ്മക്കറിയില്ലല്ലോ മോനിഷ ഈ ദിലീഷിന്റെ ജീവനാണെന്ന്. പിന്നെ, അമ്മയോട് തർക്കിക്കാൻ കഴിയാത്തതുകൊണ്ട് ഇറങ്ങി നടക്കുകയായിരുന്നു.

ചിന്തയിൽ നിന്നുണർന്ന അവൻ വാച്ചിലേക്ക് നോക്കി സമയം ഏറെ വൈകിയിരുന്നു. അമ്മ കാത്തിരിക്കുന്നുണ്ടാവും അവൻ തിരികെ വീട്ടിലേക്ക് നടക്കാൻ തുടങ്ങി. തീരത്ത്നിന്ന് അരകിലോമീറ്ററേയുള്ളൂ വീട്ടിലേക്ക്. ആ നടത്തത്തിന്നിടയിൽ അവൻ ഒന്നുറപ്പിച്ചു. പറ്റുമെങ്കിൽ നാളെത്തന്നെ ജോലിസ്ഥലത്തേക്ക് മടങ്ങണം. മോനിഷയോട് കുറച്ച് കാത്തിരിക്കാൻ പറയാം. അമ്മയെ വേദനിപ്പിച്ച് ഒന്നും ചെയ്യാൻ കഴിയില്ല. ഒരു വിവാഹം തനിക്കുണ്ടങ്കിൽ അത് മോനിഷയുമായിട്ടായിരിക്കും. ദിലീഷ് ഏജൻസിയിലേക്ക് അപ്പോൾ തന്നെ വിളിച്ചു പറഞ്ഞു നാളേത്തേയ്ക്കുള്ള ഫ്ലൈറ്റ് ബുക്ക് ചെയ്യാൻ.

അവൻ വീടിന്റെ പടികടന്ന് സങ്കടത്തോടെ നടന്നു. വീട്ടിൽ ആരെക്കെയോ ഉള്ളതുപോലെ. താൻ പോന്നശേഷം ബന്ധുക്കൾ ആരെങ്കിലും വന്നു കാണുമോ അവൻ ആശങ്കയോടെ നടന്നടുത്തു. അമ്മ മുറ്റത്ത് തന്നെ നിൽപ്പുണ്ട്. അമ്മയുടെ മുഖം കനത്തിട്ടുണ്ട് പാവം കാണാതെ വിഷമിച്ചു കാണും. അവൻ അമ്മയുടെ കൈ പിടിച്ചു ചേർത്തു നിർത്തി. എന്നിട്ട് പറഞ്ഞു. "അമ്മേ ഞാൻ നാളെ തിരിച്ച് പോകുകയാണ്. കമ്പനിയിൽ നിന്നും വിളിച്ചിരുന്നു പെട്ടെന്ന് ചെല്ലാൻ. അതുകൊണ്ട് നാളെ തന്നെ ഞാൻ പോകും കേട്ടോ."

അമ്മ അവനെ സൂക്ഷിച്ചു നോക്കി. ആ മനസ്സ് അമ്മ വായിക്കുകയായിരുന്നു.

നീയിപ്പോ എങ്ങും പോകുന്നില്ല. അമ്മ പറഞ്ഞു. നിന്റെ വിവാഹം ഞങ്ങൾ നടത്താൻ തിരുമാനിച്ചു ഇനി അതിനൊരു മാറ്റവുമില്ല. ഈ വീട്ടിലെ കാര്യങ്ങൾ തീരുമാനിച്ചിരുന്നത് ഇതുവരെ ഞാനാണ് അതിന് ഒരു മാറ്റവും ഇനി വേണ്ട. എന്റെ കാലം കഴിഞ്ഞിട്ട് നിങ്ങൾക്ക് എന്താന്ന് വച്ച ചെയ്യാം ആ ശബ്ദം ഉറച്ചതായിരുന്നു

അമ്മ അവന്റെ കൈപിടിച്ച് അകത്തേക്ക് നടന്നു. അവൻ അത്ഭുതം കൊണ്ട് ഒന്നു ഞെട്ടി. അകത്ത് മോനിഷയും അവളുടെ അച്ഛനും അമ്മയും.

"എന്താടാ നീ വിചാരിച്ചത് നിന്റെയൊക്കെ മനസ്സ് വായിക്കാൻ അമ്മയായ എനിക്കാവില്ല എന്നാണോ?ഈ വയറ്റിലാടാ നീയൊക്കെ ജനിച്ചത്"അമ്മയുടെ മാസ്സ് ഡയലോഗ്. മോനിഷ ചിരിച്ചു കൊണ്ട് അവന്റെ അടുത്തേക്ക് ഓടിവന്നു. എന്നിട്ടു പറഞ്ഞു. "അമ്മ പറഞ്ഞിട്ടാ ഞങ്ങൾ ഇവിടേക്ക് വന്നത് അമ്മയ്ക്ക് ഇഷ്ടാട്ടോ. നമ്മള് തമ്മിലുള്ള വിവാഹം അടുത്ത ദിവസമുള്ള മുഹൂർത്തത്തിൽ തന്നെ നടത്താനാണ് തീരുമാനം."

ദിലീഷ് അവളുടെ കൈപിടിച്ച് അമ്മയുടെ അടുത്തേക്ക് നടന്നു. രണ്ട് പേരും ആ കാൽപാദം തൊട്ടു നമസ്ക്കരിച്ചു. അവനിൽ നിന്നും കണ്ണുനീർ ധാരധാരയായി ആ കാൽപാദത്തിൽ വീണു. അമ്മ അവനെ പിടിച്ചുയർത്തി മൂർദ്ധാവിൽ ചുംബിച്ചു. എന്നിട്ടു പറഞ്ഞു. "മക്കളുടെ മനസ്സറിയാതെ ഒരമ്മയ്ക്കും ജീവിതമില്ലടാ മക്കളെ".

ശരണ്യ ലിജിത്

കൊല്ലം ജില്ലയിൽ മീനാട് ചാത്തന്നൂർ മുരളി രാഘവന്റെയും മജ്നു സുരേന്ദ്രന്റെയും മൂത്തമകളായി ജനിച്ചു. കൊല്ലം വനിതാകോളേജിൽ നിന്നും സാമ്പത്തിക ശാസ്ത്രത്തിൽ ബിരുദവും, മഹാത്മാഗാന്ധി കോളേജിൽ നിന്ന് വിദൂര വിദ്യാഭ്യാസം വഴി കമ്പ്യൂട്ടറിൽ ബിരിദാനന്തര ബിരുദവും നേടി. അദ്ധ്യാപികയാണ്. കൃഷി, എഡിറ്റിംഗ്, ചിത്രരചന, പാട്ട്, നൃത്തം എന്നിങ്ങനെ എല്ലാ മേഖലകളിലും പ്രവർത്തിക്കുന്നു. ഒട്ടേറെ പുസ്തകങ്ങളുടെ ഭാഗമാകാൻ കഴിഞ്ഞിട്ടുണ്ട്.

പുരസ്കാരങ്ങൾ : തിരുനെല്ലൂർ കരുണാകരൻ കവിത പുരസ്കാരം, ലക്കി വൈറ്റ് പബ്ലിക്കേഷൻസ് ബെസ്റ്റ് പോയട്രി അവാർഡ്, ഇന്ത്യ ബുക്ക് ഓഫ് റെക്കോർഡ് ഏഷ്യ ബുക്ക് ഓഫ് റെക്കോർഡ്, റൈറ്റേഴ്സ് ഹട്ടിന്റെ സ്പെഷ്യൽ ജൂറി പുരസ്കാരം. ഒട്ടനവധി സാഹിത്യ കൂട്ടായ്മ പുരസ്കാരങ്ങളും ലഭിച്ചിട്ടുണ്ട്.

മുത്തശ്ശിയും രുചിക്കൂട്ടും

മുത്തശ്ശിയെന്ന് കണ്ണടച്ച് മന്ത്രിക്കുമ്പോൾത്തന്നെ നല്ല രുചിക്കൂട്ടുകളുടെ ഒരു മണവും ആ മോണ കാട്ടിയുള്ള ചിരിയും. "ഈശ്വരാ ഈ ഭൂമിയിൽ ആ അനുഭൂതിയ്ക്ക് പകരം വയ്ക്കാൻ എന്താ ഉള്ളത്?!"

തറവാടിന്റെ കിഴക്കേ അറ്റത്ത് കാവിനോടും കുളത്തിനോടും ചേർന്ന് ഒരു മുത്തശ്ശൻ മാവുണ്ട്. മാവെന്നാൽ ഒരു ഒന്നൊന്നര മാവാ!

എത്ര പക്ഷികൾക്ക് ഇടം!!അണ്ണാറക്കണ്ണന്മാർ, തൂങ്ങിക്കിടക്കുന്ന വാവലുകൾ എന്നുവേണ്ട താമസക്കാർ ഏറെ.

ഹോ.. അതിലെ മാങ്ങാ പിടുത്തം ഒരു ഉത്സവം തന്നെ.

പറക്കിയാലും, എണ്ണിയാലും തീരാത്തത്ര!

ആകാശത്തെ നക്ഷത്രം പോലെ ആണോന്ന് പോലും എനിക്ക് തോന്നിയിട്ടുണ്ട്.

അപ്പോ, നമ്മൾ പറഞ്ഞു വന്നത് ഇതിലുള്ള മാങ്ങ വച്ച് മുത്തശ്ശിക്കൊരു ഭരണി അച്ചാർ ഇടീലുണ്ട്.

ഹോ.. വായിൽ കപ്പലോടും.

പക്ഷെ, കാത്തിരിക്കണം.. , അവരൊരു പരുവമായി തയ്യാറാ

യി വരുന്നത് വരെ”

അല്ലാതെ ഭരണി ഒന്ന് കാണാൻ പോലും കിട്ടില്ല.

ഇന്ന് ആ ദിവസമാണ് മാങ്ങാ പറിക്കുന്ന ദിവസം.

ഒരു ഉത്സവം തന്നെ ഞങ്ങൾ കുട്ടികൾക്ക്.

അങ്ങനെ കേളുമാമൻ വന്ന് തോട്ടിയിൽ ഒരു വലയും കെട്ടി.

മുത്തശ്ശി അപ്പോ ഒരു പറച്ചിലാ "ഒന്നും തറയിലിട്ട് കേടാക്കല്ലേടാ കേളൂ"ന്ന്.

കേളുമാമൻ അതൊന്നും കൂട്ടാക്കാതെ "ഓ, അതൊക്കെ എനിക്കറിയാം "എന്നമട്ടിൽ ഒരു കയറ്റമാ മാവിലേയ്ക്ക്.

ഞങ്ങൾ പിള്ളേർ താഴെ ഒരു ഏറ്റുമുട്ടലിന് തയ്യാറായി നോക്കി നിൽക്കും.

എന്താണെന്നോ?

അതിൽ പഴുത്തത് തിരിഞ്ഞ് താഴേയ്ക്ക് എറിയും.

അങ്ങനെ മാങ്ങ പറിക്കലും, പെറുക്കലും എല്ലാം കഴിഞ്ഞ്

പടിഞ്ഞാറു വശത്തെ ഭീമൻ ഉരുളിയിൽ മാങ്ങ ഞെട്ട് കളഞ്ഞു കഴുകി വൃത്തിയാക്കലാ. ആ പണി ശാരദേച്ചിക്കാ. ശേഷം അവയെല്ലാം തുടച്ച് ഈർപ്പം കളഞ്ഞ് കാളംപൂളം വെട്ടി കണ്ടിച്ച് അതിലേക്ക്

വീട്ടിൽത്തന്നെ തയ്യാറാക്കി പൊടിച്ച മുളകും, ഉലുവയും, കായവും, എല്ലാം ചേർത്തിളക്കി പിന്നെയോ..?! ചന്തക്കാരൻ ഓട്ടുപാത്രത്തിൽ നല്ല ഒന്നാന്തരം നാളികേരത്തിനെ ആട്ടിയെടുത്ത എണ്ണ ഒഴിച്ച് ചൂടാക്കി അതിൽ കടു പൊട്ടിച്ച് തൊടിയിലെ സുന്ദരിയായ കറിവേപ്പിലയെ വാരി വിതറി ഒരു പിടി ഇഞ്ചിയും വെളുത്തുള്ളിയും മൂപ്പിച്ച് അതിലേക്ക് നമ്മുടെ മാങ്ങ അരപ്പ് ചേർത്ത് വച്ചിരിക്കുന്നത് ഒറ്റ തട്ട്!ഒറ്റ ഇളക്ക്! തീർന്നു. പിന്നെ, മുത്തശ്ശിയുടെ കലാവിരുതാ.

തണുത്ത അച്ചാറ്കുട്ടനെ ഓമനത്തം തോന്നുന്ന അമ്മ ഭരണികളിൽ കോരിനിറച്ച് അതിനു മുകളിൽ കുറച്ച് വാഴയില കീറിപ്പൊത്തി വായ് കോട്ടൺ തുണികൊണ്ട് കെട്ടിമറച്ച് ഭരണിയുടെ വീപ്പൻ വയറിലൊരു തടവ് തടവി മുത്തശ്ശി പറയും.

"മുത്തശ്ശീട കുട്ട്യോൾക്കാ ഇത് ട്ടോ.

ഇത് പാകം ആകും വരെ ആരും തൊട്ടേക്കരുത് ട്ടോ."

എന്നിട്ടൊരു തൃപ്തിപോന്ന ചിരി പാസാക്കും.

എത്ര കാലം മാറിയാലും ആ രുചിയും ആ നിറചിരിയും, അതിന് പകരം വയ്ക്കാൻ മറ്റൊന്നിനും ആകില്ല ന്റെ ചങ്ങായിമാരെ.

ബിന്ദുമോൾ ഐ.

കൊല്ലം ജില്ലയിലെ ശൂരനാട് ജന്മസ്ഥലം. ചക്കുവള്ളി ദേവസ്വം ബോർഡ് സ്കൂൾ അധ്യാപിക. അച്ഛൻ ശ്രീ. രാമകൃഷ്ണപിള്ള. അമ്മ ശ്രീമതി. ഇന്ദിരാഭായി. സഹോദരൻ. പ്രമോദ്കുമാർ. ഭർത്താവ്. ശ്രീ. ചന്ദ്രശേഖരൻ, (Ex. Army) മക്കൾ. അനന്തവിഷ്ണു സി., ആദിത്യ വിഷ്ണു സി. വിദ്യാർത്ഥികൾ. ആലപ്പുഴ ജില്ലയിലെ താമരക്കുളം ഗ്രാമത്തിൽ താമസം. Mob:9061511672

ഒരു കുട്ടനാടൻ പച്ച

പമ്പ നദിയുടെ മനോഹര തീരത്തിരുന്ന് ചൂണ്ടയിട്ട് മീൻ പിടിക്കുന്ന കുട്ടികൾ ഏകാഗ്രതയോടെ കാത്തിരുന്നു. അകലെ ചെറിയ പീടികകളിൽ വൈദ്യുതവിളക്ക് തെളിഞ്ഞു തുടങ്ങി പാപ്പിക്കൊച്ച് ഉണ്ണുണ്ണി അച്ചായനോട് പറഞ്ഞു. "അങ്ങനെ നമ്മുടെ പിള്ളേരെല്ലാം വലിയ ആൾക്കാരായി!.

ഉണ്ണൂണ്ണി ഓർമ്മകളിലേക്ക് ഊളിയിട്ടു. പെൻഷൻ പ്രായം എത്തിയ മൂത്ത മകൻ കുഞ്ഞുതോമ. അതിനിളയവൾ കുഞ്ഞന്നാമ്മ. അതിനിളയതാണ് കുഞ്ഞനിയൻ. കുഞ്ഞനിയൻ മലേഷ്യയിൽ കുടുംബ സമേതം ബിസിനസ്സാണ്. കുഞ്ഞന്നാമ്മക്ക് ഒരു മൂവായിരം കോഴികളുടെ ഫാം ഉണ്ട്, പിന്നെ പിക്കിളിന്റെ യൂണിറ്റും ആരംഭിച്ചിട്ടുണ്ട്. പത്ത് ജോലിക്കാർ പുള്ളിക്കാരിക്കുണ്ട്. കുഞ്ഞന്നാമ്മ മണവാളനായി സ്വീകരിച്ചത് ഇടുക്കിയിലുള്ള മലങ്കുന്നേൽ മത്തായിയുടെ മകൻ കുഞ്ഞവറാച്ചനെയാണ്. കുഞ്ഞവറാച്ചൻ നാല് ഏക്കർ ഏലത്തോട്ടം നോക്കിനടത്തുന്നുണ്ട്. പിന്നെ, കുരുമുളക് ബിസിനസ്സും ഉണ്ട്. ഇത്രയുമായപ്പോൾ കുഞ്ഞുതോമയുടെ കാര്യം പറയാം. അദ്ദേഹം ആ വീട്ടിലെ ഇനിയത്തെ കാരണവർ ആണ്. ഏലപ്പാടത്ത് ഒരു പത്ത് ഏക്കർ നിലം സ്വന്തമായതുകൊണ്ടു എല്ലാ വർഷവും കൃഷിയിറക്കും. ആദ്യമെല്ലാം വിളവ് മികച്ചതായതിനാൽ വീട്ടുകാര്യങ്ങൾ എല്ലാം കഴിഞ്ഞ് നല്ല കച്ചവടവും നടക്കുമായിരുന്നു. കുറച്ചുവർഷങ്ങൾ മണ്ണിന്റെ ഫലപുഷ്ടി, ഘടന, കാലാവസ്ഥ എല്ലാം അനുകൂലമായിരുന്നു. നല്ല സന്തോഷം തന്ന കാലം. ഇപ്പോൾ കൃഷി

ക്കിറങ്ങാൻ ഭയമാണ്.

നഷ്ടമായാൽ കൈപിടിച്ച് ഉയർത്താനായി ആരുണ്ട്?എല്ലാ സഹായങ്ങളും തരുമെന്ന് മാധ്യമങ്ങളിലൂടെ ഉള്ള സർക്കാർ വാ ഗ്ദാനങ്ങൾ ഉണ്ടാകും.

എന്തെങ്കിലും നെല്ല് ലഭിച്ചാൽ അത് വാങ്ങി സംഭരിക്കാൻ ഒരു പദ്ധതിയും ഉണ്ടായിരുന്നില്ല. നെല്ല് പാടത്ത് ഇടാൻ പറ്റില്ലല്ലോ. ഇതിനു വേണ്ടി സമരങ്ങളും നടന്നു. കൃഷിയുടെ ബാലപാഠങ്ങളും മണ്ണിന്റെ മണവും ഓരോ സമയക്രമകളും കുഞ്ഞുതോമയെ ഉണ്ണു ണ്ണിയച്ചായൻ പഠിപ്പിച്ചിരുന്നല്ലോ. പാപ്പിക്കൊച്ച് പാടവരമ്പിലൂടെ പായാരം ചെയ്യുന്ന മൈനകളെ നോക്കി. ഒരു പൊന്മാൻ തോട്ടുവ ക്കിൽ താഴെ മുങ്ങി മീൻ കൊത്തിക്കൊണ്ടുപോയി. കാലാവസ്ഥ യാൽ കൃഷിയുടെ ഇപ്പോഴത്തെ ലക്ഷണം പാടെ മാറിയിരിക്കുന്നു. നെല്ല് പൂക്കുന്ന സമയം ആകുമ്പോഴേക്കും പാടത്തു വെള്ളം നിറയു ന്നത് കുട്ടനാനാടൻ പാടശേഖരമായതിനാൽ അത് വറ്റിച്ചു വരാൻ 3 മാസം എടുക്കും. അപ്പോഴേക്കും അടുത്ത കൃഷിയുടെ സമയമാ യിട്ടുണ്ടാവും. നെല്ല് സംഭരിച്ചതിന്റെ തുകയും മടക്കിക്കിട്ടിയിട്ടില്ല. നെല്ല് യഥാസമയം സംഭരിച്ച് വില നൽകുവാനും ശാസ്ത്രീയമായ തും പ്രായോഗികവുമായ ആധുനിക ടെക്നോളജി പ്രയോജനപ്പെ

ടുത്തി വൻപാടശേഖരങ്ങളിൽ അപ്രതീക്ഷിതമായി വെള്ളം കയറുന്നത് തടഞ്ഞെങ്കിലോയെന്നു കുഞ്ഞുതോമാ തലചികഞ്ഞ് ചിന്തിച്ചു. കർഷകക്കൂട്ടായ്മ നിരന്തര പരാതി നല്കിയാലും അന്നം വിളയിക്കുന്ന കർഷകന്റെ വിലാപത്തിന് വിലയില്ല. കാലാവസ്ഥയോട് പൊരുതി ഈ കൃഷി മുന്നോട്ടു പോകണമെങ്കിൽ ഇത് വലിയ ഒരു സാമൂഹിക നന്മയ്ക്കുവേണ്ടിയെന്ന ചിന്തവേണംമല്ലോ. കേരളത്തിന്റെ സാമൂഹിക ഇടപെടലും കാലാനുസൃതമായ സഹായവും വേണം, കൃഷിക്കായുള്ള ശാശ്വതവും ആധുനിക നിർമ്മിതവും ഉപയുക്തവുമായ ഒരു പൊതു സംവിധാനം എല്ലാ വർഷവും വേണം. തനിക്കും എല്ലാവരെയും പോലെ ഏതെങ്കിലും ജോലി തരപ്പെടുത്താമായിരുന്നു എന്ന് ചിന്തിച്ചു പോയി.

കൃഷി തൊഴിലധിഷ്ഠിത പഠനമായി തെരഞ്ഞെടുത്തത് നെൽകൃഷി അന്യം നിന്നുപോകാതെ തന്നാലാകുന്ന രീതിയിൽ കൃഷി ചെയ്യാം എന്ന് ചിന്തിച്ചു കൊണ്ടാണ്. ഈ ഭൂമിയിൽ ഇനി വരുന്ന തലമുറയിലുള്ളവർക്കും ഇത് പരിചയപെടുത്താൻ താല്പര്യമുള്ളവരെ കൈപിടിച്ച് കൊണ്ടുവരാൻ ആരെങ്കിലും ഇവിടെ ഇല്ലെങ്കിൽ?

എന്തായാലും മുന്നോട്ട് പോകുവാൻ ദൃഢനിശ്ചയമെടുത്തു.

റേഡിയോയിലൂടെയും മറ്റും ഈ കർഷകരുടെ വിലാപങ്ങൾ, അവരുടെ ത്യാഗങ്ങളും ജനശ്രദ്ധ ആകർഷിയ്ക്കാൻ പ്രക്ഷേപണത്തിൽ ഉൾപെടുത്തിയിരുന്നു. അങ്ങനെ മാധ്യമ ശ്രദ്ധ വന്നതോടെ കർഷകൻ ഒറ്റയ്ക്കല്ല എന്ന ബോധ്യമുണ്ടായി. കുഞ്ഞുതോമ പാടമുടമകളെയും പണിക്കാരെയും കൂട്ടി കൂടെക്കൂടെ ചേരുന്ന യോഗങ്ങളിലെല്ലാം അവരവരുടെ സ്നേഹം ഊട്ടിയുറപ്പിച്ചു. ഭാര്യ കുഞ്ഞുമരിയ നേന്ത്രക്കായ ഉപ്പേരിയും വെച്ചൂർ പശുവിന്റെ പാലിൽ ചേർത്തുണ്ടാക്കിയ ഏലക്ക ചായയും എല്ലാവർക്കും നൽകി. സഹായത്തിനു നിൽക്കുന്ന നീനപ്പെണ്ണിന് രണ്ട് വീട്ടിൽ കൂടി ജോലിക്ക് പോകണം. അവൾ എന്തെങ്കിലും ആത്മാർഥമായി ചെയ്തിട്ട് പോകും. ഇവിടുത്തെ കുട്ടികൾ ഒരാൾ കുഞ്ചാക്കൊബോബൻ ലണ്ടനിൽ MBA ക്കു പഠിക്കുന്നു. രണ്ടാമത്തെ മകൾ ആനി സ്വന്തം അഭിരുചിക്കനുസരിച്ചു ഫാഷൻ ഡിസൈനിങ് ആയതിനാൽ ഉപരിപഠനത്തിനായി യൂറോപ്പിലാണ്. ഇനി മൂന്നാമത്തെ മകൻ അനൂപ് പ്ലസ്ടു വിദ്യാർത്ഥിയാണ്. അവനു കൃഷി കൗതുകമാണ് എപ്പോഴും അപ്പച്ചനോടൊപ്പം എല്ലാറ്റിനും ചോദ്യോത്തരപരിപാടിയുമായി സഹായത്തിന് എത്തും. കുഞ്ഞുമരിയയുടെ ആപ്പിൾ പോലത്തെ മുഖം കണ്ടാൽ കുഞ്ഞുകുട്ടികളുടെ നിഷ്കളങ്കഭാവമാണ്. മൃദു സ്വഭാവക്കാരനായ ഭർത്താവ്

ആണ് തന്റെ ഹൃദയ സൗന്ദര്യരഹസ്യം എന്ന് കൂട്ടുകാരികളോട് കുഞ്ഞുമരിയ രഹസ്യം. പറയും. എല്ലാറ്റിനും അടുക്കും ചിട്ടയും ഉള്ള കുടുംബം. അമ്മായിയമ്മയയും അമ്മായിഅച്ഛനും അച്ഛൻ അമ്മയുമായാണ് അവളെ നോക്കുന്നത്. അതുകൊണ്ട് തന്നെ തന്റെ അപ്പനേയും അമ്മയേയും പോലെ അവളും അവരെ കരുതുന്നു. ഒക്കുന്ന എല്ലാ ജോലികളും എല്ലാവരും ചേർന്ന് ചെയ്യും ജോലിക്കാരും ഒപ്പമുണ്ട്.

കൂട്ടായ്മയിലൂടെ വീട്ടിലെ പണികളും പറമ്പിലെ പച്ചക്കറികൃഷിയും പശുപരിപാലനവും എല്ലാം ഒരു ടൈംടേബിൾ പ്രകാരം ക്രമമായി തുടർന്നു. അപ്രതീക്ഷിതമായിട്ടാണ് ആ കുടുംബത്തെ വേദനിപ്പിച്ച സംഭവം ഉണ്ടായത്. വല്യപ്പച്ചൻ ഉണ്ണുണ്ണിയച്ചായൻ മുറ്റത്തു നടക്കുന്നതിനിടയിൽ തലചുറ്റി വീണു. പാപ്പിക്കൊച്ച് തൊട്ടപ്പുറത്തു തൊടിയിൽ മുളകുചെടിയിലെ കീടശല്യത്തിന് വേപ്പിലകഷായം തളിച്ചുകൊണ്ടിരിക്കുകയായിരുന്നു. ഇത് കണ്ട് തെല്ല് പ്രയാസപ്പെട്ട് ഓടിവന്ന പാപ്പികൊച്ച് കൊച്ചുമരിയയേയും പണിക്കാരേയും വിളിച്ചു കൂട്ടി. ഉണ്ണുണ്ണിയച്ചായന്റെ ബോധം നഷ്ടപ്പെട്ടിരുന്നു. വിളിച്ച ഉടനെ തന്നെ ആംബുലൻസ് എത്തി. അടുത്തുള്ള ഹോസ്പിറ്റലിൽ എത്തിച്ചു. അവിടെ പ്രാഥമിക ശുശ്രൂഷയ്ക്ക് ശേഷം അകലെ ഉള്ള ആധുനിക സൗകര്യമുള്ള ആശുപത്രിയിലേക്ക് കൊണ്ട് പോകാൻ നിർദേശിച്ചു. അവിടെ ചെന്നപ്പോൾ നെർവുകൾക്ക് തകരാറ് സംഭവിച്ചതാണ് എന്ന് മനസിലായി. കൃത്യസമയത്തു കൊണ്ടുവന്നതിനാൽ കുറച്ചുനാളത്തെ നല്ല പരിചരണം കൊണ്ട് ഭേദമാകും എന്നറിഞ്ഞു. നല്ല സഹായം വേണ്ടിവരും. 5 ദിവസത്തെ ആശുപത്രി വാസത്തിനു ശേഷം വീട്ടിൽ ചെന്ന് ക്രമമായി മരുന്ന് നൽകി. വല്യപ്പച്ചനെ കൂടുതൽ നോക്കിയിരുന്നത് ചെറുമകൻ അനൂപ് ആണ്. കുഞ്ഞായിരുന്നപ്പോൾ വല്യപ്പച്ചൻ തന്നെ ആശുപത്രിയിൽ കൊണ്ടുപോകുന്നതും നഴ്സറി സ്കൂളിൽ പോകാൻ എടുത്തുകൊണ്ടു പോകുന്നതും ഇഷ്ടപലഹാരങ്ങൾ കഥപറഞ്ഞു നൽകുന്നതും അഭ്രപാളിയിലെ പോലെ അവന്റെ മനസ്സിൽ വന്നു. സ്കൂളിൽ നിന്നും വന്നാൽ അവൻ സ്നേഹമുള്ള പരിചരണം കൊണ്ട് പ്രിയപ്പെട്ട വല്യപ്പച്ചന്റെ കൂടെ നിന്നു. ഉണ്ണുണ്ണിയച്ചായൻ ജീവിതത്തിലേക്ക് തിരിച്ചുവന്നു. കുടുംബം വീണ്ടും അവരുടെ കർത്തവ്യവുമായി മുന്നോട്ടു പോയി.

രഞ്ജിഷ് കെ. രവീന്ദ്രൻ

തൃശ്ശൂർ ജില്ലയിലെ കുന്നംകുളത്തിനടുത്ത് കരിക്കാട് രവീന്ദ്രന്റെയും ശാന്തയുടേയും മകനായി ജനിച്ചു. ഭാര്യ ശ്രുതി. മക്കൾ അദ്വൈത കൃഷ്ണ, ആർദ്ര കൃഷ്ണ. പെരുമ്പടപ്പ് എ.എം.എം. യു.പി. സ്കൂളിൽ ഓഫീസ് അറ്റൻഡർ ആയി ജോലി ചെയ്തു വരുന്നു.

ഓൺലൈൻ സാഹിത്യ വേദികളിലും ആനുകാലികങ്ങളിലും കവിതകൾ എഴുതുന്നു. നിരവധി പുസ്തകങ്ങളിൽ കവിതകൾ പ്രസിദ്ധീകരിച്ചിട്ടുണ്ട്. കൃതി: നോവിൽ ഒരു താളം (കവിത സമാഹാരം). നിരവധി ലോക റെക്കോർഡുകൾ നേടിയ ലോകത്തിലെ ഏറ്റവും വലിയ സാഹിത്യ പുസ്തകമായ മഞ്ജരി ബുക്സിന്റെ പെൻഡ്രൈവിൽ ഭാഗമായിട്ടുണ്ട്. മലപ്പുറം ജില്ലയിലെ ചങ്ങരംകുളം മൂക്കുതലയിൽ താമസിക്കുന്നു.

വെളിപാട്

കാവിലെ കുളത്തിനടുത്ത് വലിയ വരമ്പ് പുൽകിയാൽ ശിവക്ഷേത്രം. അതിനരികിലെ ഓലമേഞ്ഞവീട്ടിൽ രാത്രിയേറെയായിട്ടും ഒരു വിളക്ക് അണയ്ക്കാതെ, കാലത്ത് പണിയ്ക്ക് പോയ മകൻ വരുന്നതും കാത്ത് ഇരിപ്പാണ് ആ പാവം അമ്മ. ഓട്ടോറിക്ഷ മെക്കാനിക്കായ സുന്ദരൻ വൈകിയെ വീട്ടിലെത്താറുള്ളൂ. വിവാഹപ്രായമേറെയായിട്ടും അങ്ങനൊരു ചിന്ത വേണമല്ലോ. ഇങ്ങനെ നടപ്പാണ്.

അകലെ നിന്നും മിന്നുന്ന ടോർച്ചിൻെറ വെട്ടം കണ്ണിൽ തെളിഞ്ഞതും നിലാവിനെ സാക്ഷിയാക്കി ആ അമ്മ വിളിച്ചു ചോദിച്ചു.

അല്ല, ആരാ? സുന്ദരനാണോ?

“അല്ല ജാനുവേട്ടത്തീ അപ്പുവാ. ന്തെ സൂന്ദരൻ എത്തീലെ ഇതുവരെ?സമയമായിക്കാണില്ലന്നെ കൂടലൊക്കെ കഴിയണ്ടേ.. ജാനുവേച്ചി കിടന്നോളൂ അവര് ഇങ്ങട് കൊണ്ട്വന്നാക്കിക്കോളും. അതല്ലെ പതിവ്?.

എന്നും നല്ലരീതിയിൽ മദ്യപിച്ചാണ് സുന്ദരന്റെ വരവ്. അവശനായ അവനെ രണ്ട് മൂന്ന് പേര് താങ്ങിയാണ് വീട്ടിലെത്തിയ്ക്കാറ്.

വർക്ക്ഷോപ്പിലേയ്ക്കാണെന്നും പറഞ്ഞിറങ്ങിയാൽ കാവിലെ പാടത്തിനരികിലും ആൽത്തറമറവിലും ഇരുന്ന് അന്തിയാവോളം ചീട്ട് കളിയും കുടിയുമാണ്. ചിലപ്പൊ വീട്ടിലെത്തും ഇല്ലേൽ അവിടെ

കിടക്കും. "എല്ലാം അവൻെറ സമയത്തിൻേറതാ.. "

ആലോചിച്ച് മടുക്കുമ്പോൾ ആ അമ്മ അങ്ങനെ ആശ്വസിക്കും. മിക്കവാറും ദിവസം വർക്ക്ഷോപ്പിൽ തന്നയാ കിടത്തം.

ആര്, ന്ത് പറയാനാ?അങ്ങേര് ചായവിറ്റ് കിട്ടുന്ന പൈസകൊണ്ടാ ഈ കുടുംബം കഴിഞ്ഞ് പോണത്. അങ്ങേര് വല്ലതും പറഞ്ഞാ അങ്ങട് ഇറങ്ങിപ്പോകും ഒന്നും മിണ്ടാതെ. പിന്നെ ഇങ്ങട് വരില്ല്യ കൊറച്ചൂസം. ആരും ഒന്നും പറഞ്ഞൂടാ!

എത്ര വഴിപാടാ ഞാൻ കഴിക്കുന്നെ. ഈ ചെക്കന് നല്ലബുദ്ധി കൊടുക്കാൻ പ്രാത്ഥിയ്ക്കണുണ്ട്. അതെങ്ങനെ ഒന്ന് കുളിച്ച് അമ്പലത്തിൽ പോവാൻ പറഞ്ഞ കേക്കണ്ടെ ചെക്കൻ. പറഞ്ഞാ കല്ലാണ് മണ്ണാണ് ന്നൊക്കെ ദൈവദോഷം പറയും.

ഒരു കല്ല്യാണം കഴിച്ചാ ഇതിനൊരു മാറ്റം വരും. അതിന് ഏത് പെണ്ണാ? ഏത് നാട്ടീന്നാ..

ആരാ ഇങ്ങനൊരുത്തന് പെണ്ണ് കൊടുക്കാ?.."

ആ മകനെയോർത്ത് രണ്ടുപേരും നീറിയെരിഞ്ഞു. മനസ്സിലെ വേദനകൾ ഭഗവതിയ്ക്കു മുന്നിൽ കരഞ്ഞു പറയാന്നല്ലാതെ അവർക്ക് മറ്റൊരു മാർഗ്ഗവും ഉണ്ടായിരുന്നില്ല.

ജാനുവേട്ടത്തി നിങ്ങള് ഭഗവതിയ്ക്ക് ഒരു ചുറ്റുവിളക്ക് നേരൂ! സൂന്ദരന്റെ ഈ സ്വഭാവമൊക്കെ അങ്ങട് മാറുംന്നേയ്

ആനന്ദൻ പറഞ്ഞു. അന്ന് എന്തേലും പറഞ്ഞ് അവനെ ഇങ്ങട് കൊണ്ട്വര ദേവി എല്ലാം മാറ്റികൊടുക്കും.

അങ്ങനെ, ഒരു ചുറ്റുവിളക്കിന് ശീട്ടാക്കി വീട്ടിലേയ്ക്ക് നടക്കുമ്പോഴും എന്ത് പറഞ്ഞ് അവനെ അമ്പലത്തിലെത്തിയ്ക്കും എന്നോർത്ത് ആ അമ്മ സങ്കടപ്പെട്ടു.

നാളെയാണ് ചുറ്റുവിളക്ക്.

ഇന്ന് അവനിങ്ങോട്ട് വന്നാൽ മതി.

ചിമ്മിണിയണയ്ക്കാതെ ആ അമ്മ കാത്തിരിപ്പാണ്.

നേരം ഏറെയായി അതാ ചുണ്ടിൽ പുകഞ്ഞു കത്തുന്ന വെട്ടവും നിലത്തുറയ്ക്കാത്ത കാലുകളുമായി ഉമ്മറപ്പടിയിൽ വന്നിരുന്ന് ദേ കിടക്കുന്നു നിവർന്നൊരു കിടത്തം.

എടാ.. നീ എന്തുഭാവിച്ചാ ഈ കാട്ടിക്കൂട്ടുന്നെ ഞങ്ങടെ കാലം കഴിഞ്ഞാ ന്താ കാട്ട്ക?

നീ നാളെ വൈകുന്നേരം അമ്പലത്തിൽ വരണം. നിൻെറ പേരിൽ ഒരു ചുറ്റുവിളക്ക് ണ്ട്.

''മദ്യലഹരിയിൽ മൂളിക്കേട്ടെങ്കിലും അവൻ സമ്മതിച്ചതായി വിശ്വസിക്കാൻ ആ അമ്മയ്ക്ക് ആയതില്ല'' നേരം വെളുക്കുന്നതിന് മുൻപ് ആള് എഴുന്നേറ്റു പോയാലൊ ന്ന് കരുതി ആ അമ്മ അവൻെറ കൈകാലുകൾ കെട്ടിയിടുന്നു.

നേരം പരപരാ വെളുത്തു.

കൈകാലിട്ട് തറയിലടിക്കുന്ന ശബ്ദം കേട്ട്

അമ്മ ഓടിവന്ന് അവനോട് ചോദിച്ചു.

"ന്തെ പോവാറായൊ!"

"ഇന്നെ, നീ ഇങ്ങനെ ഇവിടെ കിടക്ക്. എവടെം പോണ്ട. കള്ളും കുടിച്ച് ഇങ്ങനെ നടക്കാ.. വൈന്നേരം ചുറ്റുവിളക്കാ."

"അതല്ലെ ഇന്നലെ പറഞ്ഞെ?" ഉച്ചത്തിൽ അവൻ ചോദിച്ചു.

"ആ.. നീ പോയ പിന്നെ, പാതിരാത്രി ഈ കോലത്തിലാണല്ലൊ വരവ്. അതോണ്ട് കൈയും കാലും കെട്ടി നിന്നെ കൊണ്ടോവാന്ന് വച്ചു!"

"ഏഴുമണിയ്ക്കല്ലെ ഞാൻ വരാന്ന്."

"കുട്ട്യേ, ഞങ്ങൾക്ക് നീ ഒരുത്തനെയുള്ളൂ, ഞങ്ങടെ കാലം കഴിഞ്ഞാ നിനക്കും ആരെങ്കിലും വേണ്ടെ? അതോണ്ട് ന്റെ കുട്ടിക്ക് നല്ലതിനായി ഇന്ന് നീ അമ്പലത്തിലൊന്ന് വാ."

ഞാൻ വരാന്നല്ലെ പറഞ്ഞെ. ഈ കെട്ടൊക്കെ ഒന്ന് അഴിക്ക്.

എണീറ്റ് കുളികഴിഞ്ഞ് അവൻ പുറത്തിറങ്ങാനൊരുങ്ങി.

നീ എങ്ങോട്ടാ പോണെ?അമ്മയുടെ ചോദ്യം

ഇപ്പൊ വരാന്ന്. ആ ദിനേശന്റെ വണ്ടി സ്ററാർട്ടാവുന്നില്ലത്രെ ! ഞാൻ കാലത്ത് നോക്കാന്ന് പറഞ്ഞിട്ടുണ്ട്. അതൊന്ന് നോക്കട്ടെ. വൈകീട്ട് ഞാനിങ്ങട് വരാം.

ഏഴുമണിയ്ക്കാണ് അത് മറക്കണ്ട.

ഇല്ല്യാ.. വരാന്ന് പറഞ്ഞില്ലെ?

" സൂര്യൻ കുന്നിറങ്ങി ചുവന്ന് തുടുത്ത് അതാ ആഴിയിലേയ്ക്ക്"

നേരം ഏറെയായിലൊ ഇവനിത് എവിടെ?

അകലേയ്ക്ക് കണ്ണും നട്ട് ആ അമ്മമനസ്സ് വെമ്പി.

അകലെ തെളിഞ്ഞ നിഴൽവെട്ടം തന്റെ മകൻെറയാണെന്ന് മന സ്സിലാക്കി അതിശയപൂർവ്വം അമ്മ പറഞ്ഞു

ഹൊ. ശിവശിവാ! ന്താ ഞാനീ കാണണെ?

നിക്ക് വിശ്വസിക്കാനവണില്ല്യാ!

ആ ബക്കറ്റില് വെള്ളംണ്ട് വേഗം കുളിക്ക്.

നേരായി.

അങ്ങനെ വർഷങ്ങൾക്ക് ശേഷം അവൻ അമ്പലത്തിലേയ്ക്ക്. വഴിയരികിൽ കണ്ടവരെല്ലാം അതിശയത്തോടെ അവനെ നോക്കി.

അല്ല സുന്ദരാ, ഇത് എവിടേയ്ക്കാ?

ആമ്പലത്തിലേയ്ക്കാ.. ഇന്ന് ചുറ്റുവിളക്ക് ണ്ടെ..

അല്ലാ, പതിവില്ലെ. അതോണ്ട് ചോദിച്ചതാ.

അമ്മ നടന്നോളൂ. ഞാൻ വരാം.

ആൽത്തറയിലെ കൂട്ടത്തിലേയ്ക്ക് അവൻ നടന്നു. പരിചയക്കാ രുമായി സൊറ പറഞ്ഞങ്ങനെയിരുന്നു.

ഒരു ചെറുതടിച്ചാലോ?

കുട്ടൻെറ ചോദ്യം.

വേണ്ട. അമ്മയുണ്ട്, അമ്പലത്തിലെ ചുറ്റുവിളക്കല്ലെ.

“അതിന് ഇപ്പെന്താ.. അതൊന്നും ആരും അറിയില്ല. ഒരു ചെറുത് നിനക്ക് എന്താവാനാ.”

വണ്ടിയുടെ ബാഗിലിരുന്ന ഗ്ളാസും, വെള്ളവും ചേർത്ത് കന ത്തിലൊഴിച്ച് അവന് നേരെ നീട്ടിയതും.

"ചില്ല തല്ലി ആടുന്ന ആൽമരത്തിന്റെ കാറ്റിൽ അവൻ ഉറഞ്ഞു തുള്ളി ആർത്ത് അട്ടഹസിച്ചു. എന്തെന്നറിയാതെ കുറെ പേർ പിടി യ്ക്കാൻ ശ്രമിച്ചെങ്കിലും അവർക്കതിനായതില്ല. ഉറഞ്ഞു തുള്ളിയ

അവൻ കാവിലെ കുളത്തിലേയ്ക്ക് ഓടി.

ഇരുട്ടുവീണ ഇടവഴിയിലൂടെ നിലാവിനെ കണ്ടപോൽ അവനോടി കുളത്തിൽ ചാടി.

ഈറനോടെ കുളിച്ച് കയറിയ അവൻ നേരെ കാവിലേയ്ക്ക് ഓടി.

എന്താണിത് എന്ന് അന്താളിച്ച് നോക്കിനിൽക്കുന്നവർക്കിടയിലൂടെ കാറ്റിലുറയുന്ന ആലില കണക്കെ രൗദ്രഭാവത്തോടെ "എന്റെ പള്ളിവാളെവിടെ? കാൽച്ചിലമ്പെവിടെ? "ആർത്തട്ടഹസിച്ചുകൊണ്ട് അവൻ ചോദിച്ചു.

കണ്ടുനിന്നവരിൽ പലരും ഭക്തിയോടെ ദേവീ നാമമുരുവിട്ടുതുടങ്ങി. ആ താളത്തിൽ ലയിച്ച് ഉറഞ്ഞു തുള്ളുന്ന ചൈതന്യത്തിലേയ്ക്ക്

തിരുവായുധവും, കാൽച്ചിലമ്പും, അരമണിയും, നൽകി ശാന്തി അനുഗ്രഹം ഏറ്റുവാങ്ങി.

ആ പള്ളിവാളുമേന്തി ആ ദേശത്തിനും അവിടം വസിക്കുന്ന മർത്ത്യരുടെ മനസ്സിലും ദേവീചൈതന്യത്തിന്റെ പ്രതിപുരുഷനായി അവൻ ഇന്നും ചെമ്പട്ടണിഞ്ഞ് തുള്ളുന്നു. വെളിപാടെന്നപോലെ.

സവിത ഷേർളി

കൊല്ലം ജില്ലയിൽ ജനനം ബിസിനസ് നടത്തുന്നു.
അച്ഛൻ - വിശ്വനാഥൻ
അമ്മ - ഓമന.
ഭർത്താവ് ഉണ്ണികൃഷ്ണൻ. സഹോദരൻ. ഷെറിൻ
രണ്ടു മക്കൾ.
നവമാധ്യമങ്ങളിൽ എഴുതുന്നു.

സ്നേഹദീപം

ഉച്ചയൂണിന്റെ ആലസ്യത്തിൽ ചാരുകസേരയിൽ കണ്ണടച്ചിരുന്നപ്പോൾ ജീവിതപുസ്തകത്തിൽ നിന്നും കൊഴിഞ്ഞുപോയ താളുകളിലെ നിറമുള്ള ചിത്രങ്ങൾ എന്നിലൂടെ നൃത്തമാടുകയായി.

അവളുമായിട്ടുണ്ടായിരുന്ന എന്റെ നിമിഷങ്ങൾ എന്നും നിറമുള്ളതായിരുന്നു.

എന്റെ ജീവൻ അവളുടെ ഉദരത്തിൽ തുടിക്കുന്നെന്നറിഞ്ഞ നിമിഷം ആരുടേയും നിയന്ത്രണമില്ലാത്ത വർണപ്പട്ടം പോലെ ഏതോ ആഹ്ലാദത്തിന്റെ ലോകത്ത് പാറിപ്പറന്നു.

എന്റെ പ്രിയതമ എനിക്കായ് മാത്രം നല്കുന്ന ഈ സന്തോഷം എന്നിൽ മധുര അഹങ്കാരത്തെ ഉണർത്തി.

സ്വയം മറന്നുപോയ നിമിഷം.

ആറാംമാസത്തിലെ ചെക്കപ്പിനായ് ചെന്നതായിരുന്നു. പക്ഷെ, എന്റെ സന്തോഷങ്ങൾക്ക് കടിഞ്ഞാൺ വീഴുകയായിരുന്നു.

ഡോക്ടറുടെ വാക്കുകൾക്ക് തിളച്ചയെണ്ണയിൽ ആരോ എന്നെ എടുത്തിട്ട പോലെ.

ഡോക്ടറുടെ ആശ്വാസവാക്കുകൾക്കൊന്നും എന്നെ തണുപ്പിക്കാനാകുമായിരുന്നില്ല. അവൾ കേൾക്കെ പറഞ്ഞത് എനിക്കിഷ്ടമായില്ല.

പക്ഷെ, അവൾക്ക് ഭാവമാറ്റമൊന്നുമില്ലായിരുന്നു. അതെന്നെ അത്ഭുതപ്പെടുത്തി.

ഡോക്ടറുടെ റൂമിൽ നിന്നും പുറത്തിറങ്ങിയപ്പോൾ അവൾ

എന്നെ ആശ്വസിപ്പിക്കുകയായിരുന്നു.

ബ്രസ്റ്റ്ക്യാൻസർ എന്ന രോഗത്തോട് പൊരുതാൻ അവളുടെ മനസ് സജ്ജമായിരുന്നു.

പിന്നീടെന്റെ ജീവിതത്തിൽ നടന്നതെല്ലാം യാന്ത്രികമായിരുന്നു.

ബാക്കി ദിവസങ്ങൾ അവൾ ആശുപത്രി കിടക്കയിലായി. ജോലിയെല്ലാം മാറ്റി വച്ച് ഞാനും അവൾക്ക് കാവലിരുന്നു.

പ്രസവദിവസം എന്റെ മനസ്സ് സന്തോഷത്തിന്റെയും സങ്കടത്തിന്റെയും പിടിവലിയിലകപ്പെട്ടു.

മകനെ കയ്യിലെടുത്ത് അവളേയും ചേർത്തുപിടിച്ചിരുന്നു.

പ്രസവശേഷം ട്രീറ്റ്മെന്റ് തുടങ്ങി മാറ് നീക്കം ചെയ്തു.

RCC യിൽ കീമോ എടുക്കൽ. അങ്ങനെ മനസിന് ധൈര്യം കൊടുത്ത് എപ്പോഴും ഞാൻ കൂടെ നിന്നു. "നിനക്ക് ഞാനുണ്ട് എപ്പോഴും" എന്ന എന്റെ വാക്കിന് ചുട്ടുപഴുത്ത കമ്പിയിൽ വീണ ഒരു നീർത്തുള്ളിയുടെ ആയുസ് മാത്രമായിരുന്നു. അവൾക്ക് ചികിത്സ കഴിഞ്ഞ് വീട്ടിൽ വരുമ്പോൾ ഇത്തിരി ആശ്വാസമുണ്ടായിരുന്നു.

കുഞ്ഞിന് മുലപ്പാൽ കൊടുക്കാൻ കഴിയുന്നില്ലെന്ന സങ്കടമായിരുന്നു അവൾക്ക്.

അത് അവളിൽ വിഷാദരോഗമായി.

വീണ്ടും രോഗം കലശലായി.

പിന്നെയും ആശുപത്രിവാസം.

ഓരോ ദിവസം കഴിയുന്തോറും അവളുടെ ആരോഗ്യവും കുറഞ്ഞുവന്നു.

പാതിരാത്രിയിൽ ബൈക്ക് യാത്ര അവൾക്ക് ഏറെ പ്രിയമായിരുന്നു. എന്നേയും കെട്ടിപ്പിടിച്ചിരുന്ന് ബൈക്കിൽ യാത്ര ചെയ്യുമ്പോൾ അവൾ ഉച്ചത്തിൽ കൂവുമായിരുന്നു.

തീരെ വയ്യാത്ത അവസ്ഥയിലും അവളെന്നോട് അതാണാവശ്യപ്പെട്ടത് അവളുടെ ആഗ്രഹം സാധിക്കാൻ ഞാൻ തയ്യാറായി.

എന്നാൽ, അവളുടെ അമ്മയുടെ വിലക്കിനെ മറി കടന്ന് അവളേയും കൊണ്ട് ബൈക്കിൽ പോയപ്പോൾ അവൾ നിശ്ശബ്ദം തേങ്ങുകയായിരുന്നു.

കിടക്കയിൽ നിന്നും എഴുന്നേൽക്കാൻ പറ്റാത്ത സാഹചര്യത്തിലും ചേർത്ത് നിർത്തി.

അവളുടെ ദൈന്യദിന കാര്യങ്ങൾക്ക് പോലും ഞാൻ വേണമെന്ന വാശിയായിരുന്നു.

അവളുടെ അമ്മയെപ്പോലും ഒന്നും ചെയ്യാനവൾ സമ്മതിച്ചി

രുന്നില്ല.

ഒരു ദിവസം അവളെന്നോട് പറഞ്ഞു

"പ്രിയനേ എന്നോട് കാണിക്കുന്ന ഈ കരുതലും സ്നേഹവും ഞാനെങ്ങനെ തിരിച്ചു നല്കും??

ഇനി എത്ര നാൾ??

ഞാൻ പോകുന്ന ആ നിമിഷം നീയെങ്ങനെ തരണം ചെയ്യും?"

ഞാൻ പറഞ്ഞു.

"നീയെന്റെ വാഗ്ദാനമായിരുന്നു. ഞാനതിനെ ആരാധിച്ചിരുന്നു. രോഗശാന്തിയുടെ വൃന്ദാവനത്തിലേക്ക് നിന്നെ കൈ പിടിച്ചു കയറ്റും ഞാൻ"

അത് കേൾക്കെ അവൾ ചിരിച്ചു.

നടക്കില്ലയെന്നവൾക്കറിയാമായിരുന്നു.

പിന്നീടവൾ മിണ്ടാതെയായി.

കണ്ണുകൾ കൊണ്ടവൾ സംസാരിച്ചു.

ഒറ്റയ്ക്കിരുന്ന് ഞാൻ തേങ്ങുകയാണെന്ന് അവൾക്കറിയാമായിരുന്നു.

ഒരു വർഷത്തോളം അവൾ അങ്ങനെ കിടന്നു.

എന്റെ സ്നേഹദീപം അണയാൻ തുടങ്ങുന്നത് ഞാനറിഞ്ഞു

ഞാനവളുടെ അടുത്തില്ലാത്ത നേരം എന്നോടൊരു വാക്കു ചോദിക്കാതെ, കണ്ണുകൾ കൊണ്ട് കാര്യം പറയാതെ ഒരു വയസ് മാത്രം പ്രായമായ കുഞ്ഞിനേയും തന്ന് എന്നെ തനിച്ചാക്കി ജീവ തത്തിലെ നിറങ്ങൾ പാടെ മായ്ച്ച്... അവളിലെ നന്മകൾ എന്നിൽ നിറച്ച് അവൾ എന്നെ വിട്ടുപോയി. എന്നെത്തേയ്ക്കുമായി എന്റെ സ്നേഹ കൂടാരത്തിൽ ആരോ തീയിട്ടു.

അതിലെന്റെ നിറമുള്ള ചിത്രങ്ങളും ചാമ്പലായി.

വീരാൻ അമരിയിൽ

മലപ്പുറം ജില്ലയിൽ നിളാതീരത്ത് ത്രിമൂർത്തിസംഗമ പുണ്യ സ്ഥലമായ തിരുനാവായക്കാരനാണ്. ട്രഷറി വകുപ്പിൽ നിന്ന് 2003-ൽ വിരമിച്ചു. എഴുത്തിന്റെ രംഗത്ത് ആറേഴു വർഷമായി തുടരുന്നു. കവിതകളും കഥകളും ഒട്ടേറെ പുസ്തകങ്ങളിലായി പ്രസിദ്ധീകരിച്ചിട്ടുണ്ട്. ഭാര്യയും ആറ് ആണ്മക്കളും ആറ് പെണ്മക്കളും പത്തൊൻപത് പേരക്കുട്ടികളും ഉണ്ട്.

പരിണാമം

പണ്ടുപണ്ട്, എന്നാൽ അത്രക്ക് പണ്ടല്ലാട്ടോ, സെൽഫോണും ഇൻറർനെറ്റുമൊന്നും പ്രചാരത്തില്ലാത്ത കാലം.

ആ കാലത്തു നടന്ന കഥയാണ്.

മുറ്റത്ത് കാറിറങ്ങി ഉമ്മറത്തു കയറിയ ഉടനെ റിട്ട. ജസ്റ്റിസ് കുമാരി മീനാക്ഷിയമ്മ : "ജാനൂ.. കടുപ്പത്തിലൊരു കട്ടൻചായ. വല്ലാത്ത തലവേദന"

പിന്നെ, മുറിയിൽ കടന്നു. ഫാനിട്ട് കസേരയിലേക്ക്.

ചായ കുടിച്ചു തീർത്തശേഷം അവർ കസേരയിൽ ചാഞ്ഞുകിടന്നു കണ്ണടച്ചു.

പാതിമയക്കത്തിൽ ചിന്തയിലേക്കു വഴുതിവീണു.

സ്ത്രീസംരക്ഷണസമിതി സംഘടിപ്പിച്ച ഒരു യോഗത്തിൽ 'പെണ്ണിന് പെണ്ണുമാത്രം ' എന്ന വിഷയച്ചർച്ച ഉദ്ഘാടനപ്രഭാഷണം കഴിഞ്ഞ ഉടനെ തലവേദന എന്ന് പറഞ്ഞു ഇറങ്ങിപ്പോന്നതാണ്.

പ്രഭാഷണവും വളരെ ചുരുക്കി. ഇതൊന്നും പതിവുള്ളതല്ല.

ഇന്നലെ മുതൽ തനിക്കെന്തോ മാറ്റം വന്നിട്ടുണ്ട്.

മീനാക്ഷിയമ്മ തന്റെ കഴിഞ്ഞകാല ജീവിതം ഓർക്കുകയായിരുന്നു.

തറവാട്ടിലെ ഏക പെൺസന്തതി മീനുക്കുട്ടിയിൽ നിന്ന് ജില്ലാജഡ്ജിയായി വിരമിച്ച, അസോസിയേഷൻ ഫോർ സെക്യൂരിറ്റി ആൻഡ് വെൽഫയർ ഓഫ് സിംഗിൾവുമൺ (ASWSW) എന്ന സംഘടനയുടെ സ്ഥാപക ചെയർമാനും പ്രഗത്ഭയുമായ Rtd. ജസ്റ്റിസ്

മിസ്സ് : മീനാക്ഷി, LLB യിലേയ്ക്ക് എത്തിയ പരിണാമ കഥ മനസിന്റെ തിരശ്ശീലയിൽ തെളിഞ്ഞു വരുന്നു. വടക്കേടത്ത് തറവാടുവീട്ടിലാണ് ജനിച്ചതും വളർന്നതും. മുത്തശ്ശി, അമ്മ, രണ്ട് അമ്മാവൻമാർ അടങ്ങിയ കുടുംബം.

വല്ല്യമ്മാവനായിരുന്നു വീട്ടുകാര്യങ്ങളും കൃഷിയുമൊക്കെ നോക്കി നടത്തിരുന്നത്. വിവാഹം കഴിച്ചിരുന്നെങ്കിലും ഭാര്യ നേരത്തേ പാമ്പുകടിയേറ്റു മരണപ്പെട്ടിരിന്നു. തന്റെ ജാതകദോഷം കൊണ്ടാണ് അവർ മരിച്ചത് എന്നു വിശ്വസിച്ചിരുന്ന അദ്ദേഹം മറ്റൊരു സ്ത്രീയുടെ മരണത്തിന് താൻ കാരണമായിക്കൂടാ എന്ന ചിന്ത കാരണമാണ് പുനർവിവാഹത്തിന് തയ്യാറാവാതിരുന്നത്.

വലിയ കണിശക്കാരനും കാർക്കശ്യക്കാരനുമായിരുന്നെങ്കിലും വല്യമ്മാവൻ മീനുക്കുട്ടിയുടെ ആവശ്യങ്ങൾക്ക് 'നോ' പറഞ്ഞിരുന്നില്ല. തന്നോട് സ്നേഹവും വാത്സല്യവും കാണിച്ചിരുന്ന വല്ല്യമ്മാവനെത്തന്നെയാണ് അവൾക്കിഷ്ടവും ബഹുമാനവും.

ചെറിയമ്മാവൻ ദൂരെ ഒരിടത്ത് എയ്ഡഡ് സ്കൂൾ മാഷായിരുന്നു. സ്കൂൾ മാനേജരുടെ ഏക മകളെ കെട്ടിയതിന്റെ പാരിതോഷികമായിരുന്നു ആ ജോലി.

രണ്ട് ആൺമക്കൾ. ഒരാൾ മീനുട്ടിയെക്കാൾ മൂന്നാലുവയസിന് മൂത്തത്. ഇളയവൻ ഏകദേശം സമപ്രായം.

അമ്മായിയും മക്കളും വല്ലപ്പോഴും മുത്തശ്ശിയെ കാണാൻ വന്ന് ഒന്നോരണ്ടോ ദിവസം ഇവിടെ നിന്നങ്ങലായി. കറുത്ത് തടിച്ച അമ്മായിയുടെ വെളുവെളുത്ത പല്ലുകാട്ടിയുള്ള ചിരി ഇന്നും കണ്ണിൽ കാണുന്നു.

അമ്മായിയെ ഇഷ്ടമായിരുന്നെങ്കിലും ആ ചെക്കന്മാരുടെ പത്രാസുകാണിക്കലും ഒരുതരം ഇളിഞ്ഞ ചിരിയും നോട്ടവും അവൾക്കു പിടിച്ചിരുന്നില്ല. അടുത്ത കഥാപാത്രം, ചില രാത്രികളിൽ മാത്രം പ്രത്യക്ഷപ്പെടുന്ന ഏതോ പേരുകേട്ട മനയിലെ ഉണ്ണിനമ്പൂതിരി. അമ്മേടെ സമ്മന്തക്കാരൻ. (അച്ഛൻ നമ്പൂതിരി)

ആ ഇല്ലത്തീന്ന് സമ്മന്തം കിട്ടാച്ചാ വല്യ ഭാഗ്യാത്രെ!

പലപ്പോഴും കക്ഷി എഴുന്നെള്ളുന്നത് അവളുറങ്ങിയ ശേഷം.

ഇവിടന്നു ഭക്ഷണം പാടില്ല.

ശൂദ്രൻെറ ഭക്ഷണം ബ്രാഹ്മണന് നിഷിദ്ധം.

സമ്മന്തവും കാര്യസാധ്യവുമാവാട്ടോ.

അവൾക്ക് അച്ഛനെ വെറുപ്പായിരുന്നു. അമ്മയെ പീഡിപ്പിക്കാനായി മാത്രം എഴുന്നള്ളുന്ന ദുഷ്ടൻ!.

അച്ഛൻനമ്പൂതിരി വരുന്ന ദിവസം അവളെ ഉറക്കത്തിൽ നിന്ന് വിളിച്ചുണർത്തി മുത്തശ്ശിയുടെ മുറിയിലേക്കു കൊണ്ടുപോയി കിടത്തും.

ചില രാവിലെകളിൽ "മീനുട്ടി എവിടെ, നോമൊന്നു കാണട്ടെ" എന്ന് കേൾക്കുമ്പോഴേ ഓടിയൊളിക്കും. ബലമായി മുമ്പിലെത്തിച്ചാൽ തല കുനിച്ചു നിൽക്കും. ചോദ്യങ്ങൾക്ക് മറുപടി തലയാട്ടലോ മൂളലോ മാത്രം.

അവൾക്ക് അച്ഛന്റെ ഛായയാണെന്നെല്ലാരും പറഞ്ഞിരുന്നെങ്കിലും അവൾ ആ മുഖം ശരിക്കും കണ്ടിരുന്നില്ല.

അച്ഛൻ നമ്പൂതിരി എന്ന അമ്മയുടെ സമ്മന്തക്കാരനാണ് അവളിൽ വിവാഹ വിരോധത്തിന് വിത്തിട്ടത്. മേലെ, തൊടിയിൽ താമസി

ച്ചിരുന്ന കുഞ്ഞൻ കള്ളുകുടിച്ചു വന്നു കെട്ട്യോളെ അടിക്കുന്നതും തെറി വിളിക്കുന്നതും സ്ഥിരമായി കണ്ടും കേട്ടും ആ വിത്ത് മുളപ്പിച്ചു, പിന്നെ, വക്കീലായി പ്രാക്ടീസ് ചെയ്യുന്ന കാലത്ത് മുമ്പിലെത്തുന്ന കേസുകളിൽ കണ്ട ഭർതൃപീഡനം നേരിടേണ്ടി വന്ന സ്ത്രീകളുടെ കദനങ്ങൾ വെള്ളവും വളവുമേകി വളർത്തി വടവൃക്ഷമാക്കി.

പലഭാഗത്തു നിന്നും വന്ന പ്രണയാഭ്യർത്ഥനകളും വിവാഹാഭ്യർത്ഥനകളും ആലോചനകളും വടക്കേടത്ത് മീനാക്ഷിയമ്മവക്കീൽ നിഷ്കരുണം തള്ളി.

അതിനിടയ്ക്ക് മുത്തശ്ശിയും അമ്മാവന്മാരും മരണപ്പെട്ടു. വിരമിക്കുന്നതിന് തൊട്ടു മുമ്പാണ് അമ്മയുടെ മരണം. അച്ഛൻ തിരുമേനി നേരത്തെ തീ പെട്ടിരുന്നു. അവൾ സംസ്ഥാനത്തിന് പുറത്ത് ലോ-കോളേജിൽ പഠിക്കുന്ന സമയത്താണ്.

വിവരത്തിന് കമ്പി അടിച്ചിരുന്നെത്രെ. കിട്ടിയില്ല. അതുകൊണ്ട് വന്നു കാണേണ്ടിയും വന്നില്ല. അമ്മയുടെ വേർപാടുണ്ടാക്കിയ മനോവേദനയും, ഒറ്റപ്പെടലും മറികടക്കാനാണ് അവൾ സ്ത്രീപക്ഷ പ്രസ്ഥാനങ്ങളിൽ സജീവമായത്. പ്രഭാഷകയായത്.

സ്ത്രീകൾ പുരുഷന്മാരിൽ നിന്നനുഭവിക്കുന്ന പീഡനകഥകൾ പൊടിപ്പും തൊങ്ങലും വച്ച് അവതരിപ്പിച്ച് കൈയ്യടി നേടി പ്രശസ്തയായത്.

അങ്ങനെയാണ് മേൽപ്പറഞ്ഞ ASWSW എന്ന സംഘടന രൂപം കൊള്ളുന്നത്. അവിവാഹിതരായ സ്ത്രീകളുടെ സംഘടന. ചില കുബുദ്ധികൾ അതിന് പേരിട്ടത് "കുമാരി തള്ളാസ് കൂട്ടായ്മ "(KTK) എന്നാണ്.

വിവാഹം കഴിക്കില്ലെന്നുറപ്പിച്ചവർ, ഭർത്തക്കന്മാരിൽനിന്ന് പല കാരണങ്ങളാൽ വിവാഹമോചനം നേടി മേലിൽ വിവാഹമേ വേണ്ടെന്ന് വെച്ചവർ, പുനർവിവാഹം കഴിക്കില്ലെന്ന് ഉറപ്പിച്ച വിധവകൾ എന്നിവർക്ക് മാത്രമാണ് അംഗത്വം.

ഇത്തരക്കാരിൽ ഒറ്റപ്പെടുന്നവർക്ക് കൂട്ടായി താമസിക്കാൻ എല്ലാ സൗകര്യങ്ങളോടും കൂടിയുള്ള ഒരു ആവാസ കേന്ദ്രമുണ്ട്. Home for Single Women' (HSW).

Miss: Meenakhi BA, LLB എന്ന ഒറ്റ ഒരുത്തിയുടെ ചിലവിലാണ് സ്ഥാപനം നിർമ്മിച്ചതും നടത്തിക്കൊണ്ടു പോകുന്നതും.

അമ്മയെന്ന പദം മാതൃത്വത്തേയും, അതിലൂടെ വിവാഹത്തേയും പ്രതിനിധാനം ചെയ്യുമെന്ന ശങ്കയാൽ പേരിൽ നിന്നു വാൽ ഒ ഴിവാക്കിയതാണ്. വീട്ടിലേതടക്കമുള്ള എല്ലാ ജോലിക്കാരും മേൽവിഭാ

ഗത്തിൽ പെട്ടവരാണ്. മോശമല്ലാത്ത വേതനവും കൊടുക്കുന്നുണ്ട്.

സംഘടയുടെ പേരിൽ ഒരുതരം സംഭാവനകളും സ്വീകരിക്കാൻ ആർക്കും അവകാശമില്ല.

തനിക്ക് പാരമ്പര്യമായി കിട്ടിയ സ്വത്തുക്കൾ ഒരു ട്രസ്റ്റായി രജിസ്റ്റർ ചെയ്തു അതിന്റെ ആദായമാണ് പ്രവർത്തന ഫണ്ട്.

ഇന്നലെവരെ തന്റെ ചിന്തയിൽ പ്രസ്ഥാനം, അതിന്റെ നടത്തിപ്പ്, വളർച്ച, അതുമാത്രം. ഇന്നലെ രാത്രിയിൽ കണ്ട ദുസ്സ്വപ്നം. തോന്നിയ കുറ്റബോധം നഷ്ടപെട്ട ആത്മാഭിമാനം (ദുരഭിമാനം) ഇതിനൊക്കെ കാരണമായത് ഒരു പഴയകാല സഹപാഠി സുഹൃത്തിനെ സന്ദർശിച്ചതാണ്.

രണ്ട് ദിവസം മുമ്പാണ് കത്തു കിട്ടിയത്.

"പ്രിയപ്പെട്ട മീനു,

നമ്മൾ തമ്മിൽ പിരിഞ്ഞിട്ടു വർഷം അമ്പതു കഴിഞ്ഞുകാണും. താനെന്നെ മറന്നുകാണുമോ ആവോ? ഞാൻ മരണം കാത്തു കിടക്കുന്ന കാൻസർ രോഗിയാണ്. മരിക്കുന്നതിന് മുമ്പ് തന്നെ ഒന്നു കാണണം. ആ ഒരാഗ്രഹം സാധിപ്പിച്ചു തരുമല്ലോ? ഇന്നലെയാണ് ഒരാളിൽ നിന്ന് തന്റെ അഡ്രസ്സ് പഴയതു തന്നെയെന്നു മനസിലാക്കിയത്. കൂടുതൽ എഴുതാൻ വിരലുകൾ സമ്മതിക്കുന്നില്ല. അസഹ്യമായ വേദന.

എന്ന്.

സ്വന്തം സുമി."

"താമസിക്കുന്ന സ്ഥലം, വഴി എന്നിവ താഴെ ചേർക്കുന്നു."

തന്റെ ഏറ്റവുമടുത്ത സഹപാഠി സുഹൃത്ത് താൻ സുമി എന്നു വിളിച്ചിരുന്ന സുന്ദരിയായ സുമിത്ര.

എന്തിനാണാവോ കാണണമെന്ന് പറഞ്ഞത് എന്താണാവോ പറയാനുള്ളത്? സാമ്പത്തിക സഹായം ആവശ്യമുണ്ടാവുമോ?

ഭർതൃമതികളായ സ്ത്രീകളെ സഹായിക്കുന്നത് സംഘടനാ വിരുദ്ധമാണ്. അവൾ ഭർതൃമതിയാണോ?

മനസ്സിൽ അളക്കലും ചെരിക്കലും. അവസാനം പോയി കാണാൻ തന്നെ തീരുമാനിച്ചു. ആ സന്ദർശനം തന്നിൽ ഇത്രമാറ്റം വരുത്തുമെന്ന് ഒട്ടും കരുതിയിരുന്നില്ല.

ഉമ്മറത്തുനിന്ന് തുറന്നു കിടക്കുന്ന വാതിലൂടെ അകത്തു കയറിയപ്പോൾ കണ്ടത് മെലിഞ്ഞു എല്ലുംതോലുമായ ഒരു സ്ത്രീ രൂപത്തിനെ. മടിയിരുത്തി തലോടി കൊണ്ടിരിക്കുന്ന താടിയും മുടിയും നരച്ച വയസ്സൻ.

ഈ എല്ലിൻ കൂടം കോളേജ് ബ്യൂട്ടിയായിരുന്ന എന്റെ പ്രിയപ്പെട്ടവൾ തന്നെയാണോ?

മനസിനെ വിശ്വസിപ്പിക്കാൻ പ്രയാസപ്പെട്ടു.

ആ വൃദ്ധൻ അവളുടെ ഭർത്താവാണെന്നു ഊഹിച്ചു.

ഒരു ചെറിയ പാത്രത്തിൽ കഞ്ഞിയുമായി ഒരു മധ്യവയസ്ക പ്രത്യക്ഷപെട്ടു. എന്നെ നോക്കി പുഞ്ചിരിച്ച അവൾ ചോദ്യഭാവത്തിൽ നോക്കുന്നത് കണ്ടിട്ടാവണം "അമ്മേടെ ക്ലാസുമേറ്റാ" കഞ്ഞി മേശമേൽ മൂടിവെച്ചു എന്നെ നോക്കി ഒന്നു കൂടി പുഞ്ചിരിതൂകിക്കൊണ്ട് അവൾ തിരിച്ചുപോയി.

മനസ് എന്തോ പോലെ ആവുന്നു.

'ഒരു നീറ്റൽ. ആ നീറ്റലിൽ ഉള്ളിൽ എന്തൊക്കെയോ ഉരുകിയൊലിക്കുന്നു. പറഞ്ഞറിയിക്കാനാവാത്ത ഒരവസ്ഥ.

തന്നെ കണ്ടപ്പോൾ എല്ലിൻകൂട്ടത്തിന്റെ മുഖത്തൊരു സന്തോഷ പുഞ്ചിരി. കണ്ണിലൊരു തിളക്കം. താനും ചിരിച്ചെന്ന് വരുത്തി.

കസേര ചൂണ്ടി എന്നോട് ഇരിക്കാൻ പറഞ്ഞ ശേഷം വയസ്സൻ പ്രിയതമയെ എടുത്തു ടോയ്ലറ്റിലേക്ക്.

ടോയ്ലറ്റിൽ നിന്ന് തിരിച്ചു വന്നു സുമിയെ ചാരുകസേരയിലിരുത്തി. കഞ്ഞി കോരി കൊടുത്തു വായും ചിറിയും കഴുകിത്തുടച്ചു കൊടുത്തുകൊണ്ട് എന്നെ നോക്കി.

വയസ്സൻ : "ഇന്ന് ക്ഷീണം അല്പം കൂടുതലാണ്. കഞ്ഞി കുടിച്ചല്ലോ ശരിയായിക്കോളും"

കഞ്ഞി കൊണ്ടുവന്ന അതേ സ്ത്രീ സിറിഞ്ചുമായി കടന്നു വന്നു.

“മരുമകളാ.. , വേദനക്കുള്ള സൂചിയാണ്”

സൂചി കുത്തി മരുമകൾ പോയശേഷം സുമി എന്നെ അടുത്തേക്കു വിളിച്ചിരിത്തി. ഭർത്താവിനെ നോക്കി പതിഞ്ഞ സ്വരത്തിൽ "ചേട്ടനൊന്നു പുറത്തേക്കു നിക്കൂ, വാതിൽ ചാരണംട്ടോ. ഞങ്ങൾ കുറച്ചു നേരം സംസാരിച്ചിരിക്കട്ടെ”

“ശരി ഞാൻ ഉമ്മറത്തുണ്ടാവും എന്തെങ്കിലും ആവശ്യം വന്നാൽ വിളിക്കണം" എന്നെനോക്കി പറഞ്ഞു കൊണ്ട് അദ്ദേഹം പോയി.

മുറിയിൽ ആരുമില്ലന്ന് ബോധ്യമായപ്പോൾ അവൾ എന്നെ തൊട്ടടുത്തേക്ക് വിളിച്ചു നിർത്തി ആ മെലിഞ്ഞു ചുളിഞ്ഞ കൈകൾ കൊണ്ട് എന്റെ കഴുത്തിൽ വട്ടംപിടിച്ചു ഇരുകവിളുകളിലും മാറി മാറി ചുംബിച്ചു തുടങ്ങി.

എന്റെ എല്ലാ നിയന്ത്രണങ്ങളും വിട്ട് ഞാൻ പൊട്ടിക്കരഞ്ഞു. വർഷങ്ങളായി തടഞ്ഞു നിർത്തിയ കണ്ണീരുറവ തടസ്സം തട്ടിമാറ്റി ധാര ധാരയായി ഒഴുകുന്നു.

ചെറുപ്പത്തിൽ അമ്മ, മുത്തശ്ശി എന്നിവരിൽ നിന്നല്ലാതെ മറ്റാരിൽ നിന്നും അവൾ ഇതുവരെ ചുംബനം അനുഭവിച്ചിട്ടില്ല. ചുംബനത്തിന് ഇത്ര ശക്തിയുണ്ടെന്ന് മനസിലാക്കിയിരുന്നില്ല.

അവളും കരയുകയായിരുന്നു. കണ്ണീരിനോടൊപ്പം ഉള്ളിലെ മാലിന്യങ്ങളും ഒഴുകിപ്പോയതായി തോന്നി.

നിർവികാരികതയുള്ള കട്ടിയുള്ള ശുഷ്കമായ പുറന്തോട് പൊട്ടിച്ചു മൃദുലവികാരക്കാമ്പ് പ്രത്യക്ഷപ്പെട്ടു തുടങ്ങി.

പതിഞ്ഞ സ്വരത്തിൽ മുറിഞ്ഞ വാക്കുകളിൽ അവൾ പറഞ്ഞതൊക്കെ കാതുകൂർപ്പിച്ചു കേട്ടുകഴിഞ്ഞപ്പോൾ ഞാൻ മറ്റൊരാളായിമാറിയിരുന്നു. അവളുടേയും മറ്റു സുഹൃത്തുക്കളുടെയും ദാമ്പത്യ ജീവിതം ഉദാഹരിച്ച് വിവാഹം കഴിക്കേണ്ടതിൻെറ ആവശ്യകതയും ആണുങ്ങളിൽ നിറഞ്ഞുനിൽക്കുന്ന സ്നേഹവും, ആദ്രതയും സേവന തല്പരതയും മറ്റു നന്മകളും വിവരിക്കുമ്പോൾ അവളുടെ ആ മുറിഞ്ഞ വാക്കുകൾ വാചാലമായി. ചുരുക്കം ചില ഭർത്താക്കന്മാരെ കണ്ട് ആണുങ്ങളെ അടച്ചാക്ഷേപിക്കുന്നത് ശരിയല്ല. തന്റെ സ്ഥാപനത്തിൽനിന്ന് ചാടി പോന്ന സുമിയുടെ ബന്ധു കൂടിയായ ഒരുത്തി അവിടെ ചെന്നിരുന്നെത്രെ അവളിൽ നിന്നാണ് തൻെറ വിവരങ്ങളറിഞ്ഞത്.

തൻെറ സ്ഥാപനത്തിൽ താമസിക്കുന്ന മിക്കവരും ആദർശം നടിച്ചു തന്നെ ചൂഷണം ചെയ്തു ജീവിക്കുന്ന പഠിച്ച കള്ളത്തികളാണെന്ന വിവരവും അവളിൽ നിന്നു കിട്ടിയതാണ്. എല്ലാം കേട്ടു കഴിഞ്ഞപ്പോൾ അവൾ ചെറുതായി ചെറുതായി കടുകുമണിയായി.

“ഞാൻ ഞാനല്ലാതായതാണോ. അതോ എന്നിലെ ഞാനെന്ന പെണ്ണ് പുനർജ്ജനിച്ചതാണോ?”

അവൾ ചിന്തിച്ചു.

“സുമീ.. പ്രിയപ്പെട്ടവളെ, ഒരായിരം നന്ദി. ഇനി എന്റെ ജീവിതം പാവപ്പെട്ട കാൻസർ രോഗികൾക്കു വേണ്ടി ആയിരിക്കും. ''

കസേരയിൽ നിന്ന് എഴുന്നേറ്റു. കുളിമുറിയിൽ കയറി മേലുകഴുകി വന്നു. എപ്പോഴോ വിളമ്പി മൂടിവച്ച തണുത്ത ഓട്സ് അകത്താക്കി തിരിച്ചു കസേരയിലേക്ക്.

ഉറച്ച തീരുമാനം.

എല്ലാം നാളെത്തോടെ അവസാനിപ്പിക്കണം.

സംഘടന പിരിച്ചുവിടണം.

ഹോമിലുള്ള അന്തേവാസികളെ പുറത്താക്കി പൂട്ടി താക്കോൽ കൈവശം വെക്കണം. എണീറ്റു ഫോണിന്റെ അടുത്തേക്ക്. വക്കീലിനും സെക്രട്ടറിക്കും വിളിച്ചു വിശദമായി പറഞ്ഞു വേണ്ടത് ചെയ്യാൻ നിർദ്ദേശം കൊടുത്തു. അവൾ മനസ്സമാധാനത്തോടെ കിടക്കയിലേക്കു ചാഞ്ഞു.

നന്മനിറഞ്ഞ നല്ലൊരു നാളെ സ്വപ്നം കണ്ടുറങ്ങാൻ.

പള്ളിച്ചാടത്ത് സരസ്വതി അമ്മ

തൃശൂർ ജില്ലയിൽ പൂമംഗലം എന്ന സ്ഥലത്ത് പള്ളിച്ചാടത്ത് വീട്ടിൽ അച്ഛൻ പരേതനായ അമ്പാടി രാമൻ മേനോന്റേയും അമ്മ പരേതയായ ജാനകി അമ്മയുടേയും മകളായി 1942 ഒക്ടോബർ രണ്ടിന് ജനിച്ചു.

ഭർത്താവ് രാമൻകുട്ടി പണിക്കർ (late) .

മക്കൾ: രാമദാസ്, കൃഷ്ണദാസ്, ജയശ്രീ, രാജ്യശ്രീ

ശങ്കരൻ മാഷ്

ഒരു മുപ്പെട്ടു വ്യാഴം ബ്രഹ്മമുഹൂർത്തം കോഴിക്കോടുള്ള പൂവശ്ശേരി ഗ്രാമത്തിലെ കിള്ളിശ്ശേരിത്തറവാട്ടിൽ കുളപ്പുരയുടെ കല്പടവിലെ കുത്തുവിളക്ക് തെളിഞ്ഞു കത്തുന്നു. "ദേവക്യേ വേഗം ആയിക്കോളൂ... ""ഊം.. കഴിഞ്ഞു മാഷേ "ഈറാനോടെ ദേവകിയമ്മ പടികൾ കയറി മുകളിൽ എത്തി. വിഷ്ണു സഹസ്രനാമം ഉരുവിട്ടുകൊണ്ട് രണ്ടുപേരും പതിവ് പോലെ ശ്രീകൃഷ്ണ ക്ഷേത്രത്തിലേയ്ക്ക് നടന്നു. അവർ ക്ഷേത്രത്തിൽ നിന്നും തിരിച്ചെത്തുന്നതിനു മുൻപേ, അമ്മിണി മുറ്റമടിച്ചു തളിച്ചിരുന്നു. അത്യാവശ്യം പുറം ജോലികളിലൊക്കെ സഹായിക്കുന്നുണ്ട് അമ്മിണി വിശേഷാൽ ദിനങ്ങളിൽ മക്കളായ രാധയേയും ഗീതയേയും ദേവകിയമ്മയുടെ അനുവാദത്തോടെ കൂടെ കൂട്ടും.

ദേവകിയമ്മ ഈറൻ മാറി അടുക്കളയിലേയ്ക്ക് നടന്നു. അടുക്കളയിൽ നിന്ന് തന്നെ കിണറ്റിൽ നിന്നും വെള്ളം കോരി മൺകലത്തിൽ പകർന്നു. അടുപ്പിൽ നാളികേരക്കൊത്തും നെയ്യും ഒഴിച്ച് ഗണപതിയെയും അഗ്നിദേവനെയും സ്തുതിച്ച് കത്തിച്ചു ഭക്ഷണം പാകം ചെയ്തുതുടങ്ങി.

അപ്പോഴേക്കും മകൻ ശങ്കരൻ ഉറക്കം കഴിഞ്ഞു കുളപ്പുരയിൽ പോയി കുളിച്ചു വന്നു.

“അമ്മേ ഞാൻ ക്ഷേത്രത്തിൽ പോയിട്ട് വരാം"ശങ്കരനും എല്ലാ ദിവസവും ക്ഷേത്രത്തിൽ പോകും. ക്ഷേത്രത്തിൽ പോയി വന്നിട്ടാണ് അവരുടെ ഒരു ദിവസം ആരംഭിക്കുന്നത്. അതുകൊണ്ട്, ഏതു

കാര്യം ചെയ്യുമ്പോഴും ശ്രീകൃഷ്ണ ഭഗവാന്റെ പ്രത്യേക അനുഗ്രഹം ഉണ്ട്.

ശങ്കരൻ ഒറ്റ മകനാണ്, പഠിപ്പിലും ചിത്രം വരയിലും, സംഗീതത്തിലും കഴിവ് തെളിയിച്ചിരുന്നു. അച്ഛൻ പഠിപ്പിക്കുന്ന വിദ്യാലയത്തിൽ തന്നെയാണ് അവൻ നാലാം ക്ലാസ് വരെ പഠിച്ചിരുന്നത്. തുടർ വിദ്യാഭ്യാസത്തിനായി അകലെയുള്ള ഒരു വിദ്യാലയത്തിലേക്ക് മാറ്റി. അവിടെയും ഒന്നാമനായി പാസായപ്പോൾ കോളേജിലും ചേർത്തി. ഉയർന്ന വിദ്യാഭ്യാസത്തിനനുസരിച്ച് ഒരു ജോലി മദ്രാസിൽ കിട്ടിയപ്പോൾ അവിടേക്ക് പോകാൻ ശങ്കരൻ ആഗ്രഹം പറഞ്ഞെങ്കിലും അച്ഛന്റെയും അമ്മയുടെയും വിഷമം കണ്ടപ്പോൾ മാറ്റിവെച്ചു. അവിടുത്തെ സ്കൂളിൽ തന്നെ അധ്യാപകനായി പോയി.

വിദ്യാലയത്തിനും ആ ഗ്രാമ പ്രദേശത്തിനും ശങ്കരൻ മാഷിന്റെ ആ തീരുമാനം വളരെ പ്രയോജനം ചെയ്തു.

ആയിടയ്ക്കാണ് അച്ഛൻ ഗോപാലൻ മാഷ് ശങ്കരന്റെ വിവാഹക്കാര്യം ഉന്നയിക്കുന്നത്. പേരുകേട്ട ഒരു തറവാട്ടിലെ നല്ല വിദ്യാഭ്യാസമുള്ള സുന്ദരിയും സുശീലയുമായ പാർവതി. മീനത്തിലെ രോഹിണി നാളിൽ അർദ്ധരാത്രിയിലായിരുന്നു നാടും വീടും ആഘോഷമാക്കിയ വിവാഹം.

വിദ്യാഭ്യാസം ഉണ്ടെങ്കിലും ശങ്കരന്റെയും മാതാപിതാക്കളുടെയും കാര്യങ്ങളും നോക്കി ജീവിക്കാനായിരുന്നു പാർവതിക്ക് ഇഷ്ടം. അവർക്ക് രണ്ടു കുട്ടികൾ കൂടി പിറന്നതോടെ ഗോപാലൻ

മാഷിനും ദേവകിയമ്മയ്ക്കും സന്തോഷത്തിന് അതിരില്ലായിരുന്നു. കൂടുമ്പോൾ ഇമ്പമുള്ളതാണ് കുടുംബം എന്ന് പറയുന്നത് എത്ര മഹത്തരം ആണെന്ന് അന്വർത്ഥമാക്കുന്ന ജീവിതം. എന്നാൽ പേരക്കുട്ടികളുടെ അഞ്ചാം പിറന്നാൾ ആഘോഷിക്കുന്നതിനു മുൻപ് ഗോപാലൻ മാഷും ദേവകിയമ്മയും വിഷ്ണു പാദം പൂകി.

മാതാപിതാക്കളുടെ വേർപാട് ശങ്കരനെ ദുഃഖിതനാക്കി. വീടിന്റെ തൊട്ടടുത്ത് തന്നെ ഒരുമന്ദിരം പണികഴിപ്പിച്ചു. തങ്ങളുടെ വിദ്യാലയത്തിൽ അകലെ നിന്ന് പഠിപ്പിക്കാൻ വരുന്ന അധ്യാപകർ, ആ ഗ്രാമത്തിലെ ഓരോ വീടുകളിലും വാടകയ്ക്കാണ് താമസിച്ച് പോന്നിരുന്നത്. അവർക്ക് എല്ലാ സൗകര്യങ്ങളും ഒരുക്കി കൊടുത്ത് ആ മന്ദിരത്തിൽ താമസിപ്പിച്ചു. അധ്യാപകരിൽ നിന്നും വാടകയൊന്നും വാങ്ങാത്തത് കൊണ്ട് തന്നെ, അവർ അവിടെ പഠനത്തിൽ പിന്നാക്കം നിൽക്കുന്ന കുട്ടികൾക്ക് ട്യൂഷൻ എടുക്കാൻ തുടങ്ങി. അവർ ഈ തീരുമാനത്തിലെത്തിയത് മറ്റൊന്നുമല്ല. വാടക സ്വീകരിക്കാത്തതിന് അധ്യാപകർ വിഷമം പറഞ്ഞപ്പോൾ ശങ്കരൻ മാഷ് ഈ ഒരു കാര്യമാണ് അവരോട് ആവശ്യപ്പെട്ടത്.

വിദ്യാലയത്തിന്റെ വളർച്ചയും വളരെ വേഗതയിലായിരുന്നു.

സ്കൂളിൽ പത്താംതരം വരെ പഠിപ്പിക്കാനുള്ള അനുമതി കിട്ടിയപ്പോൾ, അവിടെ നിന്നും പഠിച്ചിറങ്ങുന്ന കുട്ടികൾ സാധാരണക്കാരായതുകൊണ്ട് തന്നെ അവർക്ക് ടൈപ്പ്റൈറ്റിങ്ങും തയ്യലും പഠിക്കാനുള്ള സൗകര്യങ്ങളും മാഷ് ഒരുക്കിക്കൊടുത്തു. ഈയൊരു കാര്യം കൊണ്ട് തന്നെ ശങ്കരൻ മാഷ് എല്ലാവർക്കും ദൈവതുല്യനായിരുന്നു. കൂടാതെ പ്രാഥമിക ആരോഗ്യ കേന്ദ്രവും പോസ്റ്റ് ഓഫീസും വന്നു. അപ്പോഴേക്കും മക്കളെല്ലാം പഠിച്ച് ജോലിനേടി.

ധനുമാസത്തിലെ തിരുവാതിര. അന്നാണ് ശങ്കരൻ മാഷിന്റെ പ്രിയ പത്നി പാർവതിയുടെ പിറന്നാൾ. മക്കളും പേരക്കുട്ടികളും ശങ്കരൻ മാഷിന്റെ, വിശ്വസ്തനായ രാജശേഖരനും കുടുംബവും ചേർന്ന് ആഘോഷിക്കുകയാണ്. സദ്യവട്ടം കഴിഞ്ഞ് എല്ലാവരും വട്ടം കൂടി, അക്ഷരശ്ലോകവും, സംഗീതവുമായി ഇരിക്കുമ്പോളാണ്.

“എന്റെ പൊന്നു ശങ്കരൻ മാഷേ..'' എന്ന് പടിപ്പുരയിൽ നിന്ന് നീട്ടി ഒരു വിളി.

എല്ലാവരും പൂമുഖത്തേക്ക് ചെന്നു. പടിപ്പുരയിലേക്ക് നോക്കിയപ്പോൾ, ഒരു വൃദ്ധൻ. കാളവണ്ടിയിലാണ് വന്നിരിക്കുന്നത്. കൂടെ സഹായിയും ഉണ്ട്.

കുറച്ചു ദൂരം വന്നതിന്റെ ക്ഷീണം രണ്ടുപേരിലും കാണുന്നുണ്ട്.

"വരൂ.. ആദ്യം അല്പം വിശ്രമിക്കൂ... എന്നിട്ടാവാം സംസാരം."

ശങ്കരൻ മാഷ് വൃദ്ധനെ ക്ഷണിച്ചിരുത്തി.

അപ്പോഴേക്കും ചുവന്ന കാളകളെ കെട്ടിയ വണ്ടിയിൽ നിന്നും കുരുമുളക്, ഒരു സദ്യക്കുള്ള പച്ചക്കറികൾ, പഴങ്ങൾ, തേൻ എല്ലാം സഹായി അവിടെ നിരത്തി വച്ചു.

ശങ്കരൻ മാഷ് രണ്ടുപേർക്കും ഭക്ഷണം കൊടുത്തു. രണ്ടുപേരും കഴിച്ച് കൈ കഴുകി വന്നു. ശങ്കരൻ മാഷ് ചാരു കസേരയിൽ നീണ്ടുനിവർന്നിരുന്നു.

"ഇനി വന്ന കാര്യം പറഞ്ഞോളൂ"

"ഞാൻ ഔസേപ്പ്. കൂടെയുള്ളത് എന്റെ സഹായി വർഗീസ്.

എനിക്ക് മലയോരത്തു നാലേക്കർ പറമ്പും മണ്ണുകൊണ്ട് പണിത ഒരു വീടുമുണ്ട്. രണ്ടു മക്കളും വിദേശത്താണ്. അവർ പട്ടണത്തിൽ വലിയ വീടും പണി കഴിപ്പിച്ചിട്ടുണ്ട്.

എനിക്ക് എല്ലാം നോക്കി നടക്കാൻ വയ്യാതായിരിക്കുന്നു. പരസഹായം ഇല്ലാതെ നടക്കാൻ കഴിയില്ല. അതുകൊണ്ട് ഈ വീടും പറമ്പും ശങ്കരൻ മാഷ് വാങ്ങണമെന്ന് ആവശ്യപ്പെടാൻ വന്നതാണ്.

മാഷ് അത് വാങ്ങാമെന്ന് ഏറ്റു. ആ സന്തോഷത്തിൽ ഔസേപ്പ് ആ കാളവണ്ടിയും മാഷിന് സമർപ്പിച്ചിട്ടാണ് യാത്രയായത്.

ആ സന്തോഷം അധികദിവസം നീണ്ടു നിന്നില്ല. ആ ദിവസം പാർവതി ബ്രഹ്മമുഹൂർത്തത്തിൽ എണീറ്റില്ല. തന്റെ നല്ല പാതിയെയും മക്കളെയും പേരക്കുട്ടികളെയും തനിച്ചാക്കി അനന്തമായ ഉറക്കത്തിലേക്ക് അവർ വഴുതി വീണു. ആണ്ട് ഒന്ന് കഴിഞ്ഞു. മക്കളുടെയും മരുമക്കളുടെയും സാന്ത്വനവും പരിചരണവും സ്നേഹവും ഉണ്ടെങ്കിലും ആ ദുഃഖം മാഷിന് താങ്ങാവുന്നതിലും അപ്പുറമായിരുന്നു.

അന്നൊരു തിരുവോണം നാള്. നാട് ഒന്നാകെ ആഘോഷത്തിമിർപ്പിലാണ്. കിള്ളിശ്ശേരി തറവാട്ടിലും ആഘോഷം പൊടിപൊടിക്കുന്നു. പെട്ടെന്നാണ് അത് സംഭവിച്ചത്.

ശങ്കരൻ മാഷ് കുഴഞ്ഞുവീണു. മാഷ് ഇഹലോകവാസം വെടിഞ്ഞതാണെന്ന് ഉൾക്കൊള്ളാൻ ആർക്കും കഴിയുന്നുണ്ടായിരുന്നില്ല.

ആ നാട് മൊത്തം വേർപാടിന്റെ വേദനയാൽ നിശബ്ദമായി. അവർ കണ്ണുനീരോടെ ആത്മഗതം ചെയ്തുകൊണ്ടിരുന്നു. ശങ്കരൻ മാഷ് ഞങ്ങളുടെ ദൈവമായിരുന്നു.

സ്വപ്ന ബിപിൻ പന്തളം

അയ്യപ്പന്റെ സ്വന്തം നാടായ പന്തളം സ്വദേശി, ഭർത്താവ് ബിപിൻ, പ്രവാസിയാണ്. ഞാൻ ഒരു അമേരിക്കൻ കമ്പനിയിൽ പ്രോഗ്രാമർ ആയി ജോലി ചെയ്യുന്നു. ഇരുപത്തഞ്ചിലധികം ചെറുകഥ, കവിത സമാഹാരങ്ങളുടെ ഭാഗം ആയിട്ടുണ്ട്. ഒരു ഓൺലൈൻ പ്ലാറ്റ്ഫോമിൽ കവിതയും, ചെറുകഥയും നോവലും എഴുതാറുണ്ട്.

swapnabipi@gmail. com

ഒരിളം തെന്നൽ പോലെ

"ശിവാ.. നീ എന്താടാ ആലോചിക്കുന്നത്?അവൾ എന്തുപറഞ്ഞു? നിന്നോടല്ലേടാ ചോദിക്കുന്നെ? മനുഷ്യനെ ബേജാറാക്കാതെ എന്തെങ്കിലും ഒന്ന് പറയുന്നുണ്ടോ?"

"എടാ എങ്ങനെ നിർബന്ധിക്കാൻ പറ്റുമെടാ അവളെ?. ഞാനും ഡോക്ടറും പറയുന്നത് കേൾക്കുന്നില്ല. എന്ത് പറഞ്ഞാലും അബോർഷൻ ചെയ്യുകയില്ല എന്നാ പറയുന്നത്. ഞാൻ എന്ത് ചെയ്യും നിസാം?"

"നമുക്ക് അവളെ പറഞ്ഞു മനസ്സിലാക്കാമെടാ. അല്ലാതെ പറ്റില്ലല്ലോ? അവളുടെ ജീവൻ കൊടുത്തിട്ടുള്ള ഒന്നും വേണ്ട.

നീ ഓർക്കുന്നോ ശിവാ.. ആ കാന്താരി നമ്മളിലേക്ക് ഇടിച്ചു കയറി വന്നത്."

"മറന്നിട്ടുവേണ്ടെടാ ഓർക്കാൻ. 'കുറുമ്പി!. "അവൻ ചിരിയോടെ പറഞ്ഞു.

അവൻ ഓർമ്മകളിലേക്ക് പോയി. പി. ജി ഫൈനൽ ഇയർ. ഞങ്ങളും അവിടുത്തെ തല്ലിപ്പൊളി ഗാങ് ആയ സെവൻസും തമ്മിൽ ഏറ്റുമുട്ടിയപ്പോൾ പുറകിൽ നിന്നും ഒരുത്തൻ എന്നെ അടിക്കാൻ വന്ന അടി തടുത്ത് അവന്മാരോട് കയർത്ത കാന്താരി. പിന്നെ ഇടിച്ചു കയറി സൗഹൃദമാക്കി. ഇപ്പൊ അവളുടെ കെട്ടിയോനും. അവളുടെ ഉദരത്തിലെ തുടിപ്പിന്റെ അവകാശിയും . അവൻ ഒരു ദീർഘശ്വാസം വിട്ടു.

"എന്റെ ജീവനും ജീവിതവും പ്രണയവും എല്ലാം ഇപ്പോൾ അവ

ളല്ലേടാ?!"

"നിങ്ങൾ ഒത്തിരി നേരമായോടാ വന്നിട്ട്? ഞങ്ങൾ ബ്ലോക്കിൽ പെട്ടുപോയി."

"ഇല്ലെടാ, ഒരു പത്തു മിനിറ്റ്. അത്രേം ആയുള്ളൂ. ഇരിക്കിനെടാ."

ശിവാനന്ദ് എന്ന ശിവ, നിസാംജിത് എന്ന നിസാം, അനുമോദ് എന്ന അനുവും അജുവേദ് എന്ന അജുവും. രണ്ടും ഇരട്ടകൾ ആണ് . ഇവർ നാലും ഒന്നാം ക്ലാസ്സ് മുതൽ കൂട്ടുകാരാണ്. രക്തബന്ധമില്ലാതെ സഹോദങ്ങളായവർ. അവർ നാലും എം. ബി. എ കഴിഞ്ഞു സ്വന്തമായി ഒരു കമ്പനി നടത്തുന്നു. മൂന്ന് പേരുടെ പെങ്ങളും സുഹൃത്തും ശിവാനന്ദിന്റെ കെട്ട്യോളുമായ ദേവാംശി. ശിവയുടെ മാത്രം അംശി.

"ശിവാ , നമുക്ക് വീട്ടിലേക്ക് പോയാലോ? ആറുമണിക്കാണ് ഡോക്ടറുടെ അപ്പോയ്ന്റ്മെന്റ് കിട്ടിയിരിക്കുന്നത്. അവിടെ നിന്നും ദേവൂനേം കൂട്ടി പോകണം."

"ഓക്കെ. വാ പോയേക്കാം."

ശിവയും അച്ഛനും അമ്മയും പിന്നെ, അവന്റെ അംശിയും അടങ്ങിയ ചെറിയ കുടുംബം. അച്ഛൻ ബിസിനസ് ചെയ്യുന്നു. അമ്മ ബിസിനസ്സിൽ അച്ഛനെ സഹായിക്കുന്ന പാവം വീട്ടമ്മ. ദേവൂന്റെ പാറുവമ്മ.

മുറ്റത്തു വണ്ടി വന്ന ശബ്ദം കേട്ട് ദേവു സിറ്റൗട്ടിലേക്കിറങ്ങി.

"ആരാ മോളെ?"

അവൾ ചിരിയോടെ പറഞ്ഞു, "അമ്മേ നന്ദുവേട്ടനും ചേട്ടായിമാരും ആണ്."

"ചേട്ടായീസിന്റെ പൊന്നേ. "എന്നും പറഞ്ഞു നിസാം കെട്ടിപ്പിടിച്ചു നെറുകയിൽ മുത്തി. പുറകെ വന്നവന്മാർ രണ്ടും അവനെ തള്ളിമാറ്റി രണ്ടു വശത്തുനിന്നും അവളുടെ കവിളിൽ മുത്തി.

അതുകണ്ടുകൊണ്ട് വന്ന ശിവ വിളിച്ചു കൂവി

"എടാ സാമദ്രോഹികകളെ എന്റെ പെണ്ണിനെ ഞെക്കി പൊട്ടിക്കാതെടാ. എനിക്ക് അതിനെ വേണമെടാ."

അവന്മാർ പുച്ഛിച്ചോണ്ട് അവളേം വിളിച്ചോണ്ട് അകത്തേക്ക് പോയി. അവൾ അതിന്റെ ഇടയിൽക്കൂടെ നാക്കുനീട്ടി കാണിച്ചു. അതൊക്കെ ആ അമ്മ ചിരിയോടെ നോക്കി നിന്നു.

അവനും പുറകെ ചെറിയ ചിരിയോടെ കയറിവന്നു.

"ചായ എടുക്കട്ടെ മക്കളെ?"

“ഇപ്പൊ വേണ്ടമ്മേ. വന്നിട്ട് ആവട്ടെ. ഇപ്പോൾ തന്നെ നേരം പോയി. ഡോക്ടർ പറഞ്ഞ സമയത്തു അവിടെ എത്തണം. "നിസാം പറഞ്ഞു.

“നിങ്ങൾ പോയിട്ടു വാ”

അവൾ മുകളിലേക്ക് കയറി പോകുന്നത് കണ്ട് ശിവയും പുറകെ പോയി. അവളുടെ മാനസികാവസ്ഥ അവനെക്കാൾ കൂടുതൽ ആർക്കാണ് മനസ്സിലാകുന്നത്. അവന്മാർ അവനെ കണ്ണ് കാണിച്ചു പുറത്തേക്ക് ഇറങ്ങി. ആ അമ്മ നിറഞ്ഞ മിഴികൾ നേര്യതിന്റെ തുമ്പുകൊണ്ട് ഒപ്പി മുകളിലേക്ക് നോക്കി ഒരു ദീർഘശ്വാസം വിട്ടു.

അവൾ മുഖം കഴുകി വന്നത് കണ്ടപ്പോളെ മനസ്സിലായി കരഞ്ഞിട്ടുണ്ട് എന്ന്. കണ്ണാടിയിൽ നോക്കി നിർവികാരതയോടെ നിൽക്കുന്നത് കണ്ട് അവൻ പുറകിൽ നിന്നും തോളിൽ തലവച്ചു വയറിൽ അവരുടെ അംശത്തെയും പൊതിഞ്ഞു കണ്ണാടിയിലൂടെ നോട്ടം കൊണ്ട് കഥ പറഞ്ഞു.

വണ്ടിയുടെ ഹോൺ ആണ് അവരെ ബോധത്തിലേക്ക് കൊണ്ടുവന്നത്. അവൾ നിസ്സഹായതയോടെ അവനെ നോക്കി. അവൻ ആ മുഖം കൈക്കുമ്പിളിലെടുത്ത് രണ്ട് കണ്ണിലും നെറുകിലും മുത്തി. അവനറിയാമായിരുന്നു ഇപ്പോൾ ഏറ്റവും നല്ലത് മൗനം ആണെന്ന്.

അവൻ തന്നെ അവൾക്ക് ഒരു ചെറിയ പൊട്ടും തൊട്ടു. മുഖം കഴുകിയപ്പോൾ പടർന്ന സിന്ദൂരം തുടച്ചുമാറ്റി ഒരുനുള്ള് സിന്ദൂരം ആ സീമന്തരേഖയിൽ ചാർത്തി ചേർത്ത് പിടിച്ചുകൊണ്ട് കഴിഞ്ഞ ദിവസം ഡോക്ടറെ കാണിച്ച മെഡിക്കൽ ഫയലും എടുത്ത് അമ്മയോടും കണ്ണുകൊണ്ട് അനുവാദം വാങ്ങി ഇറങ്ങി.

ഡ്രൈവർ സീറ്റിൽ അജ്ജുവും കോ ഡ്രൈവർ സീറ്റിൽ അനുവും ഇരുന്നു. പുറകിൽ ശിവയുടേം നിസാമിന്റേം മധ്യത്തിൽ ദേവുവും. അവളെ നിസാം പതിയെ ചേർത്തു പിടിച്ചു. അവളുടെ ശ്രദ്ധ മാറ്റാൻ അവർ കലപില സംസാരിച്ചു കൊണ്ടിരുന്നു. അവളും ഒരു പരിധിവരെ അതിൽ ലയിച്ചിരുന്നു.

ശിവയ്ക്ക് അവളുടെ ചിരി കണ്ടപ്പോൾ ഒരു ആശ്വാസം തോന്നി. അവന്മാരോട് തീർത്താൽ തീരാത്ത കടപ്പാടും. അവന്റെ മനസ്സറിഞ്ഞപോലെ നിസാം രണ്ട് കണ്ണും ചിമ്മിക്കാണിച്ചു. അവൻ കണ്ണടച്ച് സീറ്റിലേക്ക് ചാരിക്കിടന്നു. മനസ്സ് വീണ്ടും പിറകിലേക്ക് സഞ്ചരിച്ചു. അവന്മാരെല്ലാം

കൂട്ടായപ്പോൾ താൻ ഒരു അകലം പാലിച്ചു. എന്തിനെന്നറിയാ

തെ. ഒരു ദിവസം അവന്മാർ ലേറ്റ് ആകുമെന്ന് പറഞ്ഞപ്പോൾ ലൈബ്രറിയിൽ പോയി വായനയിലായിരുന്നു. പെട്ടെന്ന് അടുത്ത് ആരോ വന്നിരുന്നത് പോലെ തോന്നി. ആ സാമീപ്യം അറിഞ്ഞപ്പോൾ ആളെ മനസ്സിലായി. കാണാത്തതു പോലെ ഇരുന്നു.

കുറെ നേരം എന്റെ മുഖത്തേക്ക് നോക്കി ഇരുന്നിട്ട് ചോദിച്ചു.

"നന്ദുവേട്ടാ, ഞാൻ അനാഥയായതുകൊണ്ടാണോ എന്നോട് മിണ്ടാത്തത്?"

ഞാൻ ഞെട്ടിത്തിരിഞ്ഞു നോക്കിയപ്പോൾ കണ്ണൊക്കെ നിറച്ചു മൂക്കും ചുവന്നു ഇപ്പോൾ പൊട്ടും എന്ന ഭാവത്തിലിരിക്കുന്നു. അവന്മാർ എന്നോട് അവളെക്കുറിച്ച് പറയാൻ വരുമ്പോൾ ചെവി കൊടുത്തിരുന്നില്ല. അങ്ങനെ പെട്ടെന്ന് ചോദിച്ചപ്പോൾ എന്നെത്തന്നെ മറക്കുന്നത് പോലെ തോന്നി. എന്തോ വികാരം ഉള്ളിൽ അലയടിക്കുന്നു. ആ മുഖം കൈക്കുമ്പിളിൽ എടുത്ത് നെറ്റിയിൽ മുത്തുമ്പോൾ അതെങ്ങനെ നടന്നു എന്ന് എനിക്ക് തന്നെ അറിയില്ല. എപ്പോളൊക്കെയോ ഈ നെഞ്ചുംകൂടും തകർത്തു ആ കാന്താരി കയറിയിരുന്നു. അത് മറയ്ക്കാൻ ഉള്ള ഒഴിഞ്ഞുമാറൽ ആയിരുന്നു. എന്നിട്ടും

സൗഹൃദം ആയി കുറെ മുന്നോട്ട് പോയി. പിന്നെ, ആ കുറുമ്പി ഇല്ലാതെ പറ്റില്ല എന്ന് വന്നപ്പോൾ തുറന്നു പറഞ്ഞു. പിന്നീടങ്ങോട്ട് പ്രണയവസന്തം തന്നെയായിരുന്നു. അച്ഛയോടും അമ്മയോടും പറഞ്ഞപ്പോൾ പൂർണ്ണസമ്മതം.

ഞങ്ങൾ നാലും ചേർന്നു സ്റ്റാർട്ടപ്പ് തുടങ്ങി. അതിനുശേഷം അവളുടെ മൂന്നാങ്ങളമാരും കൂടെ ഗുരുവായൂർ നടയിൽ വച്ച് ആ കൈപിടിച്ചു തന്നു. എന്റെ അച്ഛക്കും അമ്മയ്ക്കും നല്ല ഒരു മകളും എനിക്ക് നല്ല ഒരു കൂട്ടുകാരിയും ഭാര്യയും കാമുകിയും മകളും.

അതിനിടയ്ക്ക് ഇരട്ടിമധുരമായാണ് ഞങ്ങളുടെ ഇടയിലേക്ക് ഒരു പൊന്നുമുത്ത് വരുന്നു എന്നറിഞ്ഞത്. കുറെ ദിവസം അമ്മയും അച്ഛയും ആങ്ങളമാരും തറയിലും നിലത്തും അല്ലാതെ കൊണ്ട് നടക്കുകയായിരുന്നു. രണ്ടാം മാസം ചെക്കപ്പിനു പോയപ്പോൾ രക്തപരിശോധന നടത്തി. റിസൾറ്റ് കണ്ട് ഡോക്ടർ ഒരു സംശയം പ്രകടിപ്പിച്ചു. പിന്നെയും ടെസ്റ്റ് നടത്തിയപ്പോൾ രക്താർബുദം എന്ന് വിധി എഴുതി. എല്ലാദൈവങ്ങളെയും വിളിച്ചു അപേക്ഷിച്ചിരുന്നു ഒന്നും ആവരുതേ എന്ന്. പക്ഷേ, അവളോട് എല്ലാം തുറന്നു പറഞ്ഞു, ഡോക്ടർ അബോർട്ട് ചെയ്യണം എന്നുപറഞ്ഞപ്പോൾ അവളുടെ കരച്ചിൽ.

എന്തുവന്നാലും അബോർട്ട് ചെയ്യില്ലെന്നും പറഞ്ഞ് അവിടെ നിന്നും ഇറങ്ങിപ്പോയി. എന്നോട് പോലും പിണങ്ങി നടന്നു. എല്ലാവരും കുറെ പറഞ്ഞു. ഇന്നലെയും ഡോക്ടറെ കണ്ടപ്പോൾ ഉടനെ തന്നെ, പറ്റുമെങ്കിൽ നാളെത്തന്നെ ട്രീറ്റ്മെന്റ് തുടങ്ങണം എന്നാണ് പറഞ്ഞത്.

ഞങ്ങളുടെ ഒരു ഫ്രണ്ടിന്റെ അമ്മ കോട്ടയം മെഡിക്കൽ കോളേജിലെ ഓങ്കോളജി പ്രൊഫസർ ആണ്. അവിടേക്ക് പോകുകയാണ് ഇപ്പോൾ. അവന്റെ നെഞ്ച് പൊട്ടിപ്പോകുന്നപോലെ തോന്നി. അവന്റെ ജീവനും ജീവന്റെ ജീവനും ആണ്. കണ്ണുകൾ നിറഞ്ഞൊഴുകി.

നിസാം തട്ടി വിളിച്ചപ്പോൾ ആണ് അവൻ ഓർമ്മയിൽ നിന്നും മുക്തനായത്.

അവൻ നോക്കിയപ്പോൾ Dr. PL Rema എന്ന നെയിം പ്ലേറ്റ് കണ്ടു. അവന്റെ ചങ്ക് പൊട്ടുന്നപോലെ തോന്നി.

അപ്പോഴേക്കും ശരത് ഇറങ്ങി വന്നു.

“എന്താടാ അവിടെ നിൽക്കുന്നത്? കയറി വാ. കേറിവാടി.”

അവർ അകത്തേക്ക് കയറി. എല്ലാവരും ഒരുപോലെ സംഘർഷത്തിൽ ആയിരുന്നു.

ഉടൻ തന്നെ ഡോക്ടർ ഞങ്ങളെ വിളിച്ചു. സൗഹൃദസംഭാഷണത്തിനുശേഷം കാര്യത്തിലേക്ക് കടന്നു. അവളുടെ വിരലുകൾ മുറുകുന്നതനുസരിച്ച് അവളുടെ ഉള്ളിലെ ചങ്കിടിപ്പ് എനിക്ക് അറിയാൻ പറ്റുന്നുണ്ടായിരുന്നു.

ഡോക്ടർ റിസൾട്ട് എല്ലാം നോക്കിയിട്ട് പറഞ്ഞു തുടങ്ങി.

"ശിവയും ദേവുവും ഇത്തിരി ക്ഷമയോടെ കേൾക്കണം. മോളുടെ സ്റ്റേജ് ഞാൻ പറയാതെ തന്നെ അറിയാമല്ലോ?

ഗർഭകാലത്തു കാൻസർ വരുന്നത് ഗർഭസ്ഥശിശുവിനെ അപൂർവ്വമായി ബാധിക്കാറുണ്ട്. ക്യാൻസർ കണ്ടുപിടിക്കുന്നതിനുള്ള പരിശോധനകളും ചികിത്സകളും ഗർഭസ്ഥ ശിശുവിനെ ബാധിക്കും. അതിനാൽ വൈദ്യപരിചരണത്തിന്റെ ഓരോ ഘട്ടവും ശ്രദ്ധയോടെ നീങ്ങേണ്ടതാണ്. എന്നാൽ, കീമോത്തെറാപ്പിക്കു വിധേയയാകുന്ന സ്ത്രീയാണെങ്കിൽ അത് കഴിയുന്നതു വരെ ഗർഭം ധരിക്കാതിരിക്കുകയാണ് നല്ലത്. ഇവിടെ ദേവൂട്ടി ഗർഭിണി ആണ്. ഇത് കുഞ്ഞിനെ ബാധിക്കാനും സാധ്യത കൂടുതലാണ്.

ക്യാൻസർ ബാധ പൂർണമായും മാറി ആരോഗ്യം വീണ്ടെടുത്തു കഴിഞ്ഞാൽ ഗർഭധാരണത്തിന് ശ്രമിക്കാവുന്നതേയുള്ളൂ. നിങ്ങൾ ജീവിച്ചു തുടങ്ങിയിട്ടല്ലേ ഉള്ളു. മോളെ.

ഗർഭകാലം അമ്മയ്ക്ക് മാത്രം ഉണ്ടാകുന്ന ഒരവസ്ഥയല്ല, മറിച്ച് അമ്മയും കുഞ്ഞും തമ്മിലുള്ള ഒരു പങ്കുവയ്ക്കൽ കൂടിയാണ്. ഗർഭാവസ്ഥയിൽ അമ്മയെ ബാധിക്കുന്ന ചെറിയ പ്രശ്നങ്ങൾ പോലും കുഞ്ഞിനെയും ബാധിക്കും. അതു ശാരീരികമായാലും മാനസികമായാലും. ജനിക്കുന്ന കുട്ടികൾക്ക് തൂക്കക്കുറവ്. മാസം തികയാതെയുള്ള പ്രസവം എന്നിവയ്ക്കു കാരണമാകാം.

നിങ്ങളിപ്പോൾ ചെറുപ്പമല്ലേ ഇപ്പോൾ നമുക്ക് ആവശ്യം ചികിത്സയാണ്. അതുകൊണ്ട് നാളെ അഡ്മിറ്റാവാൻ തയ്യാറായി വന്നോളു."

അവൾ നിറഞ്ഞ കണ്ണുകൾ തുടച്ചു. ശിവയുടെ കയ്യും പിടിച്ചു പുറത്തേക്കിറങ്ങി.

മൂന്നുപേരും ഡോക്ടറോട് നന്ദിയും പറഞ്ഞു പുറകെ ഇറങ്ങി. എല്ലാവരുടെയും സങ്കടവും കുഞ്ഞു ജനിച്ചാൽ ഉണ്ടാകുന്ന ഭവിഷ്യത്തും എല്ലാം മനസ്സിലാക്കി അവൾ അബോർട്ട് ചെയ്യാൻ സമ്മതിച്ചു.

പിന്നെ ഉള്ള നാളുകൾ ചികിത്സയും കിമോയും ആയി മുന്നോട്ട് പോയി. അവൾക്ക് എന്തിനും സപ്പോർട്ടായി അവളുടെ നിഴൽ പോലെ ശിവയും സുഹൃത്തുക്കളും അമ്മയും അച്ഛനും ഉണ്ടായി

രുന്നു.

വളരെ നാളത്തെ ചികിത്സക്കു ശേഷം അവൾ പൂർണ്ണമായും കാൻസറിനോട് പൊരുതി ജയിച്ചു. സാധാരണജീവിതത്തിലേക്ക് മടങ്ങിവരികയും നീണ്ട അഞ്ചു വർഷത്തെ കാത്തിരിപ്പിനൊടുവിൽ അവരുടെ ഇടയിലേക്ക് ഇരട്ടിമധുരം പോലെ രണ്ട് കുഞ്ഞു മാലാഖമാർ എത്തുകയും ചെയ്തു.

ഇനിയും അവർ സന്തോഷവും സമാധാനവും നിറഞ്ഞ ജീവിതം നയിക്കട്ടെ.

ഏതു പ്രതിസന്ധികളിലും തളരാതെ മുന്നേറാൻ നമ്മുടെ വീട്ടുകാരും സുഹൃത്തുക്കളും കൂടെയുണ്ടായാൽ മതി. ഒരിളം തെന്നൽ പോലെ.

ഡോ. സാജു എടച്ചേരി

കവിതകൾ, പാചകകുറിപ്പുകൾ, ലേഖനങ്ങൾ, ജ്യോതിഷാസ്പദ സൃഷ്ടികൾ, നർമ്മ സൃഷ്ടികൾ, 79 സമാഹാരങ്ങൾ അഞ്ഞൂറിലേറെ കഥകൾ, കഥകളിൽ തന്നെ പതിമൂന്നുതരം സൃഷ്ടികൾ (ഉണ്ണൂണിക്കഥ, ഒറ്റവരിക്കഥ, നുറുങ്ങുകഥ, കഥയില്ലാക്കഥ. കാവ്യകഥ, നാനോ കഥ, മൈക്രോ കഥ, മൈക്രോ നാനോ കഥ, മൈക്രോ മിനിക്കഥ, കഥമൊഴികൾ, കഥാപാചകം, കഥാഗാനം, ആംഗലേയാക്ഷരക്കഥ). റമ്മിശീട്ടിലും ഫയലിലും, ചായക്കപ്പിലും കഥകൾ അച്ചടിച്ച് സമാഹാരങ്ങൾ പ്രസിദ്ധീകരിച്ച് തെരുവിലും, പാലത്തിന്റെ മുകളിലും, അഗതിമന്ദിരത്തിലും, അർദ്ധരാത്രി നേരത്തും പുലർകാലത്തും സമാഹാരം പ്രകാശനം ചെയ്ത് പുതുമയും വ്യത്യസ്തയും സൃഷ്ടിച്ചു. ഒരേസമയം ജ്യോതിഷനും, എഴുത്തുകാരനും, ചികിത്സകനുമായി പ്രവർത്തിക്കുന്നു. നിരവധി അംഗീകാരങ്ങളും ആദരവുകളും നേടി. സാഹിത്യലോകത്ത് ആദ്യമായി പ്രസിദ്ധീകൃതമായ നൂറിലേറെസ്വന്തം സൃഷ്ടികൾ കൊണ്ടു കഥാ പ്രദർശനം നടത്തി.

അന്വേഷണം

രണ്ടുപേരെ അന്വേഷിച്ച് കണ്ടെത്തി കൊടുക്കുക. ചിലവുകളടക്കം പ്രതിഫലത്തുക എത്രയാണോ അത് നൽകാമെന്നാണ് കരാർ.

നാട്ടിലെ അറിയപ്പെടുന്ന ഒരു അദ്ധ്യാപക ദമ്പതിമാരെയാണ് കണ്ടെത്തേണ്ടത്. സ്വമേധയാ വീടും നാടും വിട്ട് ഇറങ്ങിപ്പോയവരാണ്. രാജ്യത്തിലെ മറ്റ് അന്വേഷണ സംവിധാനങ്ങളെ സ്വീകാര്യമല്ലാത്തതിനാലാണ് ഒരു സ്വകാര്യ ഡിറ്റക്റ്റീവിന്റെ സഹായം തേടുന്നത്.

സുരക്ഷാകാരണങ്ങളാൽ ദമ്പതിമാരെ എക്സ് എന്നും വൈയെന്നും രേഖപ്പെടുത്തി. അവർ ഉണ്ടെന്ന് സംശയിക്കുന്ന രാജ്യത്തിലേക്ക് പോകാനുള്ള ഒരുക്കങ്ങൾ പൂർത്തിയാക്കി.

ആ രാജ്യത്തെത്തിയപ്പോൾ മനസ്സിലായി സംഗതിയുടെ കിടപ്പ്. ഒരുവിധത്തിലും പുറത്തു നിന്നൊരാൾക്ക് കയറിപ്പറ്റാനാവാത്ത സുരക്ഷാ സംവിധാനങ്ങൾക്കിടയിലാണ് അവരുള്ളത്. അതും പ്രത്യേക ലക്ഷ്യവുമായി നടക്കുന്ന സംഘത്തിൽ. എക്സും, വൈയും ആ സംഘത്തിന്റെ സായുധ വിഭാഗത്തിന്റെ തലപ്പത്താണ് ഉള്ളതെന്ന ഊഹം വച്ച് അതീവ ശ്രദ്ധയോടെ അന്വേഷണവുമായി മാസങ്ങളോളം കഴിച്ചുകൂട്ടി. അതിനിടയിൽ അനുദിനം നിരവധി വേഷ

പ്പകർച്ചകൾ.

എല്ലാം അവസാനിപ്പിച്ച് തിരികെ നാട്ടിലേക്ക് തിരിക്കാനുള്ള തീരുമാനത്തിലേക്ക് നീങ്ങുമ്പോളാണ്, വഴിയരികിൽ ആ വാഹനം കണ്ടത്.

അതിൽ "വൈ"ഉണ്ടായിരുന്നു എന്നത് ആശയ്ക്ക് വക നൽകി. എക്സിനെ കാണാത്തതിൽ ആശങ്കയുമുണ്ടായി.

മായിമായി എന്നാണവൾ പറഞ്ഞത്.

ഒറ്റവലിക്ക് മുക്കാൽക്കുപ്പിയോളം അവൾ കുടിച്ചു. നിന്റെ പേരെന്താണ് അവൾ അറബിയിൽ ചോദിച്ചു ഞാനെന്റെ പേരൊന്നു മാറ്റിപ്പറഞ്ഞു.

“ദൈവം നിങ്ങളെ അനുഗ്രഹിക്കട്ടെ"എന്ന് അവൾ അഭിവാദ്യം ചെയ്തു. ഞാനും അത് തിരിച്ചു പറഞ്ഞു.

“ഒറ്റയ്ക്കാണോ? എങ്ങോട്ടു പോകുന്നു?”

ഞാനവളോട് അറബിയിൽ തിരക്കി.

“നാടുവിടണം.. നാടു പിടിക്കണം. ഇന്ത്യയെ അറിയാമോ?”

അവൾ ക്ഷീണിച്ച കണ്ണുകളോടെ എന്നെ നോക്കി.

“മയാറഫ്”

ഞാൻ കള്ളം പറഞ്ഞു. അവൾ ഇന്ത്യയെക്കുറിച്ച് എന്നോട് കുറേ പറഞ്ഞു.

അന്തമായൊരു വിശ്വാസത്തിന്റെ പുറത്ത് ഇന്ത്യയെ ഉപേക്ഷിച്ചു പോന്നതാണ്. ആ അന്തമായ വിശ്വാസത്തിലുറച്ച് അവളുടെ ഭർത്താവ് ഇപ്പഴും ആ സംഘത്തോടൊപ്പമാണ്. മറ്റൊരു രാജ്യത്തേക്കുള്ള യാത്രക്കിടയിൽ ആ സംഘത്തിൽ നിന്ന് രക്ഷപ്പെട്ടതാണ് അവരറിയണമെങ്കിൽ ദിവസങ്ങളെടുക്കും അത്രയും ദീർഘമായൊരു യാത്രയാണ് യാതൊരു വാർത്താവിനിമയ സംവിധാനങ്ങളുമില്ല അതൊക്കെ ആ രാജ്യത്തിലെത്തിയാൽ മാത്രമേ എല്ലാം സജ്ജമാകുകയുള്ളൂ.

ഒരു തരം മനുഷ്യക്കടത്ത്.

അവൾ അറബിയിൽ തന്നെ സംസാരം തുടർന്നു. വാഹനത്തിൽ നിന്ന് ഇറങ്ങുന്നതിനിടയിൽ അവളുടെ മുടി ഡോറിന്റെ എവിടെയോ ഒന്നുടക്കിനിന്നു.

ധൃതിയിൽ മുന്നോട്ടാഞ്ഞപ്പോൾ കുരുങ്ങിയ മുടിയിഴകൾ അവളുടെ വേദനയുടെ വാക്കുകൾ പുറത്തെത്തിക്കാൻ ഹേതുവായി.

തനി മലയാളത്തിൽ അവൾ വേദനയുടെ അക്ഷരങ്ങൾ പുറത്തുപറഞ്ഞു "ഉയ്യെന്റുമ്മാ”

ഞാനത് കേട്ടഭാവം നടിച്ചില്ല. രക്ഷപ്പെടാൻ ഞാൻ കൂട്ടുനിൽക്കാം എന്ന് പറഞ്ഞപ്പോൾ അവൾ അടിമുടി എന്നെയൊന്നു നോക്കി. അറബിയിൽ എന്തോ പിറുപിറുത്തു.

“താൽ "എന്നു പറഞ്ഞ് ആംഗ്യം കാണിച്ചു. ഞാനവളുടെ കൂടുതലടുത്തേക്ക് ചെന്നപ്പോൾ "ഭറാ"എന്നു പറഞ്ഞ് അല്പം നീങ്ങി. അല്പം കഴിഞ്ഞ് ഞാനവൾക്ക് കുബൂസ്സ് കഴിക്കാനായ് കൊടുത്തു. 'എന്റെ കയ്യിലിരിക്കുന്ന കുബൂസ് ഞാൻ ചീന്തിയെടുത്ത് അവൾക്ക് നേരെ നീട്ടി.

ഇപ്പോൾ അതാണ് കുറ്റം.

“എന്തിനാണ് ഇങ്ങനെയൊരു സാധനം എന്നെക്കൊണ്ട് തീറ്റിയ്ക്കാൻ നോക്കിയത്?”

ആ ചോദ്യം കേട്ട് ഞാൻ നല്ല വെളിച്ചത്തിൽ അവളുടെ കയ്യിലിരിക്കുന്ന സാധനം ഒന്നുകൂടി കണ്ണ് ചിമ്മി നോക്കി.

“കുബൂസ്സ് മരുഭൂമിയെ ഓർമ്മിപ്പിക്കുന്നു.

ഉണങ്ങിവരണ്ടയൊരു ഭക്ഷണം”

അവൾ ആർത്തുചിരിച്ചു. "ഇനി മഴയുടെ മൊത്തം നിയന്ത്രണം സാങ്കേതികവിദ്യയിലൂടെ ഞങ്ങൾ കൈവശപ്പെടുത്തുകയാണ്. ഇന്ത്യയെ ആയുധം കൊണ്ടല്ല തോൽപ്പിക്കാൻ പോകുന്നത് മഴ കിട്ടാതെ ഇന്ത്യ മരുഭൂമിയാകും കൃത്രിമ മഴ പെയ്യിക്കുന്നതുപോലെ മഴ തടയാനും സാങ്കേതികവിദ്യയുണ്ട്.”

അവൾ വീണ്ടും ആർത്ത് ചിരിച്ചു. തീവ്രവാദത്തിന്റെ പുതിയ മുഖം കണ്ട് ഞാൻ പകച്ചുപോയി.

തെക്കേതിൽ എൻ. ജോൺ [ജോൺസൺ നസറത്ത്]

കൊല്ലം ജില്ലയിൽ പെരിനാട് കണ്ടച്ചിറ പഴവിളയിൽ മാനുവേൽ നസറത്തിന്റെയും വെള്ളിമൺ കുരിശ്ശടിയാൾ അന്നമ്മയുടെയും മകനായി തെക്കതിൽ വീട്ടിൽ1959ൽ ജനിച്ചു. സിവിൽ എഞ്ചിനിയറിംഗ് ഡിപ്ലോമയും സാമൂഹ്യശാസത്രത്തിൽ ബിരുദാനന്തര ബിരുദവും നേടിയിട്ടുണ്ട്. 1983 - ൽ രാജീവ് ഗാന്ധി കയർ ഗ്രാമപദ്ധതി പ്രകാരം ചെലവുകുറഞ്ഞ വീടുകളുടെ പ്ലാൻ ഡിസൈൻ ചെയ്ത് കേന്ദ്ര ഗവർമെന്റിന്റെ അംഗീകാരംനേടി. ജെ. ടി. യു. സി ട്രേഡ് യൂണിയൻ ജില്ല സെക്രട്ടറി ആയിരുന്നു. 1983 ൽ കേരള പൊതുമരാമത്ത് വകുപ്പിൽ (KIP -MCS) ൽ ഓവർസീയർ ആയി ജോലിയിൽ പ്രവേശിച്ചു. കേരള പി. ഡബ്ലിയു ഡി. ആൻഡ് ഇറിഗേഷൻ എംപ്ലോയീസ് അസോസിയേഷന്റെ സംസ്ഥാന പ്രസിഡന്റായിരുന്നു. 2009 - 2021 വരെ ഒമാനിൽ പി. ഡി. ഒ. യിൽ സിവിൽ ക്വാളിറ്റി കണ്ട്രോൾഇൻസ്പെക്ടറായും റോയൽ ഒമാൻ ഹെറിറ്റേജ് & ടൂറിസം മിനിസ്റ്ററിയിൽ റസിഡന്റ് എഞ്ചിനീയറായും ജോലി നോക്കിയിരുന്നു. നാടകസമിതികളിൽ നടൻ, ഗാനരചയിതാവ് സംവിധായകൻ എന്നീനിലകളിൽ പ്രവർത്തിച്ചിട്ടുണ്ട്. ഭാര്യ:ആനി മോളി. അജിജോൺനസറത്ത് മകളും ആഗ്നലോ ജോൺ നസറത്ത് മകനുമാണ്.

ഇക്കിച്ചാൻ പറഞ്ഞ കഥ ഒരു നുണക്കഥപോലെ

ഞാൻ പറയുന്നത് കേട്ടിട്ട് നീ പേടിക്കരുത്.

ഇക്കിച്ചൻ ഭയം കലർന്ന മുഖഭാവത്തോടെ പറഞ്ഞു.

“ഇല്ല.”

വിഷമിക്കരുത്.

“ഇല്ല”. രഹസ്യമാണ് പറയുന്നതെങ്കിൽ ഇക്കിച്ചൻ ശബ്ദം വളരെ താഴ്ത്തിയാണ് സംസാരിക്കുക.

അദ്ദേഹം പറയുന്നത് കേൾക്കാനായി ഞാൻ ചെവി കൂർപ്പിച്ചു പിടിച്ചു.

ഇക്കിച്ചൻ വളരെ പ്രായമുള്ളയാളാണ്. ഞങ്ങളുടെ പ്രദേശത്ത് ആരെങ്കിലും മരണപ്പെട്ടാൽ മരിച്ചയാളുടെ ബന്ധുക്കളുള്ള ഇടവക പ്പള്ളികളിൽ പോയി മരണമണി അടിപ്പിച്ച് മറ്റുള്ളവരിലേക്ക് മരണ വാർത്തയെത്തിക്കുക, മരിച്ചയാളിനു പറ്റിയ നീളത്തിലും വീതിയിലും

ശവപ്പെട്ടി വാങ്ങിക്കൊണ്ടു വരിക, മരിച്ചയാളിന്റെ അളവിൽ പുതു വസ്ത്രങ്ങൾ തുന്നിച്ചു വാങ്ങിക്കുക, സെമിത്തേരിയിൽ കുഴി വെട്ടിയുണ്ടാക്കുക, കൊംബ്രിയ വസ്ത്രം ഉടുത്തു കുരിശുമെടുത്തു വിലാപയാത്രയുടെ മുന്നേ പോകുക, മരണാനന്തര ചടങ്ങുകൾ കഴിഞ്ഞാൽ കുഴി മൂടുക എന്നീ ജോലികൾ ആരും പറയാതെ തന്നെ കർത്തവ്യമായി ഏറ്റെടുത്തു ചെയ്യുന്ന ഒരു നല്ല മനുഷ്യൻ. അദ്ദേഹത്തിന് മക്കളും മക്കളുടെ മക്കളുമുണ്ട്.

ഇത്തരം മരണകാരണമായ പരിപാടികളില്ലാത്തപ്പോൾ അഷ്ടമുടിക്കായലിൽ കൊച്ചുവള്ളത്തിലേറി കോരുവലയുമായി മീൻ പിടിക്കാൻ പോകും.

കായലിന്റെ ഓളപ്പുറത്തുകൂടെ ഒറ്റത്തടിയിൽ തീർത്ത കൊതുമ്പുവള്ളം തുഴയെറിഞ്ഞ് മുന്നോട്ട് നീങ്ങുമ്പോൾ തുഴയുടെ താളത്തിൽ ഇക്കിച്ചൻ പാടുമായിരുന്നു.

''മട്ടിലെന്നെ മയക്കിടാതെ മുട്ടുകുത്തടി കള്ളീ.. ''

ഇപ്പോൾ ഇക്കിച്ചൻ തീരെ അവശനാണ്. പ്രായം എമ്പത് കടന്നിരിക്കുന്നു.

എങ്കിലും നടന്നു പോകാവുന്നിടത്തൊക്കെ പോകും. നടക്കുമ്പോൾ വെയിലോ മഴയോ വന്നാൽ നിവർത്തി പിടിക്കാനും നടക്കുമ്പോൾ തറയിൽ ഒന്ന് ഊന്നാനുമായി ചുരൽ പിടിവളച്ചുള്ള ഒരു കാലൻകുട ഷർട്ടിന്റെ പിന്നിലെ കോളറിൽ തൂക്കിയിട്ടാണ് നടക്കുക.

കഴുത്തിൽ നിന്ന് വയറിന്റെ ഭാഗം വരെ ഷർട്ടിനു മുകളിലൂടെ ഒരു ബെന്തിങ്ങയോ കൊന്തയോ ധരിച്ചിരിക്കും.

അടുത്ത കാലത്തായി പഴയതുപോലെ കുഴി വെട്ടാൻ കഴിയുന്നില്ല. മാത്രവുമല്ല മക്കൾ പഴയതുപോലെ പണിയെടുക്കാൻ അനുവദിക്കുന്നില്ല. അതിനാൽ പഴയ കാലങ്ങളുടെ ഓർമ്മച്ചെപ്പുകളുമായി വഴിയേ നടക്കുമ്പോൾ പരിചയക്കാരോട് കുശലം പറയുന്നതിലാണ് സന്തോഷം കണ്ടെത്തുന്നത്.

അന്ന് വൈകുന്നേരം ഞാൻ ഇക്കിച്ചനെ കണ്ടുമുട്ടി.

കണ്ടച്ചിറയിലെ വിശുദ്ധ തോമാശ്ലീഹായുടെ പള്ളിയിലെ മിഖായേൽ മാലാഖ വാളുമായി സാത്താനെ വെട്ടുന്ന ഒരു ശിൽപം ഉയർന്നു നിൽക്കുന്ന സെമിത്തേരിയുടെ കവാടത്തിനു മുന്നിൽ, സെമിത്തേരിക്കുള്ളിലേക്കു നോക്കി ആത്മാക്കൾക്കുവേണ്ടി പ്രാർത്ഥിക്കുകയായിരുന്നു.

സെമിത്തേരിയുടെ കിഴക്കായി കാണുന്ന ഗാഗുൽത്താമലയും ക്രൂശിതരൂപവും അതിനു ചുവടെയിരുന്നു കരയുന്ന മഗ്ദലന മറിയ

ത്തിന്റെ ശിൽപത്തിലും നോക്കി നിന്ന് അദ്ദേഹം പ്രാർത്ഥിക്കുന്നു.

കൂപ്പിപ്പിടിച്ചിരിക്കുന്ന കൈത്തണ്ടയിൽ 'കാലൻ കുട' തൂക്കിയിട്ടായിരുന്നു നിൽപ്പ്. ഞാൻ അദ്ദേഹത്തിന്റെ അടുത്തേക്ക് നടന്നു ചെന്ന് കുശലം പറഞ്ഞു.

എന്നെ കാണുന്നതും കൊച്ചു വർത്തമാനങ്ങൾ പറയുന്നതും ഇക്കിച്ചാനു വലിയ സന്തോഷമാണ്.

എന്നെ കണ്ടയുടൻ പ്രാർത്ഥന അവസാനിപ്പിച്ച് നെറ്റിയിൽ കുരിശുവരച്ച് പല്ലില്ലാത്ത മോണ കാട്ടി ചിരിച്ചു.

''എന്തുണ്ട് മോനെ വിശേഷം. നിന്നെ കണ്ടിട്ട് കൊറച്ചു കാലമായല്ലോ, നിനക്ക് സുഖമാണല്ലോ?''

ഞാൻ എല്ലാ ചോദ്യങ്ങൾക്കും മറുപടി പറഞ്ഞു.

ഞങ്ങൾ രണ്ടാളും പതിയെ നടന്ന് തോമാശ്ലീഹയുടെ മണിമാളികയുടെ മുന്നിലെത്തി. അദ്ദേഹം പഴയ കാര്യങ്ങളും അദ്ദേഹത്തിന്റെ ജീവിതത്തിലെ മറക്കാൻ കഴിയാത്ത അനുഭവങ്ങളും പറഞ്ഞുകൊണ്ടിരുന്നു.

''ഞാൻ പറയുന്നത് കേട്ടിട്ട് നീ പേടിക്കരുത്.''

ഇക്കിച്ചൻ ഭയം കലർന്ന മുഖഭാവത്തോടെ പറഞ്ഞു.

''ഇല്ല. ''

''വിഷമിക്കരുത്. ''

''ഇല്ല.. ''

“നീ ബോംബയില് പോയി അവിടുത്തെ ലഹള കാരണം വണ്ടിയില്ലാതിരുന്നപ്പോഴാണല്ലാ നിന്റെ അപ്പൻ ലൂക്കാച്ചൻ മരിക്കുന്നത്.

'മരിക്കുന്നത്' എന്ന് പറയുകയല്ല മരിപ്പിക്കുന്നത്.”

“ങേ?!" ഞാനൊന്ന് ഞെട്ടിയിട്ടുണ്ടാവും.

ഇക്കിച്ചാൻ തുടർന്നു.

“ഇതാ ഞാൻ പറഞ്ഞത്,'' ഞാൻ പറയുന്നത് കേട്ടിട്ട് നീ പേടിക്കരുത്. ഇതു എനിക്ക് നിന്നോട് പറയാതിരിക്കാം. നിന്നോടിതു പറഞ്ഞില്ലങ്കിൽ നിന്റെ മുന്നില് പലരും നല്ലപിള്ള ചമയും. പലരും നിന്നെ മൊതലാക്കാൻ നടക്കുകയാ. അതറിഞ്ഞുകേട്ട് നീ ജീവിക്കണം. എന്നാലെ, എനിക്കൊരു മന:ശാന്തിയുണ്ടാകൂ. നിന്റെ മൂത്ത ചേട്ടനും അന്നിവിടില്ല. സൗദി അറബ്യയിലായിരുന്നല്ലോ. അവനു വരാനുള്ള വിമാനം മൂന്ന് ദെവസം കഴിഞ്ഞാണ് ശരിയായത്. നിനക്കുള്ള പെങ്ങൾക്കാണേൽ കാർളോസ്സിനെ മറുത്തൊന്നും ഉരിയാടാനൊക്കൂലല്ലോ. കാർളോസ്സും നിന്റെ പെങ്ങളും മാത്രമല്ലേ കുടുംബത്തുണ്ടായിരുന്നത്. ലൂക്കാച്ചനു സുഖമില്ലാതെ കെടപ്പിലായപ്പോ

നോക്കാനും കാണാനും ആരും മെനക്കെട്ടില്ല. കെടക്കുന്നിടത്തു തന്നെ തൂറുകേം പെടുക്കുകേം ചെയ്തത്. വല്ലപ്പോഴും നിന്റെ പെങ്ങളെന്തെങ്കിലും കൊടുത്താലായി. വല്ലപ്പോഴും കിടപ്പുമുറി ഒന്ന് വൃത്തിയാക്കും. കാർളോസ്സിന് അതൊന്നും മനസ്സിന് പിടിക്കില്ലായിരുന്നു.

“കെളവന് ശാപ്പാടും വെള്ളോം കൊടുത്താൽ പുരക്കകം മൊത്തം തൂറീം പെടുത്തും വൃത്തികേടാക്കും." കാർളോസ്സു പലപ്പോഴും അങ്ങനെയാണ് പറഞ്ഞിരുന്നത്. മരണ ദെവസം നിങ്ങൾ രണ്ടാണ്മക്കളും നാട്ടിലില്ലാതെ പോയി. ലൂക്കാച്ചാന്റെ ഗതികേട്. അന്ന് ലൂക്കാച്ചനെ അടക്കിയ ദിവസം ഭയങ്കര മഴയായിരുന്നു. പ്രേതം പള്ളീലോട്ടു കൊണ്ട് വരുമ്പം മഴ ശമിച്ചിരുന്നു. എന്നാൽ, കുർബാനയും കഴിഞ്ഞു പള്ളീന്ന് സെമിത്തേരിയിലെത്തി

അച്ചൻ കുഴിയോതി പോയപ്പോൾ മഴയും കാറ്റും പഴയതിലും ശക്തിയായി. കുടപിടിച്ചാലും ആർക്കും നില്ക്കാൻ പറ്റുന്നില്ല. എല്ലാവരും പൂവും മണ്ണും കുഴിയിലേക്ക് നുള്ളിയെറിഞ്ഞിട്ടു പോയിക്കഴിഞ്ഞു. ഞാനല്ലേ കുഴിവെട്ടിയത്. അത് മൂടുന്നതും എന്റെ കടമയല്ലേ.

ഞാനും ലൂക്കായുടെ മൂത്തമരുമോൻ നിന്റെ അളിയൻ കാർളോസ്സും മാത്രമായി. കാർളോസ് ഒരു കൊടയും പിടിച്ചു കുഴിയുടെ കരയില് നിന്നു. നിന്റെ പെങ്ങള് കരഞ്ഞും അലമുറയിട്ടും അവിടെ നിന്നതാ. കാർലോസ്സു വഴക്കുപറഞ്ഞപ്പോൾ ആരൊക്കെയോ ചേർ

ന്ന് അവളെ വീട്ടിലേക്കു കൊണ്ടുപോയി.

“നേരം ഇരുട്ടാറായി ഇക്കിച്ചാ, കുഴി മൂട്. "കാർളോസ്സു എന്നോട് പറഞ്ഞു.

ഞാൻ കുഴി മൂടാനായി ഒരു മങ്കൊരി എടുത്ത് മണ്ണു നെരക്കി ശവപ്പെട്ടിക്കു മേലേക്കിട്ടു. പെട്ടെന്ന് കുഴിയുടെ ഒരു വശത്തുനിന്നും മണ്ണിടിഞ്ഞു താഴേക്കു വീണു!

ശവപ്പെട്ടിയുടെ മൂടി കെട്ടിയിരുന്ന കയറിനു ബലക്കുറവായിരുന്നു.

മൂടിയുടെ വശത്തായി നനഞ്ഞ മണ്ണ് വീണയുടൻ പെട്ടിയുടെ ഒരു വശത്തേക്ക് മേമൂടി തെന്നി മാറി.

പ്രേതത്തിന്റെ തല ഭാഗം പുറത്തേക്കു തെളിഞ്ഞു.

“കാർളോസ്സേ...”

പെട്ടിക്കുള്ളിൽക്കിടന്നു ലൂക്കാച്ചാൻ വിളിക്കുന്നപോലെ എനിക്ക് തോന്നി.

ഞാൻ ജഡത്തിന്റെ മുഖത്തേക്ക് സൂക്ഷിച്ചു നോക്കി. ലൂക്കാച്ചാന്റെ തല അനങ്ങുന്നതു പോലെ! ചുണ്ടുകൾ വിറയ്ക്കുന്നപോലെ!

കണ്ണുകൾ പാതി തുറന്നിരിക്കുന്നു!

മൂക്കിന്റെ ഉള്ളിലേക്കിരുന്ന ഉണ്ടപ്പഞ്ഞി ശ്വാസം തട്ടി ചലിക്കുന്നതു പോലെ!

ലൂക്കാച്ചൻ മരിച്ചിട്ടില്ല!!.

“കാർളോസ്സേ, നിങ്ങളെല്ലാരുംകൂടി എന്നെ കൊല്ലുകയാണോ? ഇക്കിയേ, മണ്ണിടാതെടാ.. ഞാൻ ചത്തിട്ടില്ല.”

പെട്ടെന്ന് ഞാൻ കാർളോസ്സിനെ നോക്കി.

കാർളോസ് എന്നേയും കുഴിയിൽ പെട്ടിയിൽ കിടന്നു തേങ്ങുന്ന ലൂക്കാച്ചനേയും മിഴിച്ചു നോക്കി. മഴയും കാറ്റും കൂടിക്കൂടി വന്നു.

കാർളോസ് അടുത്തുള്ള ഒരു കല്ലറയുടെ പുറത്തേക്കു തളർന്നവനെപ്പോലെ തലകുമ്പിട്ടിരുന്നു.

“കാർളോസ്സ്.. നീ മാറിയിരുന്നാലെങ്ങനാ?എല്ലാവരേയും വിളിക്ക് ലൂക്കാച്ചനെ പൊറത്തെടുക്ക്. മഴവെള്ളം കുഴിയിൽ നിറയുന്നു. അല്ലെങ്കിൽ നീ കൂടി കുഴിയിലെറങ്ങ്. നമുക്ക് രണ്ടാൾക്കും ചേർന്നു ലൂക്കാച്ചാനെ പെട്ടീന്നെടുക്കാം. നേരം ഇരുട്ടുന്നു. ഞാൻ മേടയിൽ പോയി അച്ചനെക്കൂടി വിളിക്കാം.

''വേണ്ടാ.. ''

അത് കാർളോസ്സിന്റെ ഒരലർച്ചയായിരുന്നു. കാർളോസ്സ് പിടിച്ചിരുന്ന കുട കോപത്തോടെ ദൂരേക്ക് വലിച്ചെറിഞ്ഞു. പെട്ടെന്നയാൾ

എന്നെ ക്രൂദ്ധമായി നോക്കി. ഒരു പിശാചിനെപ്പോലെ. എന്റെ കയ്യിലിരുന്ന മങ്കോരി പിടിച്ചുവാങ്ങി. അയാളുടെ ശ്വാസഗതി വളരെ വേഗതയിലായിരുന്നു.

ഒരു വേട്ടപ്പട്ടി കിതയ്ക്കുമ്പോലെ.

"ഞാനിതു ചെയ്യും. ഇനിയും ഈയാളിനെ നോക്കാൻ കഴിയില്ല. നാട്ടുകാരുടെ മുന്നിൽ ഇയാൾ ചത്തുപോയി. ഇക്കിച്ചൻ ആരോടും പറയരുത്. പറഞ്ഞാൽ. "

അയാൾ കിതപ്പോടെ കുഴിയിലേക്ക് മണ്ണ് നിറക്കാൻ തുടങ്ങി.

"കാർളോസ്സേ, ഇക്കിയേ.." ലൂക്കാച്ചൻ പതിഞ്ഞ ശബ്ദത്തിൽ വിളിക്കുന്നുണ്ടായിരുന്നു.

ദയനീയമായ ആ വിളി മണ്ണിനടിയിലേക്ക് അകന്നു പോയി.

കുഴിയുടെ പകുതിയിൽ കൂടുതൽ മണ്ണ് നിറച്ചിട്ട് കാർളോസ് തളർന്നിരുന്നു. ഞാൻ മങ്കൊരിയെടുത്തു മണ്ണ് നിറക്കാൻ തുടങ്ങി. എന്റെ ശരീരം വിറയ്ക്കുന്നുണ്ടായിരുന്നു.

നാവനക്കി. ഉരിയാടാൻ ശക്തി നഷ്ടപ്പെട്ടതുപോലെ ഞാനും ഏതോ പ്രേതം കൂടിയവനെപ്പോലെ യാന്ത്രികമായി കുഴിയിലേക്ക് മണ്ണ് തള്ളുകയായിരുന്നു.

അപ്പോൾ ത്രിസന്ധ്യാമണി മുഴങ്ങുന്നുണ്ടായിരുന്നു.

ഞാൻ കുരിശു വരച്ച് പ്രാർത്ഥിച്ചു.

വിശുദ്ധതോമാശ്ലീഹായുടെ സ്വരൂപമിരിക്കുന്ന മണിമാളികയുടെ മുകളിൽ കിഴക്കോട്ടും പടിഞ്ഞാറോട്ടും ഉച്ചസ്ഥായിയിൽ ആടിയടിക്കുന്ന മണിയുടെ നാദം അന്ന് വളരെ പതിയെ ശോകമായ ഒരു സ്വരം മുഴക്കുന്നതുപോലെ തോന്നി.

അപ്പോഴും മഴ ചന്നം പിന്നം പെയ്യുന്നുണ്ടായിരുന്നു.

പാലോട്ട് ജയപ്രകാശ്

തിരുവനന്തപുരം ജില്ലയിൽ പാലോടിനടുത്ത് പെരിങ്ങമ്മല എന്ന ഗ്രാമത്തിൽ 1967 ഏപ്രിൽ 12 ന് ശ്രീ. ജോൺസൻ ശ്രീമതി. രാജമ്മ ദമ്പതിമാരുടെ മകനായി ജനനം. പെരിങ്ങമ്മല ഗവ: യൂ. പി. സ്കൂൾ, ഇക്ബാൽ ഹൈസ്കൂൾ എന്നിവിടങ്ങളിലായി പ്രാഥമിക വിദ്യാഭ്യാസം. 2010 ഒക്ടോബർ മുതൽ ആറുമാസക്കാലം സെക്രട്ടറിയേറ്റിൽ ധനകാര്യ വകുപ്പിൽ ഡ്രൈവറായി സേവനം അനുഷ്ഠിച്ചു. 2017 - 2019 - ൽ കേരള ഗവൺമെന്റ് ഹയർ സെക്കന്ററി ബോർഡിന്റെ തുല്യതാ കോഴ്സിൽ പഠിച്ച് +2 പാസ്സായി. ഈ അവസരത്തിൽ നടന്ന കലോൽസവത്തിൽ എറണാകുളം ജില്ലയെ പ്രതിനിധീകരിച്ച് കോഴിക്കോട് നടന്ന സംസ്ഥാന കലോൽസവത്തിൽ കഥാരചന വിഭാഗത്തിൽ സംസ്ഥാന അവാർഡ് കരസ്ഥമാക്കി. ശ്രീനാരായണഗുരു ഓപ്പൺ യൂണിവോഴ്സിറ്റിയുടെ കീഴിൽ എറണാകുളം മഹാരാജാസ് കോളേജിൽ ഒന്നാം വർഷ ബി. എ മലയാളം വിദ്യാർത്ഥിയാണ്.

ആ കുടിയൻ ഞാനായിരുന്നു

ഷാപ്പിൽ നിന്ന് ഇറങ്ങി നടന്നതാണ് ആ കുടിയൻ. അന്ന് പതിവിലും കൂടുതൽ അയാൾ മദ്യപിച്ചിരുന്നു.

ഇടയ്ക്ക് എപ്പോഴോ ആരോടോ അയാൾ പറയുന്നത് കേട്ടു; "ഇനി ഒരു പക്ഷേ മദ്യപിക്കാൻ കഴിഞ്ഞില്ലെങ്കിലോ, അതുകൊണ്ട് ഇന്ന് അല്പം കൂടുതൽ കഴിക്കുകയാണ്. അവസാനമായി ഒരു ആഘോഷം." അത് അക്ഷരാർത്ഥത്തിൽ അവസാന ആഘോഷമായിരുന്നു.

ടൗണിൽ നിന്ന് അയാൾ നടന്ന് നീങ്ങിയത് പാലത്തിനടുത്തേയ്ക്കാണ്.

ടൗണിനോട് ചേർന്നാണ് പുഴ ഒഴുകുന്നത്. ആ പുഴയ്ക്ക് ഒരു ചെല്ലപ്പേരുണ്ട്.

“പെരിയാർ!”

മുല്ലപ്പെരിയാറിന്റെ കിടാത്തിയായതു കൊണ്ടാവാം നദിയ്ക്ക് ആ പേര് വന്നത്.

ലഹരി തലയ്ക്ക് പിടിച്ചിട്ടുണ്ടെങ്കിലും അയാൾ എന്നത്തേയും പോലെ. നടന്നുനീങ്ങി പാലത്തിന്റെ ഫുട്പാത്തിലേയ്ക്ക് കയറിയ

ത് വളരെ ആയാസപ്പെട്ടായിരുന്നു.

റോഡിൽ വാഹനങ്ങൾ തലങ്ങും വിലങ്ങും ചീറിപ്പായുന്നുണ്ട്. താഴെ, പുഴ നിറഞ്ഞൊഴുകുന്നു. ക്ഷീര സമൃദ്ധമായ ഒരു അകിട് പോലെ!

മുല്ലപ്പെരിയാറിലേയും, ഇടമലയാറിലേയും മാമലകൾ തഴുകിയെത്തുന്ന പെരിയാറിലെ തെളിനീരും അതിലെ കുഞ്ഞോളങ്ങളും ഇവിടത്തുകാർക്ക് എന്നും ഒരു ആവേശമാണ്.

സർവ്വസംഹാരി പോലെ, സർവ്വസുഗന്ധി പോലെ പെരിയാറിലെ ജലം അവർക്ക് അമൃതാണ്.

അങ്ങ് പടിഞ്ഞാറ് അറബിക്കടലിന്റെ റാണി എന്നറിയപ്പെടുന്ന കൊച്ചി മഹാനഗരത്തിന്റെ ദാഹം ശമിപ്പിക്കുന്നതും ഈ പെരിയാറാണ്.

പാലത്തിന്റെ കൈവരിയിൽ പിടിച്ചുകൊണ്ട് കുടിയൻ പുഴയിലേയ്ക്ക് നോക്കി. പുഴയിലെ കുഞ്ഞോളങ്ങൾ അയാളോട് കിന്നാരം പറയുന്നതായി തോന്നി.

അയാളുടെ കണ്ണുകൾ വിടർന്നു. അയാൾ പുഴയിലേയ്ക്ക് സൂക്ഷിച്ചു നോക്കി. മറുപടിയായി എന്തോ പറയാൻ ശ്രമിക്കുന്നുണ്ട്. പക്ഷേ, ആ വാക്കുകളോ അതിന്റെ അർത്ഥമോ പുഴയിലെ കുഞ്ഞോളങ്ങൾക്കെന്നല്ല; അതുവഴി കടന്ന് പോകുന്ന മറ്റേതൊരു ആളിനും മനസ്സിലാകുമായിരുന്നില്ല.

ഏതോ അവ്യക്തമായ ഒരു ഭാഷാ ശൈലി.

പകലിലെ അദ്ധ്വാനത്തിന്റെ ആകുലതകളും, അവശതകളും അയാളുടെ നടപ്പിലും, സംസാരത്തിലും പ്രകടമായി കാണാമായിരുന്നു.

ഒപ്പം അന്തിയ്ക്ക് എരിഞ്ഞടങ്ങുന്ന സൂര്യനിലും ആ ആകുലതയും ക്ഷീണവും സ്പഷ്ടമായി കാണാമാ യിരുന്നു. കാരണം പ്രഭാതത്തിലെ പ്രസരിപ്പോ, ഉച്ചയ്ക്കുണ്ടായിരുന്ന തീക്ഷ്ണതയോ ഇപ്പോൾ ഇല്ല.

പെട്ടെന്നാണ് അത് സംഭവിച്ചത്.

അമിതഭാരം കയറ്റി വന്ന ഒരു ടിപ്പർ ലോറി മറ്റൊരു വാഹനവുമായി കൂട്ടിയിടി ഒഴിവാക്കാൻ വെട്ടിച്ചതാണ്.

നിയന്ത്രണം വിട്ട് ആ വാഹനം പാലത്തിൽ നിന്നും ഫുട്പാത്തിലേയ്ക്ക് കയറി. പാലത്തിന്റെ കൈവരികൾ തകർത്തു.

കൈവരികൾ തകർന്ന് താഴേയ്ക്ക് പതിച്ചെങ്കിലും ആ വാഹനം അത്ഭുതകരമായി അവിടെ നിന്നു. ഒരു മഹാദുരന്തത്തിന്റെ ബാക്കി

പത്രം പോലെ.

പക്ഷേ; അപ്പോഴെയ്ക്കും തകർന്ന കൈവരികൾക്കൊപ്പം ആ കുടിയനും പെരിയാറിലെ ആഴങ്ങളിലേയ്ക്ക് ഊളിയിട്ട് ഇറങ്ങി കഴിഞ്ഞിരുന്നു.

ശ്രീമൂലനഗരത്തുള്ള ഇഷ്ടിക കളങ്ങളിലെ തൊഴിലാളികളായിരുന്നു ശിവനും വാസന്തിയും. ശിവൻ തമിഴ് നാട്ടുകാരനാണ്. വർഷങ്ങൾക്ക് മുമ്പ് ഇഷ്ടികകളത്തിലെ പണിയ്ക്കായി തമിഴ്നാട്ടിൽ നിന്നും വന്നതാണയാൾ.

സീസൺ ആരംഭിക്കുന്നതിന് മുമ്പ് ഇഷ്ടികക്കളത്തിലെ മുതലാളിമാർ അവിടെ ചെന്ന് അമ്പതും നൂറും തൊഴിലാളികളെ കരാറാക്കി അവർക്ക് ആയിരവും അയ്യായിരവും പതിനായിരവും അഡ്വാൻസായി നൽകി കൂട്ടിക്കൊണ്ട് വരുന്നതാണ് ഈ തൊഴിലാളികളെ.

വർഷകാലം ആരംഭിച്ച് സീസൺ അവസാനിക്കുമ്പോൾ അവരെ തിരിച്ച് അയയ്ക്കും. വർഷങ്ങൾക്ക് മുമ്പ് അങ്ങനെ എത്തിപ്പെട്ടതാണ് ശിവൻ. അന്ന് അയാൾക്ക് പ്രായം പതിനഞ്ച്.

തമിഴ്നാട്ടിലെ ചുട്ടുപൊള്ളുന്ന ചൂടിലും മണ്ണിലും പിറന്ന് വീണ ശിവന് ഇവിടെ ഈ പാടത്തുള്ള ജീവിതം അത്ര കഠിനമായി തോന്നിയില്ല. മരിച്ചു പണിയെടുത്തു. ഒരു മടിയുമില്ലാതെ.

സൂര്യൻ ഉണരുന്നതിന് മുമ്പേ കളത്തിലിറങ്ങും. സൂര്യൻ നടന്ന് നടന്ന് അവശനായി അന്തിയുറങ്ങാൻ ചേക്കേറിയാലും ഇവിടെത്തെ അദ്ധ്വാനം അവസാനിക്കുന്നില്ല.

ശിവന്റെ ആത്മാർത്ഥതയും അദ്ധ്വാനവും മുതലാളിമാർക്ക് നന്നേ ബോധിച്ചു. അവൻ അവർക്ക് പ്രിയപ്പെട്ടവനായി. സീസൺ കഴിഞ്ഞാലും അവർ അവനെ തിരിച്ചയയ്ക്കാതെയായി. അവന് സ്ഥിരം ജോലി നൽകി. വാഹനത്തിൽ ഇഷ്ടിക കയറ്റാനും, ഇറക്കാനും കണക്കുകൾ സൂക്ഷിക്കാനും ഓർഡർ എടുക്കാനും ഒക്കെയായി ഒരു വിശ്വസ്ത സേവകനായി മാറി.

സീസണുകൾ പലതവണ മാറി വന്നു. പെരിയാറിലെ ജലനിരപ്പ് ഉയരുകയും താഴുകയും ചെയ്യുന്നത് പോലെ.

ഇഷ്ടിക കളത്തിലെ പണിയ്ക്ക് തമിഴരെ കൂടാതെ നാട്ടിലെ ആളുകളും എത്താറുണ്ട്. ആ കൂട്ടത്തിൽ വന്ന ഒരാളാണ് വാസന്തി.

ഈ സീസൺ തുടങ്ങിയതുമുതലാണ് വാസന്തി പണിയ്ക്ക് എത്തിയത്. അവൾ പത്താം ക്ലാസ്സിൽ പഠിക്കുന്ന സമയം, വീട്ടിലെ ഏക വരുമാനമാർഗ്ഗമായിരുന്ന അച്ഛന്റെ മരണശേഷം കുടുംബം പോറ്റേണ്ട ചുമതല സ്വഭാവികമായും വാസന്തിയിൽ വന്നുചേർന്നു.

നാല് മക്കളിൽ മൂത്തവളാണ് വാസന്തി.

ഇളയവർ മൂന്ന് പേരും പെൺകുട്ടികളും. ക്യാൻസർ ബാധിച്ച് ചികിൽസ തേടുന്ന അമ്മ.

പിന്നെയൊന്നും ആലോചിച്ചില്ല.

അടുത്ത വീട്ടിലെ അന്നമ്മചേച്ചിയോടൊപ്പം ഒരു തൊഴിലാളിയുടെ വേഷം അണിഞ്ഞ് ഇഷ്ടികക്കളത്തിലേയ്ക്കി റങ്ങി.

ആദ്യനാളുകളിലൊക്കെ പണി അറിയാത്തത് കൊണ്ട് ഒത്തിരി ബുദ്ധിമുട്ടുകൾ സഹിക്കേണ്ടി വന്നിട്ടുണ്ട്. മറ്റുള്ളവരുടെ വഴക്ക് ദേഷ്യപ്പെടൽ, കുറ്റപ്പെടുത്തൽ, ഒറ്റപ്പെടുത്തൽ, പരിഹാസം എല്ലാം സഹിച്ചു ഈ ആഴക്കടലിൽ നിന്ന് ഒന്ന് കരകയറാൻ.

തന്നെകൂടാതെ വിശന്ന് പൊരിയുന്ന നാലുവയറുകളുടെ നിലവിളി ഓർത്ത് സഹിച്ചുനിന്നു.

പലപ്പോഴും കണ്ണീർത്തുള്ളികൾ വിയർപ്പുമായി ചേർന്ന് അരുവികളെപ്പോലെ ഒഴുകിയിറങ്ങി. ഉപ്പ് കലർന്ന ആ അരുവിയിലെ വെള്ളം ആവോളം കുടിച്ചിട്ടുണ്ട് ആരും കാണാതെ. അപ്പോഴൊക്കെ സഹായത്തിന് ഓടി എത്തുന്നതും ആശ്വാസവാക്ക് കൊണ്ട് തേൻമഴ പൊഴിക്കുന്നതും ശിവൻ ആയിരുന്നു.

വർഷങ്ങൾ പലത് കടന്ന് പോയി.

അതോടൊപ്പം അവരുടെ സൗഹൃദവും.

ശിവനും വാസന്തിയും ഇന്ന് കളത്തിലെ സജീവ സാന്നിദ്ധ്യങ്ങളാണ്.

ഒരിക്കൽ അന്നമ്മ ചേച്ചി ചോദിച്ചു;

ശിവന് ഈ പെണ്ണിനെ അങ്ങ് കല്യാണം കഴിച്ചുകൂടെയെന്ന്.

ശിവന്റെ മറുപടി ഇങ്ങനെയായിരുന്നു.

"എനക്ക് റൊമ്പ സന്തോഷമിറുക്ക്. നീങ്ക കല്യാണം പണ്ണി തന്താൽ നാൻ ഈ പൊണ്ണിനെ തങ്കം മാതിരി കാത്തിടുമേ. എപ്പടി, തെരിയുമാ."

ശിവന്റെ വാക്കുകൾ കേട്ട് നാണംകൊണ്ട് മുഖം കുനിച്ചു നിന്ന വാസന്തി മെല്ലെ ഒന്നും പറയാതെ അന്നമ്മ ചേട്ടത്തിയുടെ പിറകിലൊളിച്ചു.

അന്നമ്മ ചേച്ചിയുടെ മദ്ധ്യസ്ഥതയിൽ ശിവന്റേയും, വാസന്തിയുടേയും കല്യാണം ഇഷ്ടിക കളത്തിൽ ഒരുക്കിയ പന്തലിൽ ആഘോഷപൂർവ്വം നടത്തപ്പെട്ടു. പുതുജീവീതത്തിലേയ്ക്ക് പദമൂന്നീയ നവദമ്പതികൾക്ക് പാർക്കാൻ തൊഴിലാളികൾക്ക് താമസിക്കാൻ ഒരുക്കിയ കൊച്ചുകുടിലുകളിൽ ഒന്ന് ഒരുക്കപ്പെട്ടു.

ഒരു സീസൺ കൂടെ കടന്ന് പോയി. ഒപ്പം ആ കൊച്ചുവീട്ടിൽ ഒരു കുഞ്ഞു അതിഥി കൂടെ വിരുന്നു വന്നു.

ഒരു കുഞ്ഞു ശിവൻ! അവന് അവർ മുരുകൻ എന്ന് പേരിട്ടു.

ഈ ഇഷ്ടിക കളമായിരുന്നു മുരുകന്റേയും ലോകം. ഇവിടെത്തെ മണ്ണും, പൊടിയും, തീയും, പുകയും കുഞ്ഞു ശിവനും ആവോളം ആസ്വദിക്കുന്നു.

മണ്ണ് ചവിട്ടുന്നതും കുഴക്കുന്നതും ഇഷ്ടിക അറുക്കുന്നതും അവ വെയിലിൽ ഉണക്കാൻ വയ്ക്കുന്നതും ഉണങ്ങിയ ഇഷ്ടികകൾ തിരികെ ചുമക്കുന്നതും അവ ചൂളയിൽ അടുക്കു ന്നതും വിറക് വെട്ടുന്നതും ചൂളയിൽ വിറക് അടുക്കുന്നതും ചൂള കത്തിക്കുന്നതും ചൂള പൊളിക്കുന്നതും ലോഡ് ചെയ്യുന്നതും ഇറക്കുന്നതും ഒക്കെ കുഞ്ഞുമുരുകൻ കണ്ടുപഠിച്ചു.

ശിവനും വാസന്തിയും അദ്ധ്വാനിക്കുന്ന ഒരു ചില്ലിക്കാശുപോലും പാഴാക്കാതെ കരുതിവച്ചു. കൂടപ്പിറപ്പുകളുടെ ഭാവി സ്വപ്നം കണ്ട അവർ വാസന്തിയുടെ മൂന്ന് അനുജത്തിമാരേയും കല്യാണം കഴിപ്പിച്ചയച്ചു.

ഇവിടെ ശിവൻ ഒരു ആങ്ങളയുടേയും അച്ഛന്റേയും വേഷമണിഞ്ഞാണ് അരങ്ങിലെത്തിയത്.

ജീവിതമാകുന്ന നാടകം വേദികളിൽ നിന്ന് വേദികളിലേയ്ക്ക് പാലായനം ചെയ്യുന്നതിനിടയിലാണ് പതിവ് പോലെ വിധി വില്ലനായി അരങ്ങിലെത്തിയത്.

അന്തിച്ചുവപ്പണിഞ്ഞ് ചക്രവാളം ചുവന്ന് തുടുത്ത ഒരുദിവസം. പണികഴിഞ്ഞ് ശിവനും വാസന്തിയും മുരുകന്റെ കൈപിടിച്ച് കുഞ്ഞുവീട്ടിലേയ്ക്ക് പോകുന്നതിനിടയിലാണ് പിന്നിൽ നിന്ന് മുതലാളിയുടെ വിളി എത്തിയത്.

ശിവൻ അനുസരണയുള്ള ഒരു സേവകന്റെ ഭവ്യതയോടെ മുതലാളി യുടെ പിൻവിളിയ്ക്ക് ചെവിയോർത്തു.

മുതലാളി പറഞ്ഞു; "ശിവാ, ഇഷ്ടിക കയറ്റിയ ആ വണ്ടിയിൽ നിന്ന് ഇഷ്ടിക ഇറക്കാൻ ആള് കുറവാണ്. നീ കൂടെ അവരോടൊപ്പം പോകണം".

പകലിലെ അദ്ധ്വാനത്തിന്റെ ക്ഷീണം മുഖത്ത് നിഴലിച്ചെങ്കിലും അത് പുറത്ത് കാണിയ്ക്കാതെ അയാൾ വാസന്തിയോടായി പറഞ്ഞു. "നിങ്ങൾ പോയി അത്താഴം ഒരുക്കൂ. ഞാൻ ഉടനെ എത്താം."

കല്ലേ പിളർക്കുന്ന കല്പന പോലെ മുതലാളിയുടെ ആ നിർദ്ദേശം ശിരസ്സാവഹിച്ചുകൊണ്ട് വണ്ടിയ്ക്ക് അരികിലേയ്ക്ക് അയാൾ നടന്നു.

ഒരു നിമിഷത്തെ നിശ്ശബ്ദതയ്ക്ക് ശേഷം "ശിവേട്ടാ. ഞാനും കൂടെ വരാം. വേഗം പണിതീർത്ത് വരാമല്ലോ".

വാസന്തിയും അയാളുടെ ഒപ്പം കൂടി.

അവളെ ഒഴിവാക്കാനുള്ള അയാളുടെ എല്ലാ പ്രയത്നവും പാഴായി. അവളും അയാളോടൊപ്പം ആ വണ്ടിയിലയ്ക്ക് കയറി.

അവസാന ലോഡ് ഇറക്കി വേഗം തിരിച്ചുവരാനായി എല്ലാവരുടേയും മനസ്സ് ആഗ്രഹിച്ചു. ഒപ്പം ഡ്രൈവറുടേയും.

ആ വണ്ടി കാഞ്ഞൂർ പിന്നിട്ട് ചെങ്ങൽ പാലത്തിനടുത്തെത്തി. പെട്ടെന്ന് എതിർദിശയിൽ നിന്ന് വന്ന ഒരു കണ്ടെയിനർ ലോറിയുമായി കൂട്ടിയി ടിച്ചു മറിഞ്ഞു.

ലോഡിന് മുകളിൽ ഇരിക്കുകയായിരുന്ന ശിവനും വാസന്തിയും വണ്ടിയുടെ അടിയിൽപ്പെട്ടു ചതഞ്ഞരഞ്ഞു. മറ്റുള്ളവർ അകലേക്ക് തെറിച്ചു വീണു.

ജീവിതത്തിലെന്ന പോലെ മരണത്തിലും ഒന്നിച്ചു കടന്നുപോയ ശിവനും വാസന്തിയും ഇന്നും ഒരു ജ്വലിക്കുന്ന ഓർമ്മയായി ഈ ഇഷ്ടികക്കളം നിറഞ്ഞു നിൽക്കുന്നു.

മുരുകനാണ് ഇന്ന് ഈ കളത്തിലെ പുതിയ നായകൻ. എങ്കി

ലും, അച്ഛന്റേയും അമ്മയുടേയും അകാല വേർപാട് അവന്റെ മന സ്സിൽ ഉണ്ടാക്കിയ ആ മുറിവ് അത് ഉണങ്ങാതെ നിൽക്കുന്നു, ഓഖി ദുരന്തത്തിന്റെ ഓർമ്മ പോലെ.

ഭൂമിയിൽ അച്ഛനും അമ്മയും ഇല്ലാത്ത ഒരു ജീവിതം.

അനാഥത്വത്തിന്റെ, ഒറ്റപ്പെടലിന്റെ, ഏകാന്തതയുടെ തടവറ യിൽ ജീവപര്യന്തം തടവിന് വിധിക്കപ്പെട്ട തടവുപുള്ളിയുടെ ജീവി തത്തിന് സമമാണ്.

ആ മനസ്സിലെരിയുന്ന കനലുകൾക്ക് സാന്ത്വനമേകാൻ മറ്റാർ ക്കും കഴിഞ്ഞി ല്ല. ഈ കള്ളുഷാപ്പിലെ കള്ളിനല്ലാതെ. പിന്നീടുള്ള നാളുകളിൽ ഈ ഇഷ്ടികക്കളം മാത്രമായിരുന്നില്ല അവന്റെ ലോകം. കവലയിലെ കള്ള് ഷാപ്പും അവന് പ്രിയപ്പെട്ടതായി.

കള്ള് കുപ്പികളുടേയും, ഗ്ലാസുകളുടേയും കൊച്ചുവർത്തമാന ങ്ങളും പൊട്ടിച്ചിരികളും അവൻ ആവോളം ആസ്വദിച്ചു.

കണ്ണീർ പടർന്ന് വികൃതമായ മുഖത്ത് ചിലപ്പോൾ പുഞ്ചിരി വി രിയുന്നതും ആ പുഞ്ചിരികൾ പൊട്ടിച്ചിരിയായി മാറുന്നതും കണ്ടു.

ലഹരി തലയ്ക്ക് പിടിക്കുമ്പോൾ ആ ചുണ്ടുകൾ സംഗീതാത്മ കമാകും.

പിന്നെ അയാൾ പാടും. ഉറക്കെ ഉറക്കെ പാടും. പണ്ട് അമ്മ പാടി ഉറക്കിയ താരാട്ടുപാട്ടുകൾ. അത് അവന് ഒത്തിരി ഒത്തിരി ഇഷ്ടമാണ്.

തമിഴനാണ് അച്ഛനെങ്കിലും മലയാളി യായ അമ്മയുടെ ഓമന ത്തവും വാത്സല്യവും തുളുമ്പുന്ന മലയാളത്തനിമയുള്ള താരാട്ടുപാ ട്ടുകൾ ഇന്നും ഈ കാതുകളിൽ തത്തിക്കളിക്കുണ്ട്. അത് ഇവിടെ ഷാപ്പിൽ വന്നിരുന്നാണ് അയാൾ ഉറക്കെ പാടുന്നതും പാട്ടിലലിഞ്ഞ് തേങ്ങിക്കരയുന്നതും.

ഷാപ്പ് പാട്ടിന്റെ ഗാനഗന്ധർവ്വനാണ് മുരുകൻ. മുരുകൻ ഷാ പ്പിലെത്തുന്ന നേരത്താണ് തിരക്ക് കൂടുന്നത്. കാരണം മുരുകന്റെ പാട്ട് കേൾക്കാനും അവനോടൊപ്പം പാടാനും എല്ലാവർക്കും വലിയ ഇഷ്ടമാണ്.

മുരുകന്റെ പാട്ട് എന്നത് ലോപിച്ച് ലോപിച്ച് കുടിയന്റെ പാട്ട് എന്നായി. പിന്നെ പിന്നെ മുരുകനെ എല്ലാവരും മറന്നു. ആ സ്ഥാ നത്ത് പുതിയ ഒരു കഥാപാത്രം രംഗപ്രവേശനം ചെയ്തു.

കുടിയൻ!

ഏകാന്തതയുടെ നനുനനുത്ത ഓർമ്മകൾക്കിടയിലും വിശ്രമം എന്തെന്നറിയാത്ത ആ അച്ഛനേയും, ആവോളം സ്നേഹം വച്ചുവി

ളമ്പി തന്ന അമ്മയേയും ഓർത്ത് ആ കുടിയൻ വിതുമ്പുമായിരുന്നു.

ഹൃദയഭേദകമായ ആ വിതുമ്പലും ഒരു നൊമ്പരത്തിന്റെ നനവും ആരുടേയും കണ്ണുകളിൽ പടർത്തിയിരുന്നു.

തിരക്കുപിടിച്ചോടുന്ന ജീവിത യാത്രയ്ക്കിടയിൽ ഒരു നിമിഷം, ഒരു നിമിഷം മാത്രം പെരിയാറിന് കുറുകെ നിലകൊള്ളുന്ന കാലടിക്കാരുടെ അഭിമാനമായ ശ്രീ ശങ്കര പാലത്തിന് കീഴെയുള്ള ആഴങ്ങളിലെ ഓളപ്പരപ്പിലേയ്ക്ക് ഒന്ന് ചെവിയോർത്താൽ ഒരു താരാട്ട് പാട്ടിന്റെ ഈണം നമുക്കും കേൾക്കാം.

പാടുന്ന ആ ഗാനഗന്ധർവൻ ആരെന്നറിയോ?!

അതൊരു കുടിയനായിരുന്നു.

ഒറ്റപ്പെട്ടുപോയ ഒരു മനുഷ്യൻ.

ആ കുടിയൻ ഞാനായിരുന്നു.

ലിസി സുജി

കൊല്ലം ജില്ലയിലെ പുലിച്ചിറയിൽ ജസ്റ്റിൻ അംബ്രോസിന്റെയും മറിയാമ്മയുടെയും മകളായി 1987 ഓഗസ്റ്റിൽ ജനനം. കൊട്ടിയം, മയ്യനാട് എന്നിവിടങ്ങളിൽ സ്കൂൾ വിദ്യാഭ്യാസം. കൊല്ലം ഫാത്തിമ മാതാ കോളേജിൽ ബിരുദവും ബിരുദാനന്തര ബിരുദവും പൂർത്തിയാക്കി. കൊട്ടാരക്കര ബി. എം. എം കോളേജിൽ നിന്ന് ബി. എഡും നേടി. കൃതികൾ വെളിച്ചം, ഓണത്തെ വരവേൽക്കുമ്പോൾ, ഇരുൾമറ (ചെറുകഥ), സ്വപ്നാടനം, വേനൽച്ചൂട്, മഞ്ഞ്, അകകാമ്പ്, പ്രകൃതി, പ്രണയം, വിഷുക്കാലം തുടങ്ങിയവ. ഭർത്താവ് സുജിമോൻ മക്കൾ ദിയ, ശ്രേയ. കൊട്ടിയം ഡോൺ ബോസ്കോ കോളേജിൽ മലയാളം അധ്യാപികയായി ജോലി ചെയ്യുന്നു.

മണിയോഡർ

ബസ്സിൽ നിന്നിറങ്ങി അവൾ വേഗത്തിൽ നടന്നു. മെയിൻ റോഡിൽ നിന്ന് ഇടവഴിയിലേക്കും അവിടെ നിന്നും പാടവരമ്പത്തേയ്ക്കും കാലുകൾ നീട്ടി വയ്ക്കുമ്പോൾ ചാച്ചന്റെ "കുട്ടിക്കുറുമ്പാ... കുട്ടിക്കുറുമ്പാ.." എന്ന വിളി ചെവിയിൽ മുഴങ്ങിക്കൊണ്ടിരിയ്ക്കുന്നു. പാടവരമ്പിലൂടെ പതിയെ നടന്നു നീങ്ങവേ കാൽപ്പെരുമാറ്റത്തിന്റെ ശബ്ദം കേട്ടിട്ടാവണം ഒരു തവള വെള്ളത്തിലേക്ക് ചാടിവീണു. മഴപെയ്ത് മുങ്ങിക്കിടന്ന പാടത്തിലെ വെള്ളത്തിൽ വട്ടത്തിൽ അലകൾ ഉണ്ടായി. ഈ പ്രായത്തിലും അത് കൗതുകത്തോടെ നോക്കി. അന്ന നടന്നു. കുട്ടികൾ സ്കൂളിൽ നിന്ന് ടൂർ പോയിരിക്കുന്നു. രണ്ടു ദിവസം കഴിഞ്ഞേ വരികയുള്ളു. അദ്ദേഹം ബിസിനസ് സംബന്ധിച്ച് മൂന്നുമാസത്തെ വിദേശയാത്രയിലാണ്. രണ്ടു ദിവസം സ്വസ്ഥമായി അമ്മയുടെ അടുത്ത് നിൽക്കാം. അതിന്റെ സന്തോഷത്തിലാണ് അവൾ ധൃതിയിൽ നടക്കുന്നത്. "ഇതാര് അന്നയോ, കുറേയായല്ലോ കണ്ടിട്ട്?!"

“ലീവ് ഇല്ലാ സുശീലേച്ചി. ഒരു ദിവസം കിട്ടിയാൽ തന്നെ നൂറുകൂട്ടം കാര്യങ്ങളാണ്." സുശീലയോട് യാത്ര പറഞ്ഞ് പുഞ്ചിരിയോടെ ചെറുവഴികൾ താണ്ടി വീട്ടിലെത്തി. പടിക്കൽ നിന്ന് നോക്കിയപ്പോൾ ഇറയത്ത് ചാരുകസേരയിൽ ചാച്ചൻ ഇരിക്കുന്നുണ്ടെന്ന് തോന്നി. അവൾ സന്തോഷത്തോടെ ചവിട്ടുപടികൾ കയറി ചാരുകസേരയി

ലേയ്ക്ക് നോക്കി. ശൂന്യമായ ഇറയം. കണ്ണുകൾ അറിയാതെ തുളുമ്പി. മുൻപൊക്കെ താൻ മദ്രാസിൽ നിന്ന് വരുമ്പോൾ ഇറയത്ത് ചാരുകസേരയിൽ ഇരിക്കുന്ന ചാച്ചനെ ഓർത്തു. മനസ്സ് ഇടറി വിതുമ്പിപ്പോയി. മക്കളിൽ അഞ്ചാമൻ, കുട്ടിക്കാലത്ത് വരാന്തയിൽ കൂട്ടമായിരുന്ന് കല്ല് കളിച്ചതും മഞ്ചാടി കുഴിയിലിട്ട് കളിച്ചതും ഓർത്തപ്പോൾ സന്തോഷം മുഖം പ്രസന്നമാക്കാനെന്നത് പോലെ ചൊടിയിൽ പുഞ്ചിരി വിരിഞ്ഞു. തന്റെ പ്രിയപ്പെട്ട കുഞ്ഞിപ്പൂച്ചയും, താറാവുകൂട്ടവും, കോഴിക്കുഞ്ഞുങ്ങളും, പ്രാവുകളും, നിറയെ കുഞ്ഞിക്കിളികളും ഉള്ള ഈ മുറ്റം എന്നും ശബ്ദമുഖരിതമായിരുന്നു. കുഞ്ഞുസന്തോഷങ്ങൾകൊണ്ട് സമ്പന്നമായിരുന്നയിടം ഇന്ന് കാട്പിടിച്ചു കരിയിലകൾ നിറഞ്ഞ് കിടക്കുന്നു. അത് കണ്ട് അവളുടെ നെഞ്ചു വിങ്ങി. ജോലിത്തിരക്കുകൾക്കിടയിൽ പലതവണയും നാട്ടിലെത്താൻ സാധിച്ചില്ല. ചാച്ചനും ചാരുകസേരയും ഓർമ്മയിൽ മാത്രമായി. ദീർഘനിശ്വാസത്തോടെ അകത്തേയ്ക്ക് കടന്നു ചെന്നപ്പോൾ അമ്മച്ചിയെ മുറികളിലൊന്നും കാണുന്നില്ല. പിന്നാമ്പുറത്തു ചെന്നു നോക്കുമ്പോൾ

കോലായിൽ കൂനിക്കൂടിയിരിക്കുന്നുണ്ട് അമ്മ. ആ കണ്ണുകൾ പീള മൂടിയിരിക്കുന്നു. "അമ്മച്ചീ "എന്ന് വിളിച്ച് ഓടിച്ചെന്നു മുറുകെ കെട്ടിപ്പിടിച്ചു. ആ കണ്ണുകൾ നിറഞ്ഞൊഴുകുന്നുണ്ട്. എന്നെ കണ്ടതും പതുക്കെ എണീറ്റ് ആനന്ദക്കണ്ണീരോടെ അടുക്കളയിലേയ്ക്ക്

നടന്നു. വിറയാർന്ന കൈകളാൽ ആവിയിൽ വേവിച്ച തെരളിയപ്പം വച്ചു നീട്ടി. നാവിന്റെ തുമ്പിൽ അതിനോളം രുചി മറ്റു ഭക്ഷണപദാർ ത്ഥങ്ങൾക്കൊന്നും ഇല്ലായിരുന്നു.

വിശേഷങ്ങൾ പറഞ്ഞ് ആ മടിയിൽ തലവച്ചു കിടക്കുമ്പോൾ അന്നയോട് ചാച്ചന്റെ ഓർമ്മകളിൽ ജീവിക്കുന്ന അമ്മച്ചി, നെടു വീർപ്പോടെ മക്കളെ വേദനയോടെ ഓർത്തും മൂത്തമകൻ സോളമ ന്റെ മണിയോർഡർ വരുന്നതും കാത്തിരുന്ന ചാച്ചനെക്കുറിച്ച് പറ ഞ്ഞു തുടങ്ങി.

തപാലോഫീസിൽ നിന്നും പോസ്റ്റുമാൻ കൊണ്ടുവരുന്ന മണി യോർഡർ നൂറുരൂപ വാങ്ങുകയും അതിൽ പത്തുരൂപ പോസ്റ്റുമാന് കൊടുക്കുന്നതും. ആ തൊണ്ണൂറ് രൂപയ്ക്ക് ആയിരം രൂപയുടെ വി ലയാണെന്ന് ചാച്ചൻ പറഞ്ഞിരുന്നതും. പിന്നെയും മണിയോഡർ വരുന്നത് കാത്തിരുന്ന് ദിനരാത്രങ്ങൾ കഴിഞ്ഞു പോയതും പറഞ്ഞ പ്പോൾ അമ്മയുടെ കണ്ണുനീർ എന്റെ മുഖത്തു പതിച്ചു. മരിക്കുന്ന വേളയിൽ പോലും മകനെ ഒന്നിന്റെ പേരിലും ആരും കുറ്റപ്പെടുത്ത രുതെന്നും തനിച്ചാക്കരുതെന്നും പറഞ്ഞു കൊണ്ടേയിരുന്നതും പറ ഞ്ഞു നിറുത്തി വിതുമ്പിപ്പൊട്ടിയതും ഞാൻ ആ കണ്ണുകൾ തുടച്ചു. ഇറുകെ ആലിംഗനം ചെയ്ത് നെറ്റിയിൽ ഉമ്മ നൽകി നെഞ്ചോട് ചേർത്തു പിടിച്ചു.

പണ്ടു കുഞ്ഞായിരുന്ന നാളിൽ അന്നയും കൂട്ടുകാരും മരത്തിൽ സാരി കൊണ്ട് തൊട്ടിൽ കെട്ടിയതും അതിൽ കൂട്ടുകാരുമൊത്ത് ആടിയതും കണ്ണാരംപൊത്തിക്കളിച്ചതും ഓർമ്മയിലൂടെ കടന്നുപോ യി. ചെറ്റക്കുടിലിൽ പലക വിരിച്ച തട്ടിലായിരുന്നു എല്ലാവരും ഉറങ്ങി യിരുന്നത്. മഴക്കാലത്ത് പാടത്തു വെള്ളം കയറുന്ന നേരം പായലും മാനത്ത്കണ്ണിയും വരയാലും പരൽമീനും ഇറയത്ത് ഓടിക്കളിക്കുമാ യിരുന്നു. ചെറുമീനുകളെ പിടിച്ചു കുപ്പിയിലാക്കി സൂക്ഷിച്ചു വയ്ക്കു മായിരുന്നു. അങ്ങനെ എത്രയെത്ര കാര്യങ്ങൾ!

ചാച്ചന്റെയരികിൽ അടുക്കളയിൽ ഞങ്ങളും അയല്പക്കത്തെ കുറെ കുട്ടികളും വന്ന് ഇരി പ്പുറപ്പിക്കും. ചീനച്ചട്ടിയിൽ ഒഴിക്കുന്ന മാവ് നോക്കി കൊതിയോടെ നിൽക്കും. ദോശയോ അപ്പമോ ചുട്ട് ചൂടോടെ ഞങ്ങൾക്ക് തരും. വയറുനിറയെ എല്ലാവരും കഴിച്ച് കളി കൾ തുടരും. അങ്ങനെ കഴിഞ്ഞുപോയ എത്രയോ ദിവസങ്ങൾ. ആ കുട്ടികൾ വളർന്നു വലുതായപ്പോൾ അന്നമൂട്ടിയ കൈകൾ ഓർ ത്തില്ല. വാർദ്ധക്യവുമായി മല്ലിടുമ്പോഴും ആരും ഒരു ഊന്നുവടിയാ യി കൂടെ നിന്നില്ല. മൂത്ത മകന്റെ മണിയോഡർ ഒരു നിധി പോലെ

ആ മനുഷ്യൻ കരുതിയിരുന്നു. നൂറു രൂപ ഒന്നിനും തികയില്ലെങ്കിലും ആ കണ്ണുകളിൽ ആ നൂറു രൂപ നോട്ടിന് എത്രയോ മൂല്യമുള്ളതും വലുതുമായിരുന്നു. "ഒരു ആയിരം രൂപയെങ്കിലും അയച്ചുകൂടായിരുന്നോ?"എന്ന് ഞങ്ങൾ പറയുമ്പോൾ അതിനും ചാച്ചന് മറുപടിയുണ്ടായിരുന്നു. "അവനും ആവശ്യങ്ങൾ കാണില്ലേ?"എന്ന്.

എങ്കിലും ഷുഗർ കൂടി കാലുമുറിച്ച് മരണവുമായി മല്ലിട്ട് മൂന്നു മാസത്തോളം ആശുപത്രിയിൽ കിടക്കുന്ന അവസരത്തിൽ ആ മനുഷ്യൻ സാന്ത്വനം എന്നോണം ആ മണിയോഡർ പ്രതീക്ഷിച്ചിരുന്നോ? അറിയില്ല. മക്കളെ നിധി പോലെ കരുതിയ ആ വലിയ മനുഷ്യൻ അവരുടെ അഭാവത്തിൽ ഏറെവേദന തിന്നാണ് മരണത്തിന് കീഴടങ്ങിയത്. ഇന്നും ഞാനത് നൊമ്പരത്തോടെ ഓർമ്മിക്കുമ്പോൾ ആ സ്നേഹച്ചൂടിൽ ഇന്നും അറിയാതെ മിഴികൾ നിറയുന്നു.

നവാസ് ഹനീഫ്

തിരുവനന്തപുരം ജില്ലയിലെ ചിറയിൻകീഴുനടുത്ത മാടൻവിളയിൽ പരേതരായ ഹനീഫിന്റെയും സഹദൂന്റെയും മൂത്ത പുത്രൻ. കണിയാപുരത്തിനടുത്തുള്ള അണ്ടൂർകോണത്താണ് താമസം. നീണ്ട നാലു പതിറ്റാണ്ടുകൾ പ്രവാസലോകത്തായിരുന്നു.

ഭാര്യയും മൂന്ന് പെൺ മക്കളും മൂന്നുപേരുടെയും കല്യാണം കഴിഞ്ഞു കാനഡയിലും യൂ. കെയിലും നാട്ടിലുമായി കുടുംബ സമേതം കഴിയുന്നു. ഗൾഫ് സംഘടനകളുടെ മാഗസിനുകളിലും നവമാധ്യമങ്ങളിലും കവിതകളും കഥകളും എഴുതി നൂറോളം അംഗീകാരങ്ങൾ ലഭിച്ചിട്ടുണ്ട്. പന്ത്രണ്ടോളം കൃതികൾ കേരളത്തിലെ പ്രമുഖരായ കലാസാഹിത്യസംഘടനകൾ പുറത്തിറക്കിയ പുസ്തകങ്ങളിൽ വളരെ ശ്രേഷ്ഠരും പ്രശ്സ്തരുമായ എഴുത്തുകാരോടൊപ്പം ഉൾപ്പെട്ടിട്ടുണ്ട്. പെൻഡ്രൈവ് ന്റെ ബാനറിൽ ലോക റെക്കോർഡുകൾ കരസ്തമാക്കിയ കവിതാ സമാഹാരത്തിൽ പങ്കെടുത്ത് റെക്കോർഡുകൾ ലഭിച്ചിട്ടുണ്ട്. കവിതാ സമാഹരമായ "മഷിത്തണ്ടും മയിൽപ്പീലിയും കുറെ മഞ്ചാടി മണികളും" പണിപ്പുരയിലാണ്.

ആത്മാവിന്റെ മടക്കയാത്ര

നാടിന്റെ പ്രിയപുത്രന് ആദരാഞ്ജലികൾ!!

എന്റെ നെടുനീളൻ ചിത്രമുള്ള കൂറ്റൻ ഫ്ളക്സ് കവലയിൽ പടുത്തുയർത്തിയിരിക്കുന്നു.

കവലയിലും അമ്പലത്തറയിലും നടവഴികളിലും വീട്ടുമുറ്റത്തും നാട്ടുകാരും സ്വന്തക്കാരും പരസ്പരം പറയുന്ന ഒരേ വിഷയം.

"മോഹനന്റെ ആകസ്മികമായ വേർപാട്"

മോഹനൻ മുപ്പതു വയസ്സ്. മോഹനനും ഭാര്യക്കും നല്ലജോലി.

അവർ രണ്ടും കൂടാതെ അമ്മയും അച്ഛൻ മോഹനന്റെ കുട്ടിക്കാലത്തെ മരണപ്പെട്ടു. ഭാര്യ രശ്മി.

ഇവിടെനിന്നും മൂന്നു കിലോമീറ്റർ അപ്പുറത്താണ് രശ്മിയുടെ വീട്.

അച്ഛനുമമ്മയ്ക്കും ഒറ്റമോൾ.

മോഹനനുമായുള്ള കല്യാണം കഴിഞ്ഞിട്ട് രണ്ടു വർഷങ്ങൾ.

കുട്ടികളായിട്ടില്ല.

"പ്ലാനിംഗ് ആയിരുന്നോ? അതോ വിധി തടഞ്ഞതോ?"

"ആകാം"

"പാവം മോഹനന്റെ ഭാര്യ. അവളുടെ കാര്യം കഷ്ടം."

"അതിനെന്താ അവൾക്കു ജോലിയുള്ളതല്ലേ? ജീവിതമിനിയുമില്ലേ, ചെറുപ്പമല്ലേ?"

ഏതെങ്കിലും ഒരുകുഞ്ഞു വിഷയം മതി, നാട്ടുകാരിൽ ബഹുഭൂരിപക്ഷം വരുന്നവർക്കും വിഷയ ദാരിദ്ര്യം അനുഭവിക്കുന്നവർക്കും സെൻസേഷണൽ ന്യൂസിനായി പരക്കംപായുന്ന മീഡിയാചാനലുകാർക്കും പൊടിപ്പും തൊങ്ങലും വച്ചുകെട്ടി കേരളമാകെ വിളമ്പാനും അതേറ്റുപാടാനും അഭ്യസ്തവിദ്യരായ ജനസമൂഹം കാത്തിരിക്കയാണല്ലോ?!

അങ്ങനെ വിശദീകരണങ്ങളും അഭിപ്രായങ്ങളും നിർദ്ദേശങ്ങളും പ്രവചനങ്ങളുമായി നാട്ടുകാരും ലോക്കൽ ചാനലുകാരുടെ പ്രതിനിധികളുമായി ആ വീട്ടുമുറ്റവും കവലയും ഗ്രാമവും ശബ്ദമുഖരിതമായി കാണാം.

കറുത്ത ബാഡ്ജുകൾ ധരിച്ച ഒരുപറ്റം ചെക്കന്മാർ ഒട്ടുമിക്ക ചുവരുകളും പോസ്റ്റുകളിലും 'ആദരാഞ്ജലികൾ' എന്നെഴുതി കുറെ പുഷ്പങ്ങളുടെ ഇടയിൽ എന്റെ വർണ്ണചിത്രം പതിപ്പിച്ച പോസ്റ്ററുകൾ ഒട്ടിക്കുന്നു.

ഏതോ ഉത്സവത്തിന്റെ ഉത്സാഹം എല്ലാരിലും പ്രകടമാണ്.

വീട്ടിലും ബന്ധുക്കൾക്കും നാട്ടിലും വിദ്യാലയങ്ങളിലും മാഷന്മാർക്കുമെല്ലാം ഒരേ അഭിപ്രായമായിരുന്നു.

മോഹനന്റെ സ്വഭാവത്തെ കുറിച്ച് മോശം പറയാനാർക്കുമാവില്ല.

അത്രക്കും സൽസ്വഭാവിയായിരുന്നു മോഹനൻ.

പെട്ടന്നായിരുന്നു വിധിയുടെ ക്രൂരഹസ്തങ്ങൾ മോഹനനെയും കീഴടക്കിയത്.

വളരെ ചെറുപ്പത്തിലുള്ള മരണം.

രാവിലെ മോഹനന്റെ ഭാര്യ ചായയുമായി വന്നപ്പോൾ മരിച്ചു കിടക്കുകയായിരുന്നു.

"'സൈലന്റ് ഡെത്ത് '

എന്നാണ് ഡോക്ടർ കുറിച്ചത്. അതുകൊണ്ടു മൃതശരീരം വെട്ടിക്കീറി പരിശോധിക്കാതെ ദഹിപ്പിക്കാൻ അനുമതികിട്ടി.

നാട്ടുകാരുടെ സംസാരം പലഭാഗത്തു നിന്നും എനിക്ക് കേൾക്കാമായിരുന്നു.

ഷുഗർ ലെവൽ, അളവിലും കുറഞ്ഞാൽ ഇങ്ങനെ 'നിശബ്ദ

മരണം' സംഭവിക്കുന്നതെന്ന് മറ്റൊരാൾ വ്യാഖാനിച്ചു.

വീട്ടുമുറ്റത്തു ചുവപ്പും കറുപ്പും നിറത്തിൽ പ്ലാസ്റ്റിക് കസേരകളിൽ ഇരിക്കുന്ന അയൽക്കാരും ബന്ധുക്കളും നാട്ടുകാരും.

മോഹനന്റെ മഹത്വങ്ങൾ വിശദീകരിക്കുന്നു.

ചിലരുടെ മുഖങ്ങളിൽ അഗാധമായ ദുഃഖം നിഴലിച്ചിരിക്കുന്നത് കാണാം.

അവരെല്ലാം എന്നെ ശരിക്കും അറിയാവുന്നവരായിരിക്കും.

അകത്ത് വിങ്ങുന്ന ഹൃദയങ്ങൾ.

എല്ലാ നൊമ്പരവും കടിച്ചിറക്കി തേങ്ങലോടെ കിടക്കുന്ന ഭാര്യ.

അവളുടെയരികിൽ വളഞ്ഞിരിക്കുന്ന അനേകം ബന്ധുക്കൾ.

അകത്തെവിടെയോ തേങ്ങലടിച്ചു കരയുകയും പിച്ചുംപേയും പുലമ്പുകയും ചെയ്യുന്ന അമ്മ

"എന്റെ പൊന്നുമോൻ, അവന്റച്ഛനടുത്തോട്ടു പോയെ.. മോനെ അച്ഛനങ്ങോട്ടു വിളിച്ചേ.. ഞാനൊറ്റക്കായെ.."

അമ്മയെ സമാധാനിപ്പിക്കാൻ ശ്രമിക്കുന്ന സമപ്രായക്കാരുടെയും കരച്ചിൽ.

ഇതൊക്കെ കണ്ടിട്ട് കരയാനോ അവരെ സാന്ത്വനപ്പെടുത്താനോ ആകാതെ അസ്വസ്ഥമായ ആത്മാവുമായി ഞാൻ അകത്തെ കിടപ്പുമുറിയിൽ കയറി.

കട്ടിലും ഞാനിരുന്നെഴുതുന്ന കസേരയും മേശയും പേനയും നോട്ടുബുക്കും. ഊരിവച്ച വാച്ച് കാണാം. എന്റെ വസ്ത്രങ്ങളിലെ വിയർപ്പിന്റെ ഗന്ധം തങ്ങിനിൽക്കുന്നു. അവളുടെ അഴിഞ്ഞുകിടക്കുന്ന നീണ്ട കാർകൂന്തലിൽ നിന്നും കാച്ചെണ്ണയുടെ ഭ്രമിപ്പിക്കുന്ന സുഗന്ധം എന്റെ നാസരന്ധ്രങ്ങൾക്കുള്ളിൽ തുളഞ്ഞു കയറുന്നത് പോലെ.

കരഞ്ഞു കലങ്ങിയ കണ്ണുകൾ തോരാത്ത കണ്ണുനീർ വീണു വീങ്ങിയ കൺപോളകൾ.

അവൾക്കു സങ്കടം സഹിക്കാനാവുന്നില്ലന്നറിയാം. അത്രയും നൊമ്പരം കട്ടിയായുറഞ്ഞ ഹൃദയവും പേറി എന്നോടൊത്തുള്ള ദിനങ്ങളുടെ ഓർമ്മകൾ അവളിൽ തേങ്ങലുകൾ ഇരട്ടിച്ചുവോ?

എങ്ങനെ ഞാനൊന്നാശ്വസിപ്പിക്കും അവളെ. ആരുടേയും അടുത്തുചെന്നു സ്പർശിക്കാനാകാത്തവിധം എന്നെ ബന്ധനസ്ഥനാക്കിയാണോ കൊണ്ടുവന്നത്?

രണ്ടു വർഷത്തെ ദാമ്പത്യം. അവളിൽ നൽകിയ സുഖദുഃഖങ്ങളുടെ നേർരേഖ നിഴലിക്കുന്ന മുഖം.

എനിക്ക് കാണാം തേങ്ങുന്ന നെഞ്ചും അവളുടെ മനസ്സും.

ഓർത്തുവയ്ക്കാനും ഒമനിക്കാനും ഒരുപാട് അനുഭവങ്ങൾ. രണ്ടു വർഷങ്ങളുടെ കാലയളവിൽ കുഞ്ഞു കുഞ്ഞു പിണക്കങ്ങൾ മാത്രം. പരസ്പരം മനസ്സിലാക്കി, ജീവിതം വീറും വാശിയുമില്ലാത്ത ഇരുവരുടെയും ജീവിത രീതിയിൽ പല ദമ്പതികൾക്കും അസൂയയുണ്ടായിരുന്നിരിക്കാം.

"അത്രകണ്ട് ഒരുമിക്കേണ്ടവർ"

എന്ന് അസൂയാലുക്കൾ പോലും ആത്മഗതം പറയുമായിരുന്നു.

ഇഷ്ടാനിഷ്ടങ്ങൾ തുറന്നു പറഞ്ഞു കലഹങ്ങളിൽ നിന്നും സ്വന്തം മനസ്സുകളെ ഒതുക്കി നിർത്തിയവർ. കാലത്തിനു മാതൃകയായ ദമ്പതികൾ.

ഇത്ര വേഗം അവരെ വേർപെടുത്തിയ വിധിയെ പഴിക്കുന്ന വളരെ അടുത്ത ബന്ധുക്കൾ.

ദൃഢഗാത്രനും ആരോഗ്യപരിപാലകനും ദുശീലങ്ങളൊന്നുമില്ലാത്ത മോഹനന്റെ ആകസ്മികമായ മരണം യുവാക്കളുടെ ആരോഗ്യ വീക്ഷണത്തിന് ഒരു മുന്നറിയിപ്പാണ്. ആഡംബരങ്ങളും അഹങ്കാരവും അല്പത്തരവുമുള്ള അനേകം മനുഷ്യർക്ക് ഒരു പാഠവുമാണ്.

പ്രായത്തിൽ കവിഞ്ഞവർക്കും അല്ലാത്തവർക്കും അക്ഷരാർത്ഥത്തിൽ ഞെട്ടലുളവാക്കി.

തെക്കേ പറമ്പിൽ എരിയുന്ന ചിതയിൽ എന്റെ ശരീരം കത്തിക്കാളുന്ന ജ്വാലകൾ സൂര്യതാപത്തിൽ ലയിക്കുന്നു.

തൊട്ടടുത്ത് നിൽക്കുന്ന മാവിന്റെ കൊമ്പുകൾ ആ തീക്കാറ്റിൽ അഗ്നിയുടെ തരംഗങ്ങൾ സൃഷ്ടിക്കുന്നു.

വിറകുകൾ കത്തിയമരുന്ന ശബ്ദം.

ഉഷ്ണം വിതറുന്ന കാറ്റിൽ കത്തിയെരിഞ്ഞു വേവുന്ന പച്ചയായ മാംസത്തിന്റെ രൂക്ഷഗന്ധം.

ഇതെല്ലം കണ്ടു കൂടുതൽ പിടിച്ചുനിൽക്കാനാകാതെ എന്റെ ആത്മാവ് നൊന്തുവോ!

അച്ഛനില്ലാതെ എന്നെപ്പോറ്റിവളർത്തിയ അമ്മയുടെ കരച്ചിലും എന്റെ ജീവിതത്തിലേക്ക് കൈപിടിച്ചുവന്ന എന്നോടൊപ്പം സുഖദുഃഖങ്ങളിൽ പങ്കുകൊണ്ടു ഉള്ളതിലും ഇല്ലായ്മയിലും കൂടെനിന്ന, എന്റെ മനസ്സ് വായിച്ചെടുത്ത എന്നെ അറിയാവുന്ന, ജീവിതസഖിയും അവരെ വേർപെട്ടുപോകുന്ന എന്റെ ആത്മാവിന്റെ വേദന ആരറിയുന്നു?!

അവളുടെ തേങ്ങലുകൾ എന്റെ ആത്മാവിൽ അലിഞ്ഞുചേർന്നുവോ..?

എന്നെയാരോ പിറകിൽ നിന്നാഞ്ഞുവലിച്ചു പിന്നിലേക്കു കൊണ്ടുപോകുന്നു

ഒരു പട്ടം പോലെ കാറ്റിലൂടെ ഞാൻ പറന്നു പറന്നു പോകുന്നു.

അവരുടെ തളർന്ന കണ്ണുകൾ എനിക്ക് വളരെ വ്യക്തമായി കാണാമായിരുന്നു. അതേ, അതെന്റെ അമ്മയുടെയും ഭാര്യയുടെയും കണ്ണുകളായിരുന്നു.

മുതുകുളം സുനിൽ

ആലപ്പുഴ ജില്ലയിലെ മുതുകുളം ഗ്രാമത്തിൽ കോയിക്കൽ വീട്ടിൽ സി. വി. ശിവരാമൻ പിള്ളയുടെയും ആർ സരളാദേവിയുടെയും പുത്രൻ. കൃതികൾ: ജനപ്രിയ കഥകൾ, സാഗര കഥകൾ, എല്ലാവർക്കും യോഗ, മുംബൈ മലയാളി (ലേഖനങ്ങൾ),
കലാലയം. കൂടാതെ 200ലധികം ആനുകാലികങ്ങളിൽ ലേഖനങ്ങളും കുറിപ്പുകളും പ്രസിദ്ധീകരിച്ചിട്ടുണ്ട്.
ഭാര്യ :പത്മിനി എസ് പിള്ള. മകൾ കവിത പിള്ള.

ക്ണാപ്പൻ ഗോപൻ

ക്ണാപ്പൻ ഗോപന്റെ കൊല്ലത്തെ വീട്ടിലേക്കുള്ള കാർയാത്രയിലാണ് ക്ണാപ്പന്റെ "കഥ കോയിക്കൽ കുഞ്ഞുമോൻ ചേട്ടൻ വിവരിച്ചത്.

കൂടെയുണ്ടായിരുന്ന റസിഡന്റ് അസോസിയേഷൻ ഭാരവാഹികളായ ഭഗവാൻ രാഘവനും, സഖാവ് പൂക്കുഞ്ഞും, പട്ടാളം കുട്ടൻപിള്ളയും, വൈതരണി ഗോപിയും കുഞ്ഞുമോൻ ചേട്ടന്റെ കഥയിൽ മുഴുകി.

പുതുപുരക്കൽ തറവാട്ടിലെ പുരുഷോത്തമന്റെ ഏറ്റവും ഇളയ സന്തതിയാണ് പി. പി. ഗോപകുമാർ.

പു. പു. എന്ന ചുരുക്കപേരിൽ അറിയപ്പെടുന്ന പുതുപുരക്കൽ പുരുഷോത്തമൻ കശുവണ്ടി സംഭരണ ബിസിനസ്സിൽ അഗ്രഗണ്യനായിരുന്നു.

എസ്. എസ്. എൽ. സി. പരീക്ഷയ്ക്ക് കണക്കിനും, ഇംഗ്ലീഷിനും അഞ്ചുമാർക്കിൽ കൂടുതൽ നേടാൻ പണിക്കർ സാറിന്റെ ശാന്തിനികേതൻ ട്യൂട്ടോറിയലിൽ മൂന്ന് വർഷം പഠിച്ചിട്ടും ഗോപകുമാറിന് കഴിഞ്ഞില്ല.

പഠിത്തം നിർത്തിയ ഗോപന് അച്ഛന്റെ ബിസിനസ്സിൽ താല്പര്യമില്ലായിരുന്നു.

സ്വന്തം ഇഷ്ടത്തിന് പല ബിസിനസ്സും നടത്തി. പലചരക്കുകട, സൂപ്പർ മാർക്കറ്റ്, സ്വർണപ്പണയം, റിയൽ എസ്റ്റേറ്റ്.

ഗോപകുമാർ ചെയ്ത എല്ലാസംരംഭങ്ങളും വൻ പരാജയത്തിൽ

കലാശിച്ചു.

ചരിത്ര അദ്ധ്യാപകനായ പ്രൊഫസർ ജോൺ തോമസാണ് ഗോപകുമാറിന് "ക്ണാപ്പൻ ഗോപൻ "എന്ന പേര് ചാർത്തിയത്.

പ്രായോഗികമല്ലാത്ത പദ്ധതികൾ നടപ്പിലാക്കി പരാജയപ്പെട്ട 1891 -ലെ മലബാർ കളക്ടറായിരുന്ന 'സർ ആർതർ റൗളണ്ട് ക്ണാപ്പ്' നെ ഓർത്താണ് ഈ കർമ്മം ജോൺ തോമസ് നടത്തിയത്.

നാട്ടിൽ നിൽക്കാൻ പ്രയാസപ്പെട്ട ക്ണാപ്പൻ പാലക്കാട്ട് പോയി ഒരു പട്ടരുടെ കടയിൽ ജോലി നേടി.

ക്ണാപ്പന്റെ അച്ഛന്റെ നിർബന്ധം കാരണം കൊല്ലത്തുള്ള കശുവണ്ടിത്തൊഴിലാളി യൂണിയൻ നേതാവിന്റെ മകളെ വിവാഹം കഴിക്കുകയും കൊല്ലത്തു സ്ഥിരതാമസമാക്കുകയും ചെയ്തു.

കുഞ്ഞുമോൻ ചേട്ടന്റെ ക്ണാപ്പൻ വിശേഷം കേട്ട് ചിരിച്ചു കൊണ്ടിരുന്നപ്പോളേക്കും ഞങ്ങൾ ക്ണാപ്പന്റെ "പുതുപുരക്കൽ കാഷ്യു ബംഗ്ലാവ് "ന്റെ മുന്നിൽഎത്തി.

അമ്മായിയപ്പൻ സ്ത്രീധനമായി ക്ണാപ്പന് കൊടുത്ത ബംഗ്ലാവിന് മുമ്പിൽ കുറച്ചുനേരം നിന്ന് കഴിഞ്ഞപ്പോൾ നേപ്പാളി വാച്ച്മാൻ ഗേറ്റ് തുറന്നു തന്നു. പട്ടികളുടെ കുരകളാണ് ഞങ്ങളെ എതിരേറ്റത്.

“പ്ലീസ് ക്വയറ്റ്” ക്ണാപ്പൻ പറഞ്ഞപ്പോൾ പട്ടികൾ കുരകൾ നിർത്തി.

പാലക്കാട് പട്ടരുടെ കടയിൽ ജോലി ചെയ്തപ്പോൾ കുറച്ചു ഇംഗ്ലീഷ് ഒക്കെ പഠിച്ച ക്ണാപ്പൻ വേണ്ടിടത്തും വേണ്ടാത്തിടത്തും അല്പം ഇംഗ്ലീഷ് ഭാഷ ഉപയോഗിക്കും. ക്ണാപ്പന് അത് ഒരു ഗമയാണ്.

ചായയും കാശുവണ്ടി പരിപ്പും കഴിച്ചുകൊണ്ടിരുന്നപ്പോൾ പട്ടാളം കുട്ടൻപിള്ള ചർച്ചക്ക് തുടക്കം കുറിച്ചു.

“എടാ ഗോപാ നാട്ടിലേക്ക് ഇടയ്ക്കിടയ്ക്ക് ഒന്ന് വാ.”

ക്ണാപ്പൻ മുരണ്ട് പറഞ്ഞു.

“ഘു സോ കൊല്ലം ഹി ഡോൺട് വാണ്ട് ഹിസ് ഇല്ലം”

പട്ടാളം കുട്ടൻപിള്ള ചിരിച്ചു കൊണ്ടു പറഞ്ഞു. "ശരിയാ. കൊല്ലം കണ്ടവന് ഇല്ലം വേണ്ട' എന്നല്ലേ.?!”

ക്ണാപ്പൻ തുടർന്നു.

“ഇപ്പോൾ ഇവിടെ ഇരുപതോളം ഡോഗുകൾ ഉണ്ട്. ജർമ്മൻ ഷെപ്പേർഡ്, കാനെ കോഴ്സൊ, ലാബ്രഡോർ, അൽസേഷ്യൻ, പൊമറേനിയൻ,, ഒറിയോ, അമേരിക്കൻ ബുള്ളി എക്സ്. എൽ, സൽജിയൻ മാൽനോയിസ് എന്നിവ.”

മൃഗസംരക്ഷണ സെമിനാറുകളിൽ പങ്കെടുക്കുന്ന ക്ണാപ്പൻ വാചാലനായി.

“നമ്മളെക്കാൾ 'ക്ലെവെർ' ആണ് ഡോഗുകൾ.

ടി.വി ഓൺ ചെയ്താൽ അവരിൽ പലരും ഓടിയെത്തും. നീലയും മഞ്ഞയും ബ്രൗണും കളറുകൾ മാത്രമേ തിരിച്ചറിയാൻ കഴിയുകയുള്ളൂവെങ്കിലും അവർക്ക് ടിവി കാണാൻ ഇഷ്ടം. രണ്ടു വയസ്സുള്ള മനുഷ്യക്കുഞ്ഞിന്റെയത്ര തന്നെ ബുദ്ധിവികാസം അവർക്കുണ്ട്.

അവർനമ്മളെക്കാൾ നന്ദിയുള്ളവരാണ്. ഓറിയോ എന്റെ കൂടെയാണ് കിടക്കുന്നത്.”

അല്പം പട്ടി പ്രേമം ഉള്ള ഭഗവാൻ രാഘവൻ കൂട്ടി ചേർത്തു. “പാരാഗ്ലൈഡിങ്ങിന്റെ തലസ്ഥാനം എന്നറിയപ്പെടുന്ന ഹിമാചൽപ്രദേശിലെ ബിർബില്ലിങ്കിൽ മലകയറ്റത്തിനിടയിൽ വീണു മരിച്ച രണ്ടു പേർക്കും കൂടെപ്പോയ ജർമൻ ഷെപ്പേർഡ് 48 മണിക്കൂറോളം കാവലിരുന്ന് വേണ്ടപ്പെവരെ അറിയിക്കാൻ കുരച്ചുകൊണ്ടേയിരുന്നു എന്ന് ഇന്നലെ പത്ര വാർത്ത ഉണ്ടായിരുന്നു.”

ക്ണാപ്പൻ തുടർന്നു. “ഭഗവാൻ, യു ആർ കറക്റ്റ്. ബട്ട്, ഏറ്റ

വും നന്ദിയുള്ള ജീവി ഡോഗ് ആയിരുന്നിട്ടും നന്ദി ഇല്ലാത്തവനെ നമ്മൾ നായിന്റെ മോനേന്നു വിളിക്കും.

ഡോഗുകളെ എങ്ങനെ പരിചരിക്കണം എന്ന് കൂടുതൽ പഠിപ്പിച്ചത് നാട്ടിൽ തറവാട്ടിൽ വാടകക്ക് താമസിക്കുന്ന ചെറുപ്പക്കാരാണ്."

കുഞ്ഞുമോൻ ചേട്ടൻ പറഞ്ഞു തുടങ്ങി.

"ഗോപാ, അത് പറയാനാണ് ഞങ്ങൾ വന്നത്. പട്ടി ഹോസ്റ്റലും പരിശീലനവും എന്നൊക്കെ പറഞ്ഞു പുതുപുരക്കൽ തറവാട്ടിൽ വാടകയ്ക്ക് താമസിക്കുന്നവർ കഞ്ചാവ് തുടങ്ങിയ ലഹരി വസ്തുക്കൾ വിൽപ്പന നടത്തുന്നവരാണ്. സന്ധ്യ മുതൽ പുലരും വരെ ആളുകൾ വന്നു പോകുന്നു. ചില ദിവസം ഉച്ചത്തിലുള്ള സംഗീതപരിപാടികളും നടത്തുന്നു. അയലത്തു താമസിക്കുന്നവർക്ക് ഇതൊരു ശല്യമാണ്. ഒരുപാട് കംപ്ലയിന്റ് റെസിഡന്റ് അസോസിയേഷനിൽ കിട്ടി. പോലീസോ, എക്സൈസോ ചെന്നാൽ പട്ടികളെ തുറന്ന് വിട്ട് ഓടിക്കും എന്നാണറിവ്.

ഗോപാ, എത്രയും പെട്ടെന്ന് വാടകക്കാരെ മാറ്റണം."

മുരണ്ട് കുരച്ചു ചാടിയെണീറ്റ് ക്ണാപ്പൻ അലറി.

"യുവർ ഡാൽ ഡോൺട് കുക്ക് ഹിയർ. യു ഗോ ഫോർ യുവർ സോങ് (നിങ്ങളുടെ പരിപ്പ് ഇവിടെ വേവില്ല. നിങ്ങൾ നിങ്ങളുടെ പാട്ടിനു പോകൂ എന്ന് സാരം)"

സഖാവ് പൂക്കുഞ്ഞ് തിരിച്ചടിച്ചു.

"ക്ണാപ്പാ, താൻ ഇരിക്കേണ്ടിടത്ത് താൻ ഇരുന്നില്ലെങ്കിൽ അവിടെ പട്ടി കയറി ഇരിക്കും. പറഞ്ഞില്ലെന്നു വേണ്ട."

ക്ണാപ്പന്റെ വീട്ടിൽ നിന്നിറങ്ങുമ്പോൾ കുഞ്ഞുമോൻ ചേട്ടൻ ഒരു താക്കിതോടെ പറഞ്ഞു.

"ക്ണാപ്പാ ഞങ്ങൾ പറഞ്ഞത് ചെയ്തില്ലെങ്കിൽ ഞങ്ങൾക്ക് പ്ലാൻ ബി ചെയ്യേണ്ടി വരും."

യാത്രക്കിടയിൽ പ്ലാൻ ബി എന്തെന്ന് കുഞ്ഞുമോൻ ചേട്ടനോട് ആരും ചോദിച്ചില്ല.

നാരങ്ങ മണമുള്ള കാറിൽ നിന്നിറങ്ങുമ്പോൾ എല്ലാവരും കൈയടിച്ചു പറഞ്ഞു.

"കുഞ്ഞുമോൻ ചേട്ടന്റെ പ്ലാൻ ബി. സിന്ദാബാദ്."

നിഖില സമീർ

ആലപ്പുഴ കായംകുളത്ത് നാസർ അബ്ദുൽ റസാഖിന്റെയും സഫിയ നാസറിന്റേയും മകൾ. റിയാദിൽ അദ്ധ്യാപിക. സൈക്കോളജിക്കൽ കൗൺസിലിംഗ്, എൻ. എൽ. പി. വെരിഫൈഡ് മാസ്റ്റർ പ്രാക്റ്റീഷണർ, വോയിസ് ഓവർ ആർട്ടിസ്റ്റ്, അവതാരക.

ആനുകാലികങ്ങളിൽ ഇരുനൂറോളം കവിതകൾ, ലേഖനങ്ങൾ, അനുഭവക്കുറിപ്പുകൾ പ്രസിദ്ധീകരിച്ചിട്ടുണ്ട്.

സഹോദരൻ ഫൈസൽ. ഭർത്താവ് സമീർ കാസ്സിം റിയാദിൽ ബിസിനസ് നടത്തുന്നു. മക്കൾ :സഹ്റ, സഹല, സിമാം. കൃതികൾ :നീയും നിലാവും, അമേയ കവിതസമാഹാരങ്ങൾ. വൈദ്യേഴ്സ് മൻസിൽ (ഓർമ്മക്കുറിപ്പുകൾ.)

കടലോളം

"ഉമ്മീ തൊട്ടിലിൽ ആടുന്ന പോലില്ലേ?"

പിന്നിലേക്ക് ഓടുന്ന കാഴ്ചകളിലേക്ക് ഊളിയിടുന്ന എന്നെ തോണ്ടി കൊണ്ട് ചക്കി ചോദിച്ചു.

അവളുടെ ആദ്യത്തെ ട്രെയിൻ യാത്രയാണ്.

എറണാകുളത്ത് നജിം വന്നിട്ടുണ്ടെന്ന് അറിഞ്ഞപ്പോൾ മുതൽ ഈ ഒരു ദിവസത്തിനുള്ള കാത്തിരിപ്പിലാണ്. കാറെടുക്കാൻ സാലി ഒരുപാട് നിർബന്ധിച്ചതാണ്. ഉമ്മയും പറഞ്ഞു കുഞ്ഞിന് ക്ഷീണം പിടിക്കുമെന്ന്.

അടുത്ത ആഴ്ച ദുബായിലേക്ക് തിരിച്ചു പോകണം. നാട്ടിൽ വന്നു മടങ്ങുമ്പോൾ ചക്കിക്ക് പ്രിയമുള്ളൊരു ഓർമ്മ സമ്മാനിക്കണം. മാനാഞ്ചിറയും മിഠായിത്തെരുവും കോഴിക്കോടൻ കടപ്പുറവുമൊക്കെ കാട്ടിക്കൊടുക്കാമെന്ന് പറഞ്ഞ് കൊതിപ്പിച്ചിട്ട് ഓട്ടപ്പാച്ചിലിനിടയിൽ ഒന്നും നടന്നില്ല.

ഫോണിൽ തലങ്ങും വിലങ്ങും ഫോട്ടോസ് എടുക്കുന്ന തിരക്കിലാണ് ചക്കി. അബ്ബയെയും അടുത്ത ഫ്ലാറ്റിലെ കുട്ടികളെയും സഹപാഠികളെയും കാണിച്ചു കൊടുക്കുന്നതിനു വേണ്ടിയാണ്.

അവളുടെ തലയിൽ പതിയെ തടവി കൊണ്ട് ഞാൻ പുറം കാഴ്ചകളിലേക്ക് വീണ്ടും മടങ്ങി.

സ്റ്റേഷനുകൾ പിന്നിടുന്ന മുറയ്ക്ക് ആളുകൾ വന്നും പോയു

മിരുന്നു.

ഷൊർണൂർ വിട്ടപ്പോൾ കമ്പാർട്ട്മെന്റ് ഏറെക്കുറെ വിജനമായി.

മുന്നിലെ സീറ്റിൽ സാരിത്തലപ്പിൽ മുഖം മറച്ച ഒരു സ്ത്രീ.

അവളുടെ കൈയ്യിൽ പഴകിയൊരു തുണി സഞ്ചി.

മുഖപടം ഉയർത്തിയപ്പോൾ പരിചയമുള്ള പോലെ.

നാദിറ!

എന്റെ ഉള്ളിലൊരു മിന്നൽപിണർ!

ഇതുപോലൊരു ട്രെയിൻ യാത്രയിലാണ് വർഷങ്ങൾക്ക് മുൻപ് നാദിറയെ ആദ്യമായി കാണുന്നത്. എന്തൊരു വിസ്മയമാണിത്.

പിറകിലേക്ക് പായുന്ന പാളത്തിന്റെ കാഴ്ചപോലെ വർഷങ്ങൾക്ക് പിന്നിലേക്ക് എന്റെ ഓർമ്മകളും തിരിഞ്ഞോടി.

ഞങ്ങൾ ആദ്യമായ് കണ്ടുമുട്ടിയ ആ ട്രെയിൻ യാത്രയെക്കുറിച്ചും അന്ന് നാദിറ പങ്കുവച്ച അവളുടെ ജീവിതസങ്കടങ്ങളെയും ഓർത്ത് പോയി.

“ദീദി, ജീവിച്ചിരിക്കുന്നൊരു പരീക്ഷണ വസ്തുവാണ് ഞാൻ”

തേട്ടി വന്ന ചോദ്യം തൊണ്ടയിൽത്തന്നെ കുരുക്കി ശ്വാസംപോലും നിലച്ചു പോകുമോ എന്ന ഭയത്തോടെ വർഷങ്ങൾ പരിചയമുള്ളവരെപ്പോലെ കരുണയോടെയാണ് അന്ന് നാദിറയെ കേട്ടിരുന്നത്.

“എന്റെ റമീസ് കുട്ടനെ ഗർഭം ധരിച്ച ആദ്യ നാളുകളിലാണ് ദീദീ ആ ഞെട്ടിക്കുന്ന വിവരം ഞാനറിഞ്ഞത്. ജന്മനാ ഞാനൊരു നിത്യരോഗി ആയിരുന്നെന്ന്.

എന്റെ ഈ രോഗം മറച്ചു വച്ചിട്ടാണ് കല്യാണം കഴിപ്പിച്ചതെന്ന സിദ്ദിയുടെ വീട്ടുകാരുടെ ആരോപണവും “അവളെ അവളുടെ വീട്ടിൽ കൊണ്ട് പോയ് ആക്കി തിരികെ വന്നാൽമാത്രമേ നിനക്ക് വീട്ടിൽ സ്ഥാനമുള്ളൂ” എന്ന സിദ്ദിയുടെ വാപ്പയുടെ നിർദേശവും.

“എന്നെ വിശ്വസിച്ച് ജീവിതത്തിലേക്ക് ഇറങ്ങി വന്ന എന്റെ പെണ്ണാണ് നാദിറ. എത്ര വലിയ മാരകരോഗിയാണെങ്കിലും അവളെ ഞാനുപേക്ഷിക്കില്ല. വീട് വിട്ടിറങ്ങേണ്ടി വന്നാലും ഞങ്ങൾ ഒന്നിച്ചാകും. അവൾ അറിഞ്ഞു കൊണ്ട് ചെയ്യാത്തൊരു കാര്യത്തിന് അവളെന്ത് പിഴച്ചു.”

സിദ്ദി അന്ന് അവന്റെ വാപ്പയോട് പറഞ്ഞ ഈ മറുപടിയിലൂടെയാണ് എന്റെ സിദ്ദി എന്താണെന്ന് യഥാർത്ഥത്തിൽ ഞാൻ മനസ്സിലാക്കിയത്.

പിന്നീടുള്ള നാളുകളിൽ ഞങ്ങളുടെ ജീവിതം ദുരിതങ്ങളുടെ

പെരുമഴപ്പെയ്ത്തിലേക്ക് കൂപ്പുകുത്തുകയായിരുന്നു ദീദി.

പിന്നീട് മക്കൾക്ക് വേണ്ടി മാറ്റിവച്ച എന്റെ ദിനങ്ങൾ. ചികിത്സകൾ രോഗാവസ്ഥ കൂടുതൽ വഷളാക്കി.

എ. എസ്. ഡി എന്ന ഹൃദയ സുഷിരത്തിന്റെ എല്ലാ ബിദ്ധിമുട്ടുകളും ജീവിതത്തിന്റെ ഒരു ഭാഗമായി മാറിയിരുന്നു എനിക്ക്.

ട്രെയിനിന്റെ കുടുക്കം നാദിറയുടെ കണ്ണീരിനെ തിടുക്കത്തിൽ പൊഴിപ്പിച്ചു, അവളുടെ മേലുടുപ്പ് കണ്ണീരിൽ നനഞ്ഞു കുതിരാൻ തുടങ്ങിയിരുന്നു.

കാറ്റിൽ പറന്ന് നീങ്ങിയ സാരിത്തലപ്പ് നാദിയുടെ നരനിറഞ്ഞ മുടികളെ കൂടുതൽ പാറിപ്പറത്തി.

“നാദി, നീ എന്തേ ഇത്ര ക്ഷീണിച്ചത്?”

എന്റെ ചോദ്യത്തിൽ ഓർമ്മകളിൽ നിന്നെന്ന പോലെ നാദിയും ഞെട്ടി.

ദീദീ..

കാലം തെറ്റി നടന്ന എന്റെ ഓപ്പൺ ഹാർട്ട് സർജറി തികഞ്ഞ

പരാജയമായിരുന്നു എന്നറിയാവുന്നത് എനിക്കും സിദ്ദിക്കും മാത്രമായിരുന്നു.

സിദ്ദിയുടെ ഉമ്മയെ കാണാനും അവർക്കു ഇഷ്ടപ്പെട്ട മുറുക്കും കായ വറുത്തതും കറിവേപ്പില കട്ടയും കൊടുക്കാൻ പോയിവരുന്ന വഴിയാണ്.

ശരീരത്തിന് ആവത് ഉണ്ടായിട്ടല്ല. അവരെ കാണണമെന്ന വല്ലാത്ത പൂതികൊണ്ട് ഇറങ്ങിത്തിരിച്ചതാണ്.

നീയെന്തേ ഒറ്റയ്ക്ക് നാദി?

സിദ്ദി പോയിട്ട് ഇന്നേക്ക് അഞ്ച് വർഷമായി.

അവന്റെ ഉമ്മ പാവമല്ലേ.

അവർ സഹിപ്പിച്ചതൊക്കെ ഒരു വഴിക്കുണ്ടെങ്കിലും സിദ്ധിക്കൊപ്പം ഞാനുണ്ടാകണമെന്നു ഒരുപാട് ആഗ്രഹിച്ചിരുന്നവരല്ലേ അവർ. അവരുടെ കൈ പിടിക്കുമ്പോൾ സിദ്ദി എന്നെ നോക്കി അവന്റെ പൂച്ചക്കണ്ണിറുക്കി ചിരിക്കുന്ന പോലൊരു തോന്നലാണ്.

പിന്നെയും ഏറെ വിശേഷങ്ങൾ.

അവളുടെ ജൗഹർ!

ശരീരകാമനകളുടെ ലാഞ്ചനയില്ലാതെ വർഷങ്ങളായി. അവൾക്ക് കൂട്ടായിട്ടുള്ളവൻ.

അവനെ കുറിച്ച് നാദിറ വാ തോരാതെ പറഞ്ഞുകൊണ്ടേയിരുന്നു.

അവൾക്ക് വേണ്ടി മാത്രം അവൻ കുറിക്കുന്ന കവിതകളും കുറിപ്പുകളും വായിക്കാനായുള്ള കൗതുകത്തിലാണ് നാദി അന്ന് കാണിച്ചു തന്ന ജൗഹറിന്റെ ഫേസ് ബുക്ക് അക്കൗണ്ടിലേക്കു റിക്വസ്റ്റ് അയച്ചിട്ടത്.

വൈകിയ രാത്രി ഉറക്കങ്ങളും യാത്രയും കൊണ്ട് ഇടക്കെപ്പോഴാണ് ഉറക്കത്തിലേക്കു വഴുതി പോയതെന്ന് ഓർമ്മയില്ല.

ആരുടെയോ കൈത്തലത്തിന്റെ തണുപ്പ് തോളത്ത്..

ഞെട്ടി ഉണർന്നപ്പോഴാണ് നാദി ഇറങ്ങാനുള്ള പുറപ്പാടിലാണ്.

കൊച്ചി എത്തിയിട്ടുണ്ട്.

കൊതുകുകൾ വല്ലാണ്ടെ ചുറ്റുന്നു. ചക്കിക്കാണേൽ കൊതുകു കടിച്ചാൽ ചൊറി പോലെ ദേഹം മുഴുവൻ പൊന്തുകയും ചെയ്യും.

കെട്ടിപ്പിടിച്ചു പിരിയുമ്പോൾ നാദി കണ്ണിലേക്ക് ആഴ്ന്നു നോക്കിയിരുന്നു. കൂടെയൊരു ദീർഘനിശ്വാസവും.

എറണാകുളത്തെ നബീലു ആന്റിയെയും അവരുടെ ഡൗൺ സിൻഡ്രോം ഉള്ള മകൻ നജീമിനേയും കുറിച്ചായിരുന്നു ചക്കിയുടെ

വിശേഷം പറച്ചിലെല്ലാം.

പൊതുവെ സംസാരപ്രിയയല്ലാത്ത ചക്കി അവനെ എത്രമാത്രം ഇഷ്ടപ്പെട്ടിട്ടാണ് ഇങ്ങനെ മിണ്ടിക്കൂട്ടുന്നതെന്നോർത്തു അവളെ കേട്ട് തലയാട്ടി കൊണ്ടേയിരുന്നു.

വർഷങ്ങളുടെ ഇടവേളയിൽ ബിരുദാനന്തര ബിരുദം കഴിഞ്ഞ് നാട്ടിലേക്ക് ചക്കി എത്തുന്ന ദിവസമാണിന്ന്. അവൾക്കുള്ള പാർട്ടി നുജൂമിന്റെ വീട്ടിൽ വെച്ച് മതിയെന്ന് ചക്കിക്കു നിർബന്ധം.

എറണാകുളത്തേക്കുള്ള ട്രെയിൻയാത്രക്ക് ഒരുപാട് വ്യത്യാസങ്ങൾ വന്നിരിക്കുന്നു.

കാലങ്ങൾക്ക് ശേഷമുള്ള ട്രെയിൻ യാത്ര ആരോഗ്യപ്രശ്നങ്ങളാൽ കുറച്ചു ബുദ്ധിമുട്ടാണെങ്കിലും ചക്കിയുടെ സന്തോഷം കളയേണ്ട എന്നോർത്ത് ഇറങ്ങിയതാണ്.

നാലുമണിക്ക് എത്തേണ്ട ട്രെയിൻ അഞ്ച് കഴിഞ്ഞാണ് എറണാകുളം എത്തിയത്.

യാത്രയിലുടനീളം നാദിയെ ഓർമ്മ വന്നു.

അവളിപ്പോൾ എവിടെയാകും! എന്താകും അവസ്ഥ.

കോൺടാക്ട് എല്ലാം നഷ്ടമായിരിക്കുന്നു.

അലങ്കാരദീപങ്ങൾ നക്ഷത്രങ്ങളെപ്പോലെ മിന്നുന്നു. ചക്കിയെ തൂവെള്ള ഗൗണിൽ പതിനാലാം നിലാവ് പോലെ തോന്നിച്ചു.

പാർട്ടിക്കിടയിൽ കണ്ട ഒരു മുഖം. എവിടെയോ കണ്ട പോലെ.. !

എത്ര ആലോചിച്ചിട്ടും ഓർമ്മ കിട്ടുന്നില്ല.

പഴയ പോലെയല്ല എനിക്കിപ്പോൾ ഓർമ്മക്കുറവ് നല്ലപോലെ ഉണ്ടെന്ന് പറയുമ്പോൾ സാലി പറയാറ്. എനിക്കത് പണ്ടേ ഉണ്ടല്ലോ.. നിനക്ക് ഇപ്പോഴല്ലേ തുടങ്ങിയുള്ളൂ. അതുശരി, നിനക്ക് ഇപ്പൊ പ്രായമായി തുടങ്ങുന്നേ ഉള്ളൂ ല്ലേ ന്ന്.

സാലിയുടെ പതിവ് തമാശപോലെ ആസ്വദിക്കാൻ കഴിയില്ലെങ്കിലും പ്രായമാകുന്നത് കൊണ്ടാകുമെന്ന് വെറുതെയാശ്വസിച്ചു.

പുഡ്ഡിംഗ് കൊതിച്ചിയാണ് ചക്കി.

അവൾക്കുള്ള പുഡ്ഡിംഗ് വിളമ്പുന്നതിനിടയിലാണ് പതിഞ്ഞ സ്വരത്തിലൊരു ഹലോ.

തോളൊപ്പം പറന്ന് കിടക്കുന്ന മുടിയും ഇളം പച്ചനിറത്തിലെ ലിനൻ ജുബ്ബയും മുണ്ടും ധരിച്ച ഒരു സുമുഖൻ. ഈ മുഖം തന്നെയല്ലേ മറവിയുടെ വേവലാതിയിൽ കുറച്ചു മുൻപ് പരതിയിരുന്നത് ദൈവേ!

അറിയുമോ? എന്ന ചോദ്യത്തിനുള്ള ഉത്തരം കൊടുക്കാൻ

പാടുപെടുമ്പോഴാണ് അവനൊരു കുറിപ്പ് മൊബൈലിൽ കാണിച്ചു തരുന്നത്.

അന്നത്തെ ഒരു ഫേസ് ബുക്ക് പോസ്റ്റ്.

ജൗഹർ !!

നാദിയുടെ പ്രാണൻ.

"നാദി എവിടെ? ഇവിടന്ന് അധികദൂരത്തിലല്ലല്ലോ..?എനിക്കൊന്നു കാണാൻ വഴിയുണ്ടോ..?"

"ഇവിടുത്തെ തിരക്ക് ഒഴിഞ്ഞെങ്കിൽ വരൂ. വളരെ അടുത്തു തന്നെയാണ്.

വെളുപ്പിനുള്ള ഫ്ലൈറ്റിൽ ഞാൻ ഡൽഹിക്ക് പോകും. നാളെയൊരു അവാർഡ് ഏറ്റുവാങ്ങാനുണ്ട്."

പിന്നൊന്നും ചിന്തിച്ചില്ല. ചക്കിയെയും കൂടെ കൂട്ടി.

പതിഞ്ഞു പാടുന്ന മെഹ്ദിഗസലിനും ചാഞ്ഞുപെയ്യുന്ന മഴയ്ക്കുമിടയിൽ അസഹ്യമായൊരു മൗനം തളംകെട്ടി നിന്നിരുന്നു.

ജൗഹറുമൊത്തുള്ള യാത്രയിൽ അവളെ കാണുമ്പോഴുള്ള സന്തോഷമായിരുന്നു മനസ് നിറയെ.

വിഷാദം കൊണ്ട് നീലിച്ച അവന്റെ കണ്ണിന്റെയാഴം നാദിയയെ ചുമക്കുന്ന കടൽ പോലെ തോന്നിച്ചു.

ജൗഹറിന്റെ മൗനത്തിന്റെ ഉത്തരമെന്നോണം

വണ്ടി നിന്നത് ഒരു പള്ളിക്കാടിന് മുന്നിലായിരുന്നു.

അവിടെ ജൗഹർ അവൾക്കായ് നട്ട മാങ്കോസ്റ്റീൻ മരം നിറഞ്ഞ കായ്കളോടെ മഴ കഴിഞ്ഞിട്ടും അവനൊപ്പം പെയ്തു നിന്നിരുന്നു.

പിൻകുറിപ്പ്

വൈയക്തികമായ സൂക്ഷ്മാനുഭവങ്ങളെ കഥാപാത്രങ്ങളിലേക്ക് സന്നിവേശിപ്പിച്ച്, ഭാവതീവ്രവും സംവേദനക്ഷമവുമായ മുപ്പത്തിമൂന്നു രചനകൾ നവതൂലികയുടെ കഥയോരത്തിലൂടെ അനുവാചകരിലേക്ക് എത്തുകയാണ്. കാഴ്ചയുടെ ആത്മസ്പർശനത്തെയും കേൾവിയുടെ അനുരണനങ്ങളെയും വാക്കിന്റെ മാന്ത്രികതയാൽ തളച്ചിട്ട കാലാനുസൃതമായ ഈ കഥകൾ സർഗ്ഗാത്മക രചനകളുടെ വിസ്തൃതമണ്ഡലത്തിലേക്ക് എത്തട്ടെയെന്ന് ആശംസിക്കുന്നു.

സാഗ ജെയിംസ്

www.ingramcontent.com/pod-product-compliance
Lightning Source LLC
LaVergne TN
LVHW090351051026
849518LV00006B/2111